விஞ்ஞான லோகாயத வாதம்

ராகுல் சாங்கிருத்யாயன்

தமிழாக்கம்:

ஏ.ஜி. எத்திராஜுலு

நியூ செஞ்சுரி புக் ஹவுஸ் (பி) லிட்.,

41-பி, சிட்கோ இண்டஸ்டிரியல் எஸ்டேட்,

அம்பத்தூர், சென்னை- 600 098.

☎: 044 - 26251968, 26258410, 48601884

Language: Tamil
Vingnana Logayathavatham
Author: **Rahul Sankrityayan**
Translation: **A.G. Ethirajulu**
First Edition: August, 1985
Third Edition: October, 2017
Fourth Edition: September, 2018
Copyright: Publisher
No. of pages: x + 154 = 164
Publisher:
New Century Book House Pvt. Ltd.,
41-B, SIDCO Industrial Estate,
Ambattur, Chennai - 600 098.
Tamilnadu State, India.
email : info@ncbh.in
Online:www.ncbhpublisher.in

ISBN: 978-81-2340-776-0
Code No. A 027

₹ 135/-

Branches

Ambattur (H.O.) 044 - 26359906, **Spenzer Plaza (Chennai)** 044-28490027
Trichy 0431-2700885 **Pudukkottai** 04322- 227773 **Tanjore** 04362-231371
Tirunelveli 0462- 2323990, 4210990, **Madurai** 0452 2344106, 4374106
Dindigul 0451-2432172 **Coimbatore** 0422-2380554 **Erode** 0424-2256667
Salem 0427-2450817 **Hosur** 04344-245726 **Krishnagiri** 0434-3234387
Ooty 0423 2441743 **Vellore** 0416-2234495 **Villupuram** 04146-227800
Pondicherry 0413-2280101 **Thiruvannamalai** 04175-223449

விஞ்ஞான லோகாயத வாதம்
ஆசிரியர்: **ராகுல் சாங்கிருத்யாயன்**
தமிழாக்கம்: **ஏ.ஜி.எத்திராஜுலு**
முதல் பதிப்பு: ஆகஸ்ட், 1985
மூன்றாம் பதிப்பு: அக்டோபர், 2017
நான்காம் பதிப்பு: செப்டம்பர், 2018

அச்சிட்டோர்: **பாவை பிரிண்டர்ஸ் (பி) லிட்.,**
16 (142), ஜானி ஜான் கான் சாலை, இராயப்பேட்டை, சென்னை - 14
☎: 044-28482441

All rights reserved. No part of this book may be reprinted or reproduced or utilised in any form or by any electronic, mechanical, or other means, now known or hereafter invented, including photocopying and recording, or in any information storage or retrieval system, without permission in writing from the publishers.

சமர்ப்பணம்

உலக மானுடத்தின்
ஒரேயொரு நம்பிக்கை ஒளியான
லட்சக்கணக்கான
பொதுவுடைமைத் தியாகிகளின்
புனித நினைவிற்கு...

பதிப்புரை

ராகுல்ஜி இந்திய நாடு ஈன்றெடுத்த சிந்தனைச் செல்வர்களில் தலைசிறந்தவர். கல்விக்கடல், வற்றாத அறிவு ஊற்று. நுண்மான் நுழைபுலம் மிக்கவர். ஐம்பது ஆண்டுகள், நாள்தோறும் எழுதிய வண்ணமிருந்தவர். அவரது நண்பர்கள் வியந்தனர்; ஆராய்ச்சியாளர்கள் உவந்தனர். முற்போக்கு உலகம் மகிழ்ந்தது.

ராகுல்ஜி எழுதிய அறிவார்ந்த கட்டுரைகள் தாங்கி ஆண்டு, அரையாண்டு, காலாண்டு, மாத- வார- நாளிதழ்கள் பல வெளிவந்தன. அவர் எழுதிக் குவித்த நூல்கள் பல.

மார்க்சிய- லெனினிய மெய்யறிவுபால் ராகுல்ஜி ஈர்க்கப்பெற்று, இம்மெய்யறிவின் நோக்குநிலை நின்று உலக வரலாற்றையும், மெய்ப் பொருள் வகைகளையும், சமயங்களையும் குறித்து நூல்களாக வடித்தார்.

'விஞ்ஞான லோகாயத வாதம்' என்னும் இந்நூலில் காரணகாரிய வாதம், உண்மை, தலைவிதி தத்துவம், மூடநம்பிக்கைகள், பூதங்களும் இயக்கங்களும், குணாம்ச மாறுதல் போன்றவை குறித்து விரிவான விளக்கங்களை முன்வைப்பதுடன் பல்வேறு விவாதக் களங்களையும் உருவாக்கிச் செல்கிறார்.

இந்நூலை இந்தியிலிருந்து தமிழ் மொழியில் வழங்கியவர் தெலுங்கு, தமிழ், இந்தி ஆகிய மும்மொழி வல்லுநர் திரு. ஏ.ஜி. எத்திராஜுலு அவர்கள்.

இந்நூல் 1985ம் ஆண்டு ஆகஸ்ட் மாதம் முதல் பதிப்பாக என்.சி.பி.எச். வெளியீடாக வெளியானது. 2003ல் இரண்டாம் பதிப்பு வெளியான நிலையில் தற்போது கால அவசியத்தை கருத்தில் கொண்டு வாசகர்களின் தேவை பொருட்டு மீள் பதிப்பாக வெளியிடுகிறோம்.

- பதிப்பகத்தார்

முன்னுரை

இன்று நாம் விஞ்ஞான யுகத்தில் வாழ்ந்து கொண்டிருந்தாலும், படித்தவர்கள் பலரும் விஞ்ஞான யுகத்தின் முற்காலத்திய காலாவதியான கருத்துக்களையே சிக்கெனப் பிடித்துக் கொண்டிருக்கின்றனர். விஞ்ஞானக் கருத்துக்களைத் தெரிந்து கொள்ள வேண்டுமென்ற விருப்பமுள்ளவர்களுக்கும் போதுமான விஞ்ஞான நூல்கள் இந்தி மொழியில் இல்லை என்பதும் இதற்கொரு காரணமாகும். இரண்டாண்டு களுக்கு முன்பு முதன் முறையாக ஹஜாரிபாக் சிறையில் நான் அடைக்கப்பட்டபோது, இக்குறையைப் போக்க வேண்டுமென்று முடிவு செய்து, காரியமும் தொடங்கினேன். அதற்கான விஷயங்களை சேகரிக்க ஆரம்பித்தபோது, விஞ்ஞானம், தத்துவ இயல், சமூகவியல் ஆகிய நூல்களையும் வாசகர்களுக்கு அளிக்காமல், பயனுள்ள முறையில் பணியாற்ற முடியாதென்பதைத் தெரிந்து கொண்டேன். ஹஜாரிபாக் சிறையில் எழுதிய நூறு பக்கங்கள் பயனற்றவை என்று கருதி, தேவ்லியில் 'விஞ்ஞான லோகாயதவாதம்' குறித்து எழுத ஆரம்பித்தபோது, ஒரே நூலில் எல்லா விஷயங்களையும் சொல்லிவிடலா மென்று எண்ணினேன். ஆனால் பல்வேறு விஷயங்களைப் பற்றி 1500, 1750 பக்கங்களிலும் ஒரு பெரிய நூல் எழுதுவதைவிட ஒவ்வொரு விஷயத்தின்மீதும் ஒவ்வொரு தனி நூல் எழுதுவதே சிறந்ததென்னும் முடிவிற்கு வந்தேன். இதனால் ஒரு நூலுக்குப் பதிலாக நான்கு நூல்கள் எழுத நேரிட்டது.

1. **உலக வரிவடிவம் (விஞ்ஞானம்)**
2. **மனித சமுதாயம் (சமூகவியல்)**
3. **தத்துவ திசைகாட்டி (தத்துவ இயல்)***
4. **விஞ்ஞான லோகாயத வாதம்**

---

* "தத்துவ திசைகாட்டி"யின் நான்கு பகுதிகளான 'இந்துத் தத்துவ இயல்', 'பவுத்தத் தத்துவ இயல்', 'இஸ்லாமியத் தத்துவ இயல்', 'ஐரோப்பியத் தத்துவ இயல்' ஆகியவை தனி நூல்களாக நியூ செஞ்சுரி புத்தக நிறுவனத்தால் வெளியிடப் பட்டுள்ளன- மொ-ர்.

இவற்றில் 'விஞ்ஞான லோகாயத வாதமே' எல்லாவற்றைவிட சிறிய நூலாகும்; காரணம், இதில் வரும் பல விஷயங்கள் மற்ற நூல்களில் வந்துவிட்டன. உண்மையில் மற்ற மூன்று நூல்கள் 'விஞ்ஞான லோகாயத வாத'த்தின் குடும்பத்தைச் சேர்ந்தவையே!

நூலில் வரும் கம்பீரமான விஷயத்தை சுலப முறையிலும் தெளிவாகவும் கூற ஆனவரையில் நான் முயற்சித்துள்ளேன்; இம்முயற்சியில் நான் எவ்வளவு தூரம் வெற்றி பெற்றுள்ளேன் என்பதை வாசகர்கள்தான் சொல்ல வேண்டும்.

நான் கூறவந்த விஷயத்தை வலியுறுத்த எதிர்வாதங்களைத் தீவிரமாக விமர்சிக்கும் நிர்ப்பந்தத்திற்குள்ளானேன். இதனால் சிலருக்கு மனவருத்தமேற்படலாம், அது எனக்கும் வருத்தமளிக்கக் கூடியது தான்! ஆனால் பல்வேறு வாதங்களை மோத விட்டால்தான் உண்மைத் தத்துவம் வெளிப்படும் என்பதற்காகத்தான் அவ்வாறு செய்தேன்.

இந்நூல் எழுதுவதில் எனக்கு பேருதவி புரிந்த துணை நூல்களின் பட்டியலை இறுதியில் தந்திருக்கிறேன். இதனாலேயே அந்நூலாசிரியர் களுக்கு என் நன்றியை தெரிவித்துக் கொண்டதாகி விடாது. இந்நூலின் பெருமையனைத்தும் மேற்படி நூலாசிரியர்களுக்கே சேர வேண்டும். நான் தேனீயைப்போல் மட்டுமே அந்நூல்களிலிருந்து விஷயங்களை சேகரித்துக் கொண்டேன்.

மூன்றாவது நூலான **'தத்துவ திசைகாட்டி'**யை எழுதி முடிப்பதே பெரும் காரியமென்று முதலில் நினைத்துக் கொண்டிருந்தேன்; ஆனால் அந்த நூல் எழுதி முடித்ததுமே, இந்த நூலை எழுதவாரம்பித்து விடவேண்டுமென்று எண்ணி இன்று முடித்தும் விட்டேன்.

ஹஜாரிபாக் சிறை **– ராகுல் சாங்கிருத்யாயன்**

(பீகார்)

24-3-1942

பொருளடக்கம்

1. காரண- காரிய வாதம் — 1
   - க. காரண - காரியம் அல்லது ஏது — 1
   - ங. உண்மை - பொய்களின் அறிவு — 14
2. மூட நம்பிக்கைகள் — 33
   - க. மதமும், மதத் தத்துவமும் — 34
     1. மதம் வீணானது — 34
     2. மதத்தின் புதிய விரிவுரையாளர்கள் — 39
     3. மதங்களின் சாரம் — 49
     4. கிழக்கிலும், மேற்கிலும் மதத்தின் எதிரொலி — 59
     5. ஜீவன் முதுமையும், மரணமும் இல்லாதது — 65
   - ங. சம்பிரதாயங்கள் - சடங்குகள் — 68
   - ச. தவறான கண்ணோட்டங்கள் — 77
3. பூதங்களும் இயக்க இயலும் — 88
   - க. பூதங்கள் அல்லது பவுதீக சக்திகள் — 88
   - ங. லோகாயத வாதம் — 93
   - ச. இயக்க இயல் — 98
   - ஜ. இயக்க இயல் (விஞ்ஞான) லோகாயதவாதம் — 111
     1. இயந்திர லோகாயத வாதம் — 111
     2. விஞ்ஞான லோகாயத வாதம் — 113
     3. மாறுதலின் நிகழ்ச்சித்தொடர் — 125
     2. குணாம்ச மாறுதல் — 134
     3. எதிர்ப்பின் எதிர்ப்பு — 148

துணை நூல்கள் — 152

பொருளடக்கம்

1. காரணம் - காரியம் சார்பு	1
அ. காரணம் - காரியம் அல்லது சார்பு	1
ஆ. உணர்வு வெளிப்பாடு - வாழ்க்கை	14
2. நூல் நுவலுக்கூறுகள்	33
அ. பகுப்பு, வகுப்பு தொகுப்புமுறை	34
1. பகுப்பு வகையாக்கம்	34
2. வகுப்பியல் பற்றிய சிறப்புவாய்ப்பாடுகள்	39
3. வகுக்கணியின் சார்பு	49
4. கிளர்ச்சியில், வழுக்கியில் வகுக்கணியின் எதிரொலி	59
5. தோன்ற முறைவகை, வரையறுப்பும் இலக்கணமும்	65
ஆ. அமைப்புருவாக்கம் - உருவகள்	68
இ. அறுதியான கண்டறிவுக்கூறுகள்	77
3. பூச்சங்களின் கருத்து வெளிப்பாடு	88
அ. பூச்சங்கள் அல்லது பழகிய கருத்துக்கள்	88
ஆ. சொல்லாக்கச் சார்பு	93
இ. இயல்பு கருத்து	98
ஈ. இயல்பு இயங்காக்கம் (ஆற்றலான) சொல்லி கருத்துக்கள்	111
1. இயற்பியல் இயங்காக்கம் சார்பு	111
2. விதிமுறையான இயங்காக்கம் சார்பு	113
3. வாய்ப்பாட்டில் அடையாளப்பட்டா	125
2. அணுவாக வரிசை	134
3. எதிர்ப்பான எதிர்ப்பு	148
துணைநூல் நுவல்கள்	152

1

காரண - காரிய வாதம்

(ஏது வாதம்)

இயக்கஇயல் தத்துவஇயல் மட்டுமல்ல; அது விஞ்ஞானத்தின் சர்வாதிகாரமுமாகும். ஆகவே அதற்குள்ள சக்தியெல்லாம் விஞ்ஞானத் திலிருந்தே கிடைத்திருக்கிறது. ஆனால் இன்றைய தத்துவாளர் களிடையே இயக்க இயல் ஒரு தத்துவ இயல் மட்டுமல்லாமல், அதைவிட உயர்ந்ததென்று கூறலாம். இயக்க இயல் இன்றைய தர்க்கவியலின் வரிசையில் தன்னை நிறுத்தத் தயாராயில்லை. ஏனெனில் அது வெறும் மூளைக்கு வேலை கொடுப்பதையே சிறந்த அத்தாட்சியாகக் கருதவில்லை; அது பிரயோகத்தையே (பவுதீக உலகில் உள்ள பொருள் நிலையையே) சிறந்த அத்தாட்சியாக எண்ணுகிறது. இதுவே இயக்க இயலுக்குத் தலைசிறந்த உண்மையின் உரைகல்லாகும். இருப்பினும், இன்று பழக்கத்திலுள்ள தத்துவ இயலைத் தோற்கடிக்க, தத்துவ இயல் மொழியிலேயே இயக்க இயல் பதிலளிக்க வேண்டி யிருப்பதைப் போலவே, அது தர்க்கவியலையும் தாக்க, தர்க்கத்தின் தந்தையான பிரயோகம் போன்ற மாபெரும் ஆயுதமான தர்க்கத்தையும் பயன்படுத்த வேண்டிய அவசியம் ஏற்படுகிறது. இந்த நிலையில் விஞ்ஞான லோகாயதவாதம் (இயக்க இயல்) காரண- காரிய வாதம் (ஏதுவாதம்) குறித்துத் தனது நிலையைத் தெளிவாக்க வேண்டியுள்ளது.

(க) காரண- காரியம் அல்லது ஏது

விளக்கம்

காரண- காரிய விதி என்றால் என்ன? இதை அறிவதற்காக முதலில் காரணத்தைத் தெரிந்து கொள்ள வேண்டியதவசியம். காரணத்தின் தன்மை குறித்து நாம் சொல்லப் போவதைப் பற்றி முதலில் இதைத் தெரிந்து கொள்ள வேண்டும்: இயற்கை தனது உண்மை நிலையை எல்லாவற்றைக் காட்டிலும் உயர்ந்த சக்தியாகச் சித்தரிக்கப்படுவதையோ,

கூறப்படுவதையோ ஏற்றுக் கொள்ளாது. உண்மையில் தத்துவாளர்களும், தர்க்கவியலாளரும் சொல்லும் 'எல்லாவற்றைக் காட்டிலும் உயர்ந்த சக்தி' என்னும் சொல்லே இயற்கையின் அகராதியில் இல்லை. உண்மை நிலையை அறிய பிரயோகம் என்னும் உரைகல்லைக் கொண்டே புகழ் பெற்ற விஞ்ஞானியான ஐன்ஸ்டீன் 'சார்புநிலை' சித்தாந்தத்தைக் கண்டுகொண்டார். இது குறித்து நாம் நமது மற்றொரு நூலான "உலக வரிவடிவ"த்தில் விளக்கியுள்ளோம். அதைப் படித்தால் 'சார்பு நிலை' தத்துவத்தைப் புரிந்து கொள்வதில் உங்களுக்கு எவ்வித சிரமமும் ஏற்படாது.

சரி, காரணம் என்றால் என்ன? இங்கே நாம் ஒரு விஷயத்தை ஞாபகத்தில் வைத்துக்கொள்ள வேண்டும்; சில காரணங்கள் ஒரு குறிப்பிட்ட மாற்றத்தைக் கொண்டுவருகின்றன. அவை அம்மாற்றத்தைக் கொண்டுவருவதில் அங்கே நாம் இடத்தையும், காலத்தையும் கணக்கிலெடுத்துக் கொள்வதில்லை. இடமும், காலமும் எந்தப் பொருளுக்கும் காரணங்கள் அல்ல என்பதைப் போல் நாம் நடந்து கொள்கிறோம். இடம், காலம் என்பவைகளே இல்லையா என்று நீங்கள் கேட்கலாம். நீங்களும் வேதாந்தியாகிவிட்டீர்களா என்று என்னை அதட்டலாம். இல்லை. இவ்விரண்டு விஷயங்கள் பற்றிய சந்தேகம் உங்கள் மனத்தில் தோன்ற வேண்டிய அவசியமில்லை. நாம் இடம், காலங்களை மறுக்கவில்லை; ஆனால் அவை 'எல்லாவற்றைக் காட்டிலும் உயர்ந்த சக்தி' என்னும் தத்துவ இயலின் பொருளை மறுக்கிறோம். இடம், காலம் என்பவை யதார்த்தத்தில் பவுதீக சக்திகளின் அம்சங்களேயாகும். அவை பவுதீக சக்திகளிலிருந்து எப்பொழுதுமே பிரியாத பகுதிகளாகும். நமது கணிதப் புத்தகங்களில் காணப்படுவதைப் போல் இயற்கையில் 'எண்ணிக்கை' இருப்பதில்லை. அதே போல் இடமும், காலமும் முரண்பாடுள்ள இயற்கையிலிருந்து (பவுதீக சக்தி, இயக்கத்திலிருந்து) வேறுபட்டவையல்ல. காரணத்தின் பணி செயலாற்றுவதுதான்! தன்னில் அல்லது மற்றவற்றில் எந்த ஒரு மாற்றமும் செய்யாமல் செயல் நிகழாது. தத்துவ இயலாளர்களின் இடம், காலம், வானம், ஆன்மா, கடவுள்- எதுவுமே செயலாற்றுவதில்லை; அவையனைத்தும் செயலற்ற சக்திகளாகும். அவை செயலற்றவையாக இருப்பினும், உருவமற்றவை என்று கூறப்படுவதைச் சாதாரண மக்கள் புரிந்து கொள்ள இயலாது. அதை அபினி விழுங்கி மயக்கத்திலாழ்ந் திருக்கும். சாமியார்கள்தான் புரிந்து கொள்ள முடியுமோ என்னவோ!

காரணமும் எந்த ஒரு 'உயர்ந்த சக்தி' என்னும் பொருளில் இருப்பதில்லை என்பதையும் நாம் நினைவில் வைத்துக் கொள்ள வேண்டும். இயற்கையில் ஒரு முறை காரணமாக இருப்பது,

எப்பொழுதுமே காரணமாக தனக்கு முந்தைய பல காரணங்களின் தோன்றலாக, காரியமாக இருக்க வேண்டுமென்பதில்லை. ஒரு தந்தை இன்னொருவரின் மகனும் கூட என்பது போல், (ஒவ்வொரு காரணமும் தனக்கு முந்தைய காரணத்திலிருந்து தோன்றியதாக அல்லாமல், பல காரணங்களிலிருந்து தோன்றியதாகவே இருக்கிறது. ஏனெனில், இயற்கை பல கணவர் திருமணத்தையே- சமுதாயக் கல்யாணத்தையே- விரும்புகிறது. ஒரே காரணம் அல்லாமல், பல காரணங்கள் காரியத்தை வெளிக்கொணருகின்றன) இதை நினைவிலிருத்தி நீங்கள் காரணத்தை இப்படிக் கூறலாம். விதிமுறைப்படியான ஒரு மாறுதலுக்கு முன்பிருந்த பொருளே (நிகழ்ச்சிப் பிரவாகமே) காரணமாகும். அதே நிலைமை களில் அப்படிப்பட்ட காரணம் மீண்டும் ஏற்பட்டால், அதே போன்ற காரியங்கள் (நிகழ்ச்சிப் பிரவாகங்கள்) நிகழும்.

ஆகவே காரண- காரிய விதி இதுவாகும்: ஒரு குறிப்பிட்ட நிகழ்ச்சிப்பிரவாகம் (சுலபமாகப் புரிந்து கொள்ள 'பொருள்' என்று வைத்துக் கொள்ளுங்கள்) யதார்த்தத்தில் இருந்தால் அதற்கு முன்பு வேறொரு அனுகூலமான நிகழ்ச்சிப் பிரவாகம் அங்கே அவசியம் இருந்திருக்க வேண்டும். காரணத்திற்கு 'அவசியம் இருக்க வேண்டியது' தவிர்க்க முடியாததாகும்.

தலைவிதி தத்துவம்

காரண-காரிய விதியில் விதி- தலைவிதி- நடக்கவிருப்பது நடந்தே தீரும்- என்பது மறைந்துள்ளது. இதிலிருந்து தலைவிதித் தத்துவம் மிகச் சுலபமாகப் பிறக்கும். இயற்கையில் காரண- காரிய விதி எல்லா இடங்களிலும் சமமாகக் காணப்படுகிறது. ஆனால் நாம் இப்படிப் பட்ட கடுமையான விதியை ஒருவனுக்கோ அல்லது பலருக்கோ அமல்படுத்த விரும்பினால், கடுமையான எதிர்ப்பைத்தான் எதிர்கொள்ள வேண்டிவரும். பல சந்தர்ப்பங்களில் அவனோ அல்லது அவர்களோ அவ்விதியை அமல்படுத்த விடமாட்டார்கள். இதனாலேயே நாம் இயற்கையின் எதிர்காலத்தை சரியாகச் சொல்ல முடிவதைப் போல, மனிதனின் எதிர்காலத்தைச் சரியாகக் கூற முடியாமலிருக்கிறோம். மனிதன் தன் விருப்பத்திலும், செயலாற்றுவதிலும் சுதந்திரமுள்ளவனாக இருக்கிறானென்றும், அவன் விதியின் கையில் விளையாட்டுப் பொம்மையாக இல்லையென்றும் நீங்கள் மகிழ்ச்சியடைந்து விட வேண்டாம். தலைவிதி சித்தாந்தம், சுதந்திர வாதம் - ஆகியவற்றின் பிரச்சினை சிக்கலானது. குறிப்பாக இயற்கையின் (பிரயோகத்தின்) துணையைவிட்டு, கற்பனை உலகில் சஞ்சரிக்கும் போது இப்பிரச்சினை மேலும் கடுமையானதாகி விடுகிறது.

சரி, இப்பொழுது பிரச்சினை இது இயற்கையில் எங்குமே காரண-காரிய விதி பரவியிருக்கும் போது, (இதை ஒப்புக் கொள்ளாமல் விஞ்ஞானக் கண்டுபிடிப்பு எதுவுமே இருக்க முடியாது) மனிதனைச் 'சுதந்திர கர்த்தா'வாக எப்படிச் சொல்ல முடியும்? காரண- காரிய விதி ஒரு தவிர்க்க இயலாத தலைவிதியாகும். அதன் மூலம் உலகத்தின் ஒவ்வொரு பொருளும் (நிகழ்ச்சிப் பிரவாகமும்) கட்டுப்படுத்தப் படுகிறது. அதனாலேயே நாம் ஆராய்ச்சி சாலையில் காரியத்திலிருந்து காரணத்தை அறிய முயற்சிக்கிறோம். அல்லது காரணத்திலிருந்து காரியம் நிகழலாம் என்று கருதி, அதை அடைய முயற்சி செய்கிறோம். அப்படி என்றால் பாவம், மனிதன் கை, கால்கள் கட்டுண்டு கிடக்கிறான். அவன் மூச்சு விடுவது கூட காரண- காரிய விதிக்கு உட்பட்டுத் தான்! இதன் பொருள், நமது விருப்பங்களும், நமது உட்கருத்துக்களும் - எல்லாமுமே- விதியின், தலைவிதியின் கைகளில் இருக்கின்றன என்பதாகும். அப்படியானால், உலகத்துள் ஒரு குறிப்பிட்ட பயன் மறைந்துள்ளதென்பதையும், அதை இயக்குபவரான கடவுள், ஒரு குறிப்பிட்ட பயன் கருதி இதையெல்லாம் செய்து கொண்டிருக்கிறா ரென்பதையும் ஒப்புக் கொள்ளவேண்டும். ஆனால் இப்பொழுதே நாம் அவ்வளவு தூரம் செல்லத் தேவையில்லை. ஏனெனில் தலைவிதி தத்துவம் இருபக்கமும் கூர்மையான வாளாகும். அது மனிதனைக் கை, கால்கள் கட்டி முடவனாக்குகிறதென்றால் கடவுளையும் தன்னுடைய கைப்பொம்மையாக்கி விடலாமல்லவா?

காரண- காரிய விதி உண்மையில் இவ்வளவு வலிமை படைத்ததா என்பதைப் பார்க்க வேண்டும். அவ்வளவு வலிமை படைத்ததாக இருக்குமேயானால், காரண, காரியம் இரண்டும் ஒரே இடத்தில் சுற்றிச் சுற்றி வந்து கொண்டிருக்கவேண்டும். அதாவது காரணத்துக்குப் பின் காரியம், காரியத்துக்குப் பின் காரணம், அதற்குப்பின் காரியம்... இப்படி வந்துகொண்டிருக்க வேண்டும். ஆனால் நாம் வரலாற்றில் எப்பொழுதுமே இவ்விதமான சுழலைக் காண்பதில்லை. என்றாலும் இப்படிப்பட்ட சுழல் இருக்கிறதென்று நிரூபிக்கப் பெரும் முயற்சி செய்யப்படுகிறது. "வானத்துக்குக் கீழே புதிய பொருள் எதுவுமே இல்லை" என்று ஆங்கிலத்தில் ஒரு பழமொழி இருக்கிறது. இது முற்றிலும் தவறானதாகும். அதற்குப் பதில், 'வானத்துக்குக் கீழே எந்தப் பொருளுமே பழையதல்ல!' என்று கூற வேண்டும். ஒவ்வொரு பொருளும் ஒவ்வொரு வினாடியும் புதியதாகவே இருக்கும். ஆங்கிலப் பழமொழியைப் போன்றே ஒரு தவறான இந்தியப் பழமொழியும் உள்ளது: "சூரியனையும், சந்திரனையும் கடவுள் பழையன போலவே படைத்தார்" (யஜுர்வேதம்). "அவனன்றி ஓர் அணுவும் அசையாது"

என்னுமளவுக்கு இது வளர்ந்தது. இராமாயணத்தில் வரும் அனுமனின் காதையில் இதைப் பார்க்கலாம்.

இந்துக்களின் கடவுளான குரங்கு உருவத்திலுள்ள அனுமன் இராமனின் ஆசி பெற்றுச் சீதையைத் தேடச் சென்று கொண்டிருந்த போது, அவரது உள்ளத்தில் ஒரு சந்தேகம் தோன்றியது; 'எல்லாம் அறியும் சக்தி படைத்த' சீதாபிராட்டிக்கு நான் இராமனால் அனுப்பப்பட்டவன்தானா என்னும் ஐயம் தோன்றினால் என்ன செய்வது? சீதையின் ஐயத்தைப் போக்க என்ன செய்வதென்று சிந்தித்து அனுமன் ஏதாவதொரு அடையாளச் சின்னம் தந்தருள வேண்டுமென்று இராமரை வேண்டினான்.

இராமரும் தனது பெயர் பதித்த கணையாழியை அனுமனுக்கு அருளினார். அப்பாவியான அனுமன் போகும் வழியில் ஒரு மோசமான கிழவனிடம் சிக்கிக் கொண்டான். அக்கிழவன் அனுமனிடமிருந்து கணையாழியைப் பறித்துக் கொண்டு, அதைத் தனது கமண்டலத்தில் போட்டுக் கொண்டு விட்டான். பாவம், அனுமனுக்கு ஒன்றுமே புரியவில்லை. கணையாழியைப் போக்கடித்துவிட்டு இராமருக்கோ, சீதா பிராட்டிக்கோ எப்படி முகத்தைக் காட்டுவது? அனுமனின் பரிதாப நிலையைக் கண்டு இரங்கி, அக்கிழவன் தனது கமண்டலத்தை அனுமன் முன் வைத்து, அதிலிருந்து கணையாழியை எடுத்துக் கொள்ளுமாறு பணித்தான். அனுமன் கணையாழிக்குள் பார்த்த போது அதற்குள் இராமரின் கணையாழியைப் போன்ற ஒரேவிதமான கணையாழிகள் நிறைய இருந்தன. அவற்றில் தனது இராமரின் கணையாழி எதுவென்று அனுமனுக்கு புரியவில்லை. இலங்காபுரியைத் தீயிட்டுக் கொளுத்தி நிராதரவான பெண்களையும், குழந்தைகளையும் பரிதாபகரமாக அழவைப்பதில் கலியுகத்தின் இட்லரையும் புறமுதுகிட்டோடச் செய்யும் அனுமனின் முதுகைத் தடவிக் கொடுத்து கிழவன், "எந்த இராமரின் கணையாழி உனக்கு வேண்டுமடா? என்று கேட்டார்.

"தசரத புத்திரரான இராமரின் கணையாழி வேண்டும்."

"இவையெல்லாம் கூட தசரத புத்திரர்களான இராமர்களின் கணையாழிகள்தான்!"

"பழைய பெயர் ஸாகேதம். இப்போதைய பெயரான அயோத்தி யாவின் அரசரான..."

"இவர்கள் எல்லோரும் கூட அயோத்திய அரசர்களே!"

"ரகுபதி ராகவ ராஜாராம், பதித பாவன சீதாராமரின் கணையாழி எனக்கு வேண்டும்."

"இவையனைத்தும் கூட ரகுபதி ராகவ ராஜாராம், பதித பாவன சீதாராமரின் கணையாழிகள்தான்!"

"கலியுக நாரதரான விஷ்ணு திகம்பரர் தம்பூராவில் பாடும் ரகுபதி ராகவ ராஜாராம், பதித பாவன சீதாராமரின் கணையாழி வேண்டும்."

"விஷ்ணு தித்பரரின் ராஜாராமரும், சீதாராமரும், காந்திஜியின் சேவா கிராம ஆசிரமத்தில் பாடப்படும் ரகுபதி ராகவ ராஜாராமரும், பதிதபாவன சீதாராமரும் இந்தக் கணையாழிகளை ஒரு முறை அணிந்தார்கள். உன்னைப் போன்ற அனுமர்களையும் உனது யஜமானரான இராமர்களையும் அறுநூற்றி அறுபத்தி ஆறு பேரை இதுவரை பார்த்திருக்கிறேன். இவைகளில் ஒரு கணையாழியை எடுத்துக் கொண்டு உன் வழியே போ!"

கிழவனின் பேச்சைக் கேட்டதுமே அனுமனின் உற்சாகம் மறைந்துவிட்டது. அசோக வனத்தில் இருந்த சீதையிடம் அனுமன் அந்தக் கணையாழியைத் தந்ததுமே, பிராட்டியின் அழுகையும், புலம்பலும் தனிக் கதை!

கிழவன்- இந்துமதக் கூற்றுப்படி, "வானத்துக் கீழேயுள்ள பொருளெதுவுமே புதியதல்ல" என்பது தெரிந்து விட்டதல்லவா! மதன் மோகன மாளவியாக்கள் கோடிக்கணக்கான தடவை இன்றிருப்பதைப் போன்ற இந்துப் பல்கலைக்கழகங்கள் நிறுவினார்கள். அதில் சர் ராதாகிருஷ்ணன் கணக்கற்ற முறை சரியும், தவறும் கலந்த கீதோப தேசங்கள் செய்தார். எல்லாவற்றையும் விட முக்கிய விஷயம் ராகுல்ஜிக்கள் கூடக் கோடிக்கணக்கான முறை இது போலவே, சரியாக இதே சொற்களில், இதே நடையில் "விஞ்ஞான லோகாயத வாதம்" எழுதினார்கள். அப்படியென்றால் ஜைமினி- சபரர்- குமாரில பட்டர்- ராமானுஜர் ஆகியோரின் வேதங்கள் எப்படி நிரந்தரமானவையும், மனிதர்களால் இயற்றப்படாதவையுமாகுமோ, அதேபோல் இந்த "விஞ்ஞான லோகாயத வாதமும்" நிரந்தரமானதும், மனிதனால் எழுதப்படாததுமாகும். ஒவ்வொரு கலியுகத்திலும் கி.பி. 1942-ல் இட்லர்- முசோலினிக்கள் பூலோகத்தில் ரத்தக்களறி ஏற்படுத்திய சமயத்திலேயே, எனக்கு முந்தைய ராகுல்ஜிக்கள் எழுதியதைப் போலவே, நானும் இந்த "விஞ்ஞான லோகாயதவாதத்"தை எழுதியிருக்கிறேன். நீங்கள் அனுமனுக்கு உபதேசித்த கிழவர், ஜைமினி, குமாரிலர், ராமானுஜர் ஆகியோரின் உண்மைச் சீடர்களாக இருந்தால், என்னுடைய இந்த "விஞ்ஞான லோகாயத வாத"மும் பழைமையிலும், புனிதத்திலும் வேதங்கள், பைபிள், குரான், ஜிந்தாவஸ்தா, இஞ்சீல் போன்ற மத நூல்களுக்குக் கொஞ்சமும் குறைந்ததல்ல என்பதை

ஒப்புக்கொள்வீர்கள். அத்துடன் எனது நூலில் பகுத்தறிவுக்குகந்த விஷயம் ஏதாவது இருந்தால், உங்களுக்கு இரட்டிப்பு லாபம் தானே!

இந்துக்கள் மட்டுமே இந்தப் பாவத்தைச் செய்தார்களென்று எண்ணி விடவேண்டாம். கிரேக்க, இஸ்லாமிய தத்துவாளர்களில் தலை சிறந்தவர்களும் நிரந்தரமாக இருக்கும் கடவுளை நிரூபிப்ப தற்காக உலகத்தின் சாஸ்வதத் தன்மையை ஒப்புக் கொள்வது அவசிய மென்று கருதினர். அவர்கள் தமது பகுத்தறிவை நிரூபிப்பதற்காக காரண- காரிய விதி உலகத்தில் எப்பொழுதுமே இருந்து வருவதாக எண்ணினார். 'ஆறு ஒன்றே, துறைகள் பல!' என்னும் பழமொழியைப் போல் இதனால் நாம் "தலைவிதித் தத்துவம்" என்னும் சக்திக்குள்ளேயே போய் சிக்கிக் கொள்கிறோம். ஆனால் சேற்றில் கழுத்து வரை மூழ்கிவிட்டபிறகு, இப்படிப்பட்டவர்களுக்கு அரிஸ்டாட்டில் ஒரு துரும்பை உதவிக்கு வீசி எறிய விரும்பினார்: கடவுள் பொதுத்தன்மையை அறிவார், குறிப்பிட்டவர் தன்மையை அறியமாட்டார். அவர் முழு இனத்தைப் பற்றி அறிவாரே தவிர, தனியொரு நபரைப் பற்றி அறிய மாட்டார். ஆனால் கடவுள் பக்தர்கள் இதையும் ஒப்புக் கொள்ளாமல் அரிஸ்டாட்டிலைப் படாதபாடு படுத்தினார்கள். இதை ஒப்புக் கொள்வதைக் காட்டிலும் செத்து மடிவதே மேலென்று அவர்கள் கருதினார்கள்.

ஆனால், நல்ல வேளையாக இவையனைத்துமே தவறானவை யாகும் வரலாற்றை கவனித்தால், அதே நபர் அல்லது அதே நிகழ்ச்சி அதே போல் மீண்டும் தோன்றுவதில்லை. காரணத்தை நாம் ஒப்புக் கொள்ளும்போதே, அதனுடைய மாறுதல் கொண்டு வரும் தன்மை யையும் ஒப்புக் கொண்டவர்களாகி விடுகிறோம். அந்த நிலையில் மாறுதலுக்குப் பிறகும் 'அதுவே இது' என்று கூறினால், நாம் மாறுதலை மறுப்பவர்களாகி விடுகிறோம். அப்படியென்றால் காரணமே இல்லையென்று கூறிவிடலாமல்லவா?

3. விஞ்ஞான விதிகள்

நாம் இயற்கையின் நிகழ்ச்சிப் பிரவாகத்தைக் கவனித்தால், நமது சுற்றுச் சூழ்நிலை குறித்தும், சமுதாய வாழ்வு குறித்தும் சிந்தித்தால் இந்நிகழ்ச்சிகளில் ஒரு குறிப்பிட்ட விதிமுறையைக் காண்கிறோமே. பகல், இரவு, மழைக்காலம், வசந்தகாலம் என்று தொடர் வரிசையைப் பார்க்கிறோமே என்று நீங்கள் கேட்கலாம். கோள்கள், துணைக் கோள்களாக இருந்தாலும் அல்லது மிகச் சிறிய அணுவாக இருந்தாலும் - ஒரு விதிமுறை, கட்டுப்பாடு இருக்கிறது. அதையே நாம் 'இயற்கை விதி' என்கிறோம். இந்த விதிகளைத் தேடிக் கண்டுபிடிப்பதே விஞ்ஞானத்தின் பணியாகும். இதுவே காரண- காரிய விதியாகும். இது

இயற்கையிலும் சமுதாயத்திலும் ஒவ்வொரு இடத்திலும் கற்பனையாக அல்லாமல், பொருளுருவத்தில் காணப்படுகிறது. விஞ்ஞானம் இந்தக் காரண- காரிய விதியைத் தேடிக் கண்டுபிடித்து இயற்கையின் நிகழ்ச்சிகளைத் திடீரென்று நிகழ்ந்தவையாக அல்லாமல் விதிமுறைகளுக்கும், கட்டுப்பாட்டிற்கும் உட்பட்டு நிகழ்ந்தவையே என்று நிரூபிக்கிறது. அத்துடன் அவ்வித முறைகளில் நம்பிக்கை வைத்து, ரயில், தந்தி, விமானம் போன்றவைகளை மனிதனின் உபயோகத்திற்காக உண்டாக்கிக் கொண்டே போகிறது. இயற்கையின் ஒவ்வொரு பொருளிலும் விதிமுறை இருக்கிறது. கீரிப்பிள்ளை நிலத்துக்கடியில் வாழும்; அதனால் அதற்கு அங்கே கேட்கும் சக்தி அளவிற்கு பார்க்கும் சக்தி அவசியமிருக்காது. ஆகவே அது தனக்கு அபாரமாக கேட்கும் சக்தி இருக்கிறதென்று பெருமைப்பட்டுக் கொள்ளலாம். கடலுக் கடியில் மிகவும் ஆழத்தில் சில ரக மீன்கள் இருக்கின்றன. அவற்றின் மீது கடல் நீரின் அழுத்தம் மிக அதிகமாக விழுகிறது. அவ்வழுத்தத்தைச் சமாளிக்க மீன்களின் வயிற்றுக்குள்ளிருந்து எதிர் அழுத்தம் வெளிவருகிறது. அந்த எதிர் அழுத்தம் எவ்வளவு அதிகமாக இருக்கு மென்றால், மீன்கள் நீரிலிருந்து வெளிவந்ததுமே அவ்வழுத்தத்தின் மிகுதியால் பாளம் பாளமாகப் பிளந்து விடுகின்றன. ஆகவே இயற்கையிலும், சமுதாயத்திலும் சில இயற்கை விதிகள் இருக்கின்றன. அவற்றை நாம் தெரிந்து கொண்டாலும், தெரிந்து கொள்ளாவிட்டாலும் அவை தமது வேலைகளைச் செய்து கொண்டே போகின்றன. இதன் பொருள், இயற்கை நிகழ்ச்சிகளைப் போலவே, சமுதாய நிகழ்ச்சிகளும் விதிமுறைகளுக்கு உட்பட்டிருக்கின்றன என்று நாம் சொல்லலாம்.

மேற்கூறப்பட்ட இயற்கை விதிகள் அல்லது விஞ்ஞான விதிகளே காரண- காரிய விதிகளாகும். கடந்த காலத்தை எதிர் காலத்துடன் தொடர்புபடுத்துவதுதான் அவைகளின் பணியாகும். இந்தக் கடந்த கால எதிர்காலத்தின் நிச்சயமான தொடர்பை நம்பித்தான் உழவன், கார்த்திகை மாதத்தில் வீட்டிலுள்ள விதைகளைக் கொண்டுபோய் மண்ணில் விதைத்து வருகிறான், அதேபோல் மகத்தான சோஷலிஸ்ட் சோவியத் அரசு ஐந்தாண்டுத் திட்டத்தைத் தீட்டுகிறது. ஆனால் இதன் அர்த்தம் விஞ்ஞான விதிகள் 'நீ விரும்பியதைச் செய்து கொள்' என்பது போலல்ல.

வருங்கால நிகழ்ச்சிகளை முன்பே கூறுவது மட்டுமே விஞ்ஞானத்தின் பணியல்ல; அந்நிகழ்ச்சிகள் அப்படி நடப்பதற்கான பவுதிகச் சூழ்நிலையை உண்டுபண்ணுவதும் அதன் வேலையாகும். ஆனால் காரண- காரிய விதி பவுதிகச் சூழ்நிலையை உண்டாக்க முயன்ற- அதே வேளையில், அது தலைவிதித்தத்துவத்தின் பிடியிலிருந்து

வெளியேறிவிட்டது. மாற்றம் கொண்டு வருபவைகளைக் காரணம் என்கிறோம். புதியது தோன்றுவதை 'மாற்றம்' என்கிறோம். ஆகவே காரண காரிய விதிக்கு தலைவிதி சித்தாந்தத்துடன் எவ்வித் தொடர்புமில்லை. அத்துடன் காரண- காரியங்களின் பிரிக்க முடியாத தொடர்பின் உதவியால் நாம் ஒரு வேலையைச் செய்யத் தொடங்கலா மென்பதும் சரியே. இப்படிப்பட்ட ஒன்றுக்கொன்று முரணான விஷயங்களை எவ்வாறு ஒப்புக்கொள்வது? இதற்குப் பதில், இயற்கை எதிர்மறைகளின் இணைப்பை உயிருக்கும் மேலாகக் கருதப்படுகிறது.

4. மனிதனின் சுதந்திரம்

காரண- காரிய வாதத்துடன் தலைவிதித் தத்துவத்திற்கும், கடவுள் வாதத்திற்குமுள்ள தொடர்பைப் பற்றி ஏற்கனவே கூறினோம். கடவுள்வாதிகளில் சில தீவிர பக்தர்கள் கடவுளுக்குத் தம்மையே அர்ப்பணம் செய்து கொள்ளவும் தயாராயிருக்கின்றனர். அவர்கள் தம்மைக் கடவுளின் கைப்பாவைகள் என்று எண்ணிக் கொள்வதில் பெருமையடைகின்றனர். உலகத்திலுள்ள துன்பம், அநீதி அனைத்தும் நம்மால் அறிய இயலாத 'ரகசியம்' என்று நம்மை அவர்கள் ஏமாற்றப் பார்க்கின்றனர். அவர்கள் அவர்களது கடவுளைப் போன்றே பொறுப்பற்றவர்களாக சிலருக்குத் தோன்றலாம். ஆனால் எல்லாக் கடவுள்வாதிகளுமே பகுத்தறிவை இழிவுபடுத்தித் தாக்குபவர்களல்ல. அவர்கள் கடவுளின் பொருளைக் கடவுளுக்கும் ஜீவனின் பொருளை ஜீவனுக்கும் கொடுக்க முயல்கின்றனர். இல்லாவிட்டால் கடவுளைப் பற்றியும், ஜீவனைப்பற்றியும் சிந்திக்க அவர்கள் தமது மூளையில் இரண்டு தனித்தனி அறைகளை ஏற்படுத்திக் கொண்டிருக்கின்றனர். அவர்கள் ஏககாலத்தில் இரண்டு விஷயங்களையும் எடுத்துக் கொண்டு தம்மையும் தமது நண்பர்களையும் குழப்பத்திலாழ்த்த விரும்புவதில்லை. கடவுள் எல்லாவற்றைக் காட்டிலும் முதல் காரணமாவார். அத்துடன் ஜீவனுக்குச் செயல் சுதந்திரமும், சிந்தனா சுதந்திரமும் இருக்கின்றனவென்றும் அவர்கள் சொல்கின்றனர்.

ஆனால் அவர்களுடைய இந்தத் தர்ம அறிக்கை பெரும்பாலும் 'உள்ளொன்று வைத்துப் புறமொன்று பேசுவது' போன்றதென்றே கூறவேண்டும். உங்களுக்குப் பூரண கருத்துச் சுதந்திரம் இருக்கிற தென்பார்கள். ஆனால், நீங்கள் கடவுள் இருக்கிறார் என்பதில் ஐயம் தெரிவிக்க ஆரம்பித்ததுமே, உங்களுக்கு அவர்களுடைய பொறுமை யின்மை புலப்பட்டுவிடும். கருத்துச் சுதந்திரம் பற்றிக் கூறுவது இன்னும் கடினமானதாகும். கடவுளை அநியாயக்காரர் என்று எண்ணி மக்கள் அவரை விட்டுவிடக் கூடாதே என்பதாலேயே இந்தச் செயல் சுதந்திரமும், கருத்துச் சுதந்திரமும் சொல்லப்படுகின்றன.

இல்லாவிட்டால் ஆடு- ஓநாய்க்கிடையே நட்பு இருக்கமுடியுமா? சிறிய போர்வையால் தலையைப் போர்த்திக் கொண்டால், கால்கள் வெளியே தெரியும்; கால்களை மூடிக் கொண்டால் தலை வெளியே இருக்கும். நீங்கள் ஜீவனுக்குச் சுதந்திரம் அளித்தால், அந்த அளவுக்குக் கடவுளின் சர்வவல்லமை குறைந்துவிடும். கடவுளைச் சர்வ வல்லமை படைத்தவரென்று ஒப்புக் கொண்டால், ஜீவன் ஒன்றுமில்லாததாகி விடும். கிரேக்கத் தத்துவ மேதை அரிஸ்டாட்டிலும் கடவுள் எல்லாம் அறிந்தவரென்று கூறினார். கடவுளுக்கும், ஜீவனுக்கும் ஒருங்கே சேவை செய்யவேண்டுமென்று அவர் விரும்பினார். இது இரண்டு குதிரைச் சவாரியென்று அவருக்குத் தெரியாது. கடவுள் எல்லாம் அறிந்தவர். ஆனால் இந்த 'எல்லாமி'ல் பொதுத்தன்மை மட்டுமே இருக்கும்; குறிப்பிட்டது இருக்காது. இனங்கள் இருக்கும்; தனிநபர்கள் இருக்கமாட்டார்களென்று அரிஸ்டாட்டில் கூறினார். அதாவது கடவுள் மானுடத்தை அறிவார்; ஆனால் காந்திஜியையோ, காந்திஜியின் மகனையோ அறிய மாட்டார். பசு இனத்தை அறிவார்; தனியொரு பசுவை அறிய மாட்டார். ஆனால் அரிஸ்டாட்டில் இதை நம்பத் தன்னைத் தயார்படுத்திக் கொண்டார். அவர் ஓநாய்களின் ரத்த வெறியை அறிவார். முக்காலத்தை அறிந்தவரான கடவுளின் எண்ணத்தில் கடந்த காலத்தின் பொருள்களின் உருவம் எப்படி இருக்கிறதோ, அது அப்படியே தோன்றும். மண்ணும், நெருப்பும் எப்படி இருக்க வேண்டுமென்று உள்ளதோ, அப்படியே இருக்கும். கடவுளின் எண்ணத்தால் முன்பே இருக்கும் தலை- கால்- காது- கொம்புகளுடன் கூடிய பசு, அப்படித்தான் இருக்கும். இதன் பொருள், இப்பொழுது இருக்கும் சூழ்நிலையைக் கடவுள் எப்போதோ, தமது எண்ணத்தில் உருவாக்கிவிட்டாரென்பது தான்! குறிப்பிட்ட காலத்தில் அது அதே உருவத்தில் வெளிப்படும் சூழ்நிலை மனிதனை மாற்று வதைப் போலவே மனிதனும் சூழ்நிலையை மாற்றும் சக்தி படைத்த வனாக இல்லாவிட்டால், மனிதனின் சுதந்திரத்திற்கு ஒரு மதிப்பு மிருக்காது. இது குறித்து நாம் இயற்கையை (ஆராய்ச்சியை) கேட்டால், சூழ்நிலை மனிதனை மாற்றுவதைப் போலவே, மனிதனும் சூழ்நிலையை மாற்றியிருக்கிறான், இன்றும் மாற்றுவதில் தொடர்ந்து ஈடுபட்டிருக்கிறான் என்று அது நமக்குத் தெளிவாகக் கூறுகிறது.

5. ஏது வாதம் தர்க்கத்தை அல்ல; பொருளைச் சார்ந்து இருக்கிறது

இயற்கை மற்ற துறைகளில் வறட்டுத் தர்க்கத்தைத் தோற்கடித்த தைப் போன்ற, சுதந்திரம், விதி முறைகளுக்குட்படுதல் போன்றவற்றின் வலைக்குள் விழுவதில்லை. இயற்கை தனக்குள் இருக்கும் எலக்ட்ரான் குறித்து, அது அசைவும், அலையுமாகும் என்று சொல்லியிருக்கிறது.

தர்க்கம் எவ்வளவு உரத்த குரலில் கூச்சலிட்டாலும், இயற்கை அதைப் பொருட்படுத்தவில்லை. அது ஒவ்வொரு உண்மை விரும்பியிடமும் கூறுகிறது: நீ என்னையே பின்பற்று; இயற்கையில் நீ என்ன பார்க்கிறாயோ, அதுவே விதியாகும். இயற்கையில் விதிகளையும், விதிகளில்லாமையையும் நீ பார்த்தால், அவைகளையே இயற்கையின் விதிகள் என்று கருதிக்கொள்! தடைப்பட்ட பிரவாகமே முரண்பாடுள்ள தாகக் காணப்படும்; ஆனால் இயற்கை அதை ஒப்புக் கொண்டிருக் கிறது. எலக்ட்ரான் ஒன்றே அணுவாகவும், அலையாகவும் இருக்கிற தென்பதும்கூட முரண்பாடுள்ளதாகத் தோன்றலாம். ஆனால் இயற்கை பாம்பு வேகத்தையோ, தவளைத் தாவலையோ நிரந்தரமாக விரும்புவதில்லை. ஒளி அலையாகும்; ஆனால் ஒளி பரவும் போது அதில் தடைப்பட்ட பிரவாகம் மட்டுமே இருக்கவில்லை; அத்துடன் நின்று நின்று பீறிடும் தன்மையும் இருக்கிறதென்று 'குவாண்டம் சித்தாந்தம்' (Quantum Theory) கூறுகிறது.

இப்படிப்பட்ட விதிகளும், விதிகளில்லாமையும் கலந்த கலப்புத் தத்துவத்தைக் கண்டு, கிழட்டு மனிதர்கள் சிலர், புத்தரின் கிழட்டுச் சீடரான சுபத்திரர் கூறியது போலவே, "அப்பாடா, கிழட்டு விதிமுறை சித்தாந்தம் செத்துவிட்டது, இனி நம் இஷ்டம்போல் செய்து கொள்ளலாம்!" என்று கூறுகிறார்கள். இயற்கையில் விதிமுறைகள் இல்லாததால், அதைக் கட்டுப்படுத்துபவர் ஒருவர் தேவையென்றும் அவர்கள் சொல்கிறார்கள். அவரே கடவுளென்றும் கூறுகிறார்கள். இயற்கையில் விதிமுறைகள் இருக்கின்றன. அதனால் கட்டுப்படுத்து பவரான கடவுள் ஒருவர் தேவையென்பதையும், இயற்கையில் விதிமுறைகள் இல்லை. ஆகவே கட்டுப்படுத்துபவரான கடவுள் ஒருவர் அவசியம் என்பதையும் சிந்தித்துப் பாருங்கள்! இதைத்தான் 'கூழுக்கும் ஆசை, மீசைக்கும் ஆசை' என்பது!

முரண்பாடும், இணக்கமும் ஒருங்கேயுள்ள இயற்கையின் உருவத்தை நீங்கள் புரிந்து கொள்ள முயற்சி செய்யாத வரையிலும், இப்படிப்பட்ட தவறுகளைச் செய்து கொண்டே இருப்பீர்கள். மனிதனுள் சுதந்திரமும் இருக்கிறது; ஆனால் தத்துவாளர்களின் கச்சிதமான அர்த்தத்தில் இல்லை. மனிதன் இயற்கையை மாற்றுகிறான், சூழ்நிலையை மாற்றுகிறான். ஓரோர் சமயத்தில் இனப் பரம்பரையில் ஒரே தாவலாக மாபெரும் மாறுதல் ஏற்பட்டுவிடுகிறது. இதையே 'இன மாறுதல்' என்கிறோம். நாம் விஞ்ஞான ரீதியாக எதிர்காலத்தை முன்கூட்டியே கூறிவிடலாம். எதிர்காலத் திட்டங்களைத் தீட்டிச் சரியான பலன்களையும் பெற்றுவிடலாம். ஆனால் இங்கேயும் இயற்கை தன்னுடைய குவாண்டம் சித்தாந்தம் அணு- அலை,

தடைப்பட்ட பிரவாகம் ஆகியவற்றை விட்டு விடவில்லை. நம்மைக் கழுத்தைப்பிடித்து நெறிக்க முயலவுமில்லை. லண்டன் நகரில் இந்த ஆண்டு எத்தனை பேர் கார் விபத்தில் இறந்து விடுவார்களென்பதை நகர மன்றத்திலுள்ள பத்து- பதினைந்து ஆண்டு கார் விபத்து விவரங்களையும், கார்களின் எண்ணிக்கை - போக்குவரத்தில் செய்யப்படும் மாற்றங்களால் இறப்போரின் எண்ணிக்கையில் ஏற்படும் மாறுதலையும் கணக்கிலெடுத்துக் கொண்டு முன்னதாகவே சொல்லி விடலாம். ஆனால் அந்த எண்ணிக்கை கச்சிதமான எண்ணிக்கையாக இருக்காதென்பதும், நடைமுறை எண்ணிக்கை அல்லது தோராயமான எண்ணிக்கையாக மட்டுமே இருக்குமென்பதும் உண்மைதான். நடைமுறை எண்ணிக்கை நடைமுறை அளவுக்கு, இயற்கை- இயற்கையின் குழந்தைகளுக்கும் போதுமானது. ஆனால் தத்துவ மேதைகளுக்கு அவ்வெண்ணிக்கை போதுமானதல்ல. அதனால் அவர்கள் குறைபட்டுக் கொண்டே இருப்பார்கள். இன்னொரு விஷயம்; உண்மைக்கு ஏறக்குறைய அருகில் இருக்கும் சாகப் போகிறவர்களின் எண்ணிக்கையைக் கூறினால், அது உண்மையான எதிர்காலத்தைப் பற்றிச் சொன்னதாக இருக்கும். இத்துடன் இயற்கை மற்றொரு வசதியும் தந்திருக்கிறது. அது சமூக ரீதியான எண்ணிக்கை யைத் தெரிவிப்பதையே விரும்புகிறது. இவ்வாண்டு அந்தக் குறிப்பிட்ட பக்தர் கார் விபத்தில் இறப்பாரா, மாட்டாரா என்பது குறித்து இயற்கை அரிஸ்டாட்டிலின் கடவுளைப்போலவே ஒன்றும் அறியாது. இது இயற்கைக்குப் பெருமைக்குரிய விஷயந்தான்; ஆனால் இதுவே கடவுளுக்கு களங்கம் உண்டுபண்ணுவதாகும். எதிர்காலத்தைப் பற்றிக்கூறும் ஜோதிடர்களை விட்டுத் தள்ளுங்கள்! அவர்கள் 'எல்லாம் அறிந்தவர்களா'யிற்றே!

இயற்கை கச்சிதமானவைகளையெல்லாம், அநேகமாக நிகழக் கூடியவைகளையே விரும்புகிறது. குவாண்டம், சார்பு நிலை, அணுஅலை, தடைப்பட்ட பிரவாகம், முரண்பாடுகளின் இணைப்பு - ஆகியவைகளை நிரந்தரம் பார்த்துக் கொண்டிருக்கும் விஞ்ஞானமும் அதிலேயே திருப்தியடைகிறது. அவை இரண்டும் எப்பொழுதுமே தீவிர விதிமுறையை விரும்புவதில்லை: அவற்றுக்கு இயந்திரவாதமோ, நெளிவு சுளிவுகளற்ற காரண- காரிய விதியுடன் கூடிய சர்வ சுதந்திர வாதமோ, திடீரென்று நிகழ்ந்த நிகழ்ச்சிகளாலான உலகமோ அவைகளுக்குப் பிடிப்பதில்லை.

கச்சிதமானது என்பதற்குப் பதிலாக இந்தப் 'பெரும்பாலும் நிகழும் சித்தாந்தம்' நவீன விஞ்ஞானத்தில் முக்கிய இடம் வகிக்கிறது.

6. பெரும்பாலும் நிகழும் சித்தாந்தம்

கச்சிதமானதென்பது ஏதாவதொரு, அசையாத உலகை நிலையானதும், நிரந்தரமானதென்றும் கருதி அதில் கலந்து விடலாம். இதைத் தத்துவ மேதைகள் கற்பனை செய்யலாம். ஆனால் அந்தக் கச்சிதமானதென்பது எங்கேயுமே இல்லை. கச்சிதமானதின் மதிப்பு தத்துவாளர்களின் கற்பனையிலேயே இடம் பெற முடியும். உலக முழுவதின் நடைமுறைகூட பெரும்பாலும் நிகழ்வதாகவே இருக்கிறதே தவிர, கச்சிதமானதாக இருக்கவில்லை. உலகத்தில் ஒரு சாதாரண விவசாயியாக இருக்கட்டும், அல்லது ஒரு மில்லி மீட்டரை ஒரு லட்சம் பகுதிகளாகப் பிரித்து அளக்கும் விஞ்ஞானியாக இருக்கட்டும். இருவருக்கும் நடைமுறை பெரும்பாலும் நிகழ்வதாகவே இருக்கிறதே தவிர, கச்சிதமானதாக இல்லை.

உருவமுடைய உதாரணமொன்றைப் பார்ப்போம், வாருங்கள்!

நாம் மிகவும் கச்சிதமான அளவுள்ள நிலத்தையளக்கும் ஒரு சங்கிலியை எடுத்துக் கொள்கிறோம். வெப்பதட்பத்தால் அதில் எவ்வித மாற்றமும் ஏற்படாத அளவுக்கும் அது கச்சிதமாக இருக்கிறது. அதைக் கொண்டு நான் இன்றும், நாளையும் நாளை மறுநாளும் நிலத்தையளக்கிறேன். அதேபோல் அதே நிலத்தை என்னுடைய இரண்டு நண்பர்களும் அதே சங்கிலியைக் கொண்டு அளக்கிறார்கள். எனக்கும் ஒவ்வொரு நாளும் ஒவ்வொரு அளவு கணக்குக்கு வருகிறது. என் நண்பர்களுக்கு ஒவ்வொரு நாளும் ஒவ்வொரு அளவு கணக்குக்கு வருகிறது. அதாவது எல்லோருக்கும் ஒரே கச்சிதமான அளவு கணக்குக்கு வருவதில்லை. எல்லோருக்கும் எடுக்கும் அளவுகளில் மிக மிக நுணுக்கமான வித்தியாசம் வருகிறது.

இதேபோல் இயந்திரங்களிலும்கூட சூட்சுமமான வித்தியாசம் வருகிறது. நமது கண்களுக்குத் தெளிவாகத் தென்படாத அணுக்களையும், பரமாணுக்களையும் அளவிடும் போது கூட இப்படிப்பட்ட நுணுக்கமான வேற்றுமை வருகிறது. அதனால் கன கச்சிதமான அளவை அடைய முடியாதென்பது விஞ்ஞானம் ஒப்புக்கொண்ட விஷயமாகும். 'பால்பேரிங்' இயந்திரங்களில் பயன்படுத்தப்படும் எஃகு குண்டுகள் அளவில் கச்சிதமாக ஒரே மாதிரியாக இருக்க வேண்டும். அப்படியில்லையானால், இயந்திரத்தை உபயோகப்படுத்துவதில் ஏற்றத்தாழ்வுகள் ஏற்பட்டுவிடும். எனினும் அந்த எஃகு குண்டுகளின் அளவில் நுணுக்கமான வித்தியாசம் இருக்கத்தான் செய்யும். அவற்றில் ஒரு அங்குலத்திற்கு லட்சத்தில் ஒரு பாகம் வித்தியாசம் இருந்தால், அதை கணக்கிலெடுத்துக் கொள்வதில்லை. அவை கச்சிதமானவை களாகவே கருதப்படுகின்றன. சில இயந்திரங்களில் ஒரு அங்குலத்திற்கு

ஆயிரத்தில் ஒரு பாகம் வித்தியாசம் இருந்தாலும், அதைச் சரியான தாகவே எடுத்துக் கொள்கின்றனர். மர இயந்திரத்தில் ஒரு அங்குலத்திற்கு முப்பத்திரெண்டில் ஒரு பாகம் வித்தியாசமும் கச்சிதமானதாகவே கருதப்படுகிறது.

பெரும்பாலும் நிகழும் அளவையே சரியானதென்றும், உண்மை யானதென்றும் ஏற்றுக் கொண்டால், நமது காரியம் நடக்குமென்பது இதிலிருந்து தெளிவாகிறது. அதைவிட்டு நாம் வேறெந்த கச்சிதமான தன் பின்னால் ஓடவேண்டிய தேவையில்லை. கச்சிதமானதென்பது தத்துவாளர்களின் மூளையில் அல்லாமல், வேறெங்கும் இல்லை. உலகத்திலுள்ள கணக்குகள் எல்லாமே இந்தத் தோராயமான அளவைக் கொண்டுதான் நடக்கின்றன. மரத் தொழிற்சாலைகள், எஃகு ஆலைகள், கார்- விமானம் தயார் செய்தல், ஒரு அங்குலத்தில் லட்சத்தில் ஒரு பாகத்தையும் அளக்கும் இயந்திரங்கள், உயிரியலிலும் ரசாயன இயலிலும், பயன்படுத்தப்படும் நுணுக்கமான அளவை இயந்திரங்கள், கணக்குகள், சிவில்- கிரிமினல் நீதிமன்றங்களிலும், சட்டங்களிலும் உபயோகப்படுத்தப்படும் அளவுகள்- எல்லாவற்றிலும் எல்லா இடங்களிலும் தோராயமான அளவே சரியானதாகக் கருதப்படுகிறது; கச்சிதமான அளவு இருக்க முடியாதென்று எண்ணப் படுகிறது. இல்லாததைத் தெரிந்து கொள்வது முட்டாள்தனமென்றே சொல்லப்படும். ஆகவே நாம் பகுத்தறிவின் எல்லையை விஸ்தரித்துக் கொண்டே கச்சிதமானதை அடையாமல், இறுதி 'பெரும்பாலும் நிகழ்வதி'டமே போய்ச் சேர்கிறோம். இதன்பொருள், நாம் பகுத்தறிவின் இறுதி எல்லையை அடைந்து விடுகிறோம். அதைக் கடந்து போக வேண்டுமென்ற விருப்பம் நடக்க முடியாததாகும். அதற்கும், பொருள் உலகத்திற்கும் எவ்விதத் தொடர்புமில்லை என்பதை நாம் எப்பொழுதும் நினைவில் வைத்திருக்க வேண்டும்.

(ங) உண்மை- பொய்களின் அறிவு

1. உண்மை

உண்மை ஒன்றென்றும், நிகரில்லாததாகுமென்றும் மிகச் சாதாரணமாகச் சொல்லப்படுகிறது. ஆனால் இது உண்மையை அடிப்படையாகக் கொண்டிருக்கிறதா? முதலாளிகளும் நிலச்சுவாந்தர் களும், தொழிலாளர்களும், விவசாயிகளும் தமக்காக உழைக்க வேண்டுமென்றும், தாம் வீசியெறிவதைக் கொண்டு திருப்தி கொள்ள வேண்டுமென்றும், இதையே பரம சத்தியமென்றும் கருதுகின்றனர். தொழிலாளர்களும், விவசாயிகளும் இவ்வழியிலிருந்து பிறழ்ந்து செல்வது துரோகம் மட்டுமல்லாமல், பொய்யான பாதையில் நடைபோடுவதுமாகும். திருவண்ணாமலையின் ரமண மகரிஷி,

பாண்டிச்சேரியின் அரவிந்த் முனிவர்... ஜகத்குருக்கள், அனிபெஸண்ட் ஆகியோரிலிருந்து, பவுத்த, ஜைன துறவியிலிருந்து சந்து- பொந்துகளில் சுற்றித் திரியும் சித்தர், மகான்கள் வரை பெரிய பெரிய வணிகர்கள், ராஜா- மகாராஜாக்கள் நவாப்புகள்- அனைவரும் இந்த உண்மையை ஆசிர்வதித்து ஆமோதிக்கின்றனர். இந்த நிலையில் இவ்வுண்மை பரம சத்தியமாக இருக்காமல் வேறெப்படி இருக்கமுடியும்? ஏனென்றால், மேற்கூறிய முக்காலத்தையும் உணர்ந்தவர்கள், பிரம்மத்தில் மூழ்கிய வர்கள், மகான்கள் பொய்யைப் போய் ஆசி கூறி அரவணைப்பார் களா? இப்படிப்பட்ட சித்தர்கள், பிரம்ம ஞானிகள், மகான்களைப் பற்றி இந்து தத்துவாளரான குமாரிலர் கூற்றை இங்கே நினைவு கூர்தல் நன்றாக இருக்கும்.

"பொய் சொல்வதற்காகவே அன்பு, பகைமை, மோகம் போன்ற குறைகள் மனிதர்களில் நிறைந்திருக்கின்றன."

இந்திய விவசாயிகளும், தொழிலாளர்களும் தாம் உழைத்துச் சம்பாதிப்பதைச் சாப்பிடும் உரிமை பெற்றிருக்க வேண்டுமென்பது தான் அவர்களுக்குரிய உண்மையாகும். உழைத்து சம்பாதிக்காதவர்கள் பட்டினி கிடந்து சாக வேண்டும். அல்லது உழைப்பாளர் முன்னே கையேந்தி நிற்க வேண்டும். மற்றவர் உழைப்பை விழுங்கி ஏப்பம் விடுவதை அதிர்ஷ்டமென்றும், கடவுள் கொடுத்ததென்றும் சொல்லி ஆதரிப்பதானால், சிறையில் அடைக்கப்பட்ட திருடர்கள், கொள்ளைக் காரர்கள் அனைவரையும் விடுதலை செய்துவிட வேண்டும்.

2. உண்மை அறிவு

உண்மை அறிவை மனிதனால் அடைய முடியுமென்று விஞ்ஞான லோகாயதவாதம் கருதுகிறது. நம் முன்னுள்ள பவுதீகப் பொருளை அடிப்படையாகக் கொண்டதே உண்மை அறிவாகும். அந்தப் பொருள் மனிதனின் அறிவையோ, கற்பனையையோ சார்ந்திருக்கக் கூடாது. செயலாற்றல் படைத்த உயிருள்ள, உண்மையான மனிதனுக்கும், பவுதீக வெளிப்புற பொருட்களுக்குமுள்ள தொடர்பும், அவற்றுக் கிடையே தோன்றும் இயக்கங்களும், பிரதிபலிப்புகளும் அறிவு எனப்படும். வெளிப்புறப் பொருட்களின் எதார்த்தத்தை ஒப்புக் கொள்ளாதவரை அவற்றுக்கிடையே உள்ள தொடர்பும், இயக்கமும், பிரதிபலிப்பும் கூட ஒப்புக் கொள்ள இயலாதவை. அப்படிப்பட்ட நிலைமையில் கிடைக்கும் அறிவு உண்மையானதாக இருக்காது; பொய்யானதாகத்தான் இருக்கும். அது அறிவாக இருக்காது; விஞ்ஞானமாகத்தான் இருக்கும்.

பொருளைச் சார்ந்திருக்கும் அறிவு எப்பொழுதுமே- முழுமை நிறைந்ததாக இருக்காது. அது அரை குறையாகத்தான் இருக்கும். அரை குறை அறிவைப் பிரமாணமாகக் கொள்ள முடியாதென்று தத்துவமேதைகள் கூறுவது, முழு அறிவுக்குத் தான் அத்தாட்சி (பிரமாணம்) இருக்க முடியும். இதற்குப் பதில் இதுதான்: முழு அறிவு அல்லது நீங்கள் கூறும் பரம்பொருள் அறிவு எங்கேயும் இல்லை. ஏனெனில் உங்கள் கூற்றுப்படியே, முழுஅறிவுப் புலன்களோ, மூளையோ அடைய முடியாது. அப்படிப்பட்ட பரம்பொருளை, அறிவை பக்தி, சிரத்தைகளினால் மட்டுமே நம்பமுடியும். உண்மையாக பொருளைச் சார்ந்திருப்பதே உண்மை அறிவாகும். எல்லா உண்மைகளும் சார்புத்தன்மையுடையவையே! விஞ்ஞானமும், எல்லா மனித அறிவும் தொடர்ந்து மாறிக்கொண்டே இருக்கிறது. ஆகவே அப்படிப்பட்ட உண்மையைக் காட்டிலும், உண்மை இல்லாம லிருப்பதே நல்லதாகும். இந்தச் சந்தேக வாதமும், உருவமற்றவாதமும், ஆன்மீக வாதமும் சூனிய வாதத்தின் தரப்பில் சொல்லப்படுபவை யாகும். அவற்றில் சில 'உண்மை', ஒரு பொருளே அல்ல என்றும் கூறிவிடுகின்றன. இந்தச் சித்தாந்தங்கள் எப்பொழுதுமே உண்மையை அடையமுடியாது. அல்லது கையில் கிடைத்த வைரத்தை உரைத்துப்பார்க்கும் சக்தி அவற்றுக்கும் கிடையாது. சார்பு நிலையில் கச்சிதமானதும், கச்சிதமானதில் சார்புநிலை உண்மையை அடையும் வழியை விஞ்ஞான லோகாயத வாதம் (இயற்கை இயல்) ஒன்றே அறியும்.

லெனின் கூறுகிறார்:

"நீங்கள் கூறிய சார்பு நிலைத் தத்துவத்திற்கும், கச்சிதமான உண்மைக்குமுள்ள வேற்றுமை தெளிவாகத் தெரியவில்லை என்று நீங்கள் சொல்லலாம். அவ்வேற்றுமை மிகத் தெளிவாக இல்லாவிடினும், அது விஞ்ஞானத்தை ஜீவனற்றதாக ஆவதிலிருந்து காப்பாற்றுகிறது. இந்தத் தெளிவில்லாத வேற்றுமை பக்தி சித்தாந்தத்தை விஞ்ஞானம் என்று நம்முன் வைப்பதிலிருந்தும், ஹ்யூம், காண்ட் (சங்கராச்சாரியார், விவேகானந்தர், ராமத்தீர்த்தரையும் சேர்த்துக் கொள்ளுங்கள்) ஆகியோரின் சீடர்கள் விஞ்ஞானத்தை ஆன்மீகத் தத்துவ இயலாக மாற்றுவதிலிருந்து பாதுகாக்கிறது. இங்கே இரண்டுக்குமிடையே எல்லை இருக்கிறது; ஆனால் அதை நீங்கள் கவனிக்கவில்லை, அதை கவனிக்காததால், பிற்போக்குத் தத்துவ இயல் சகதியில் விழுவதிலிருந்து உங்களை நீங்கள் காப்பாற்றிக் கொள்ள முடியவில்லை. இந்த எல்லை விஞ்ஞான லோகாயத வாதத்தின், சூனிய வாத சார்புநிலைத் தத்துவத்தின் எல்லையாகும்" ('Materialism and Empirio Criticism', p. 107)

ஏங்கெல்ஸ் சொல்கிறார்:

"இன்று நாம் அடைந்துள்ள விஞ்ஞான வளர்ச்சி, இதற்கு முன்பிருந்ததைக் காட்டிலும் பூரணத்துவம் அடையவில்லை என்பதற்காக நாம் தடுமாற வேண்டிய அவசியமில்லை. இப்போதைக்கே எத்தனையோ விஷயங்கள் திரட்டப்பட்டுள்ளன. ஒரு விஞ்ஞானத் துறையில் நிபுணனாக, அவ்விஷயங்களைக் கற்றுத் தேர்வது பெரும் சிரமத்துடன் கூடிய வேலையாகும்."

ஒவ்வொரு விஞ்ஞானத் துறையிலும் மனிதனின் அறிவு எவ்வளவோ வளர்ந்துள்ளதையும், அது நாளுக்கு நாள் வேகமாக வளர்ந்து வருவதையும் பார்க்கும்போது, நமக்கு மிகுந்த மகிழ்ச்சி ஏற்படுகிறது. அறிவு எப்பொழுதும் முழுமையானதல்ல. ஆகையால் அதிலே மூளைக்கு எப்பொழுதுமே வேலை இருக்கிறது. இதனால் நாம் இன்று அறிவை எங்கே விட்டுச் செல்கிறோமோ, அடுத்த தலைமுறை அதை மேலும் முன்கொண்டு செல்லும். இதைப் பார்த்துத் தலைமேல் கைவைத்துப் புலம்புவது அறிவுள்ள செயலல்ல, இனி எந்த ஒரு வளர்ச்சியுமே இல்லாத முழுமை அறிவில் ஏற்பட்டுவிட்டால், உலகத்தின் இயக்கமே வீணாகப் போய்விடும். குணாம்ச மாறுதலால் புதிய-புதிய குணங்கள், புதிய புதிய பொருள்கள் தோன்றுவது நின்றுவிடும். உலகம் முற்போக்குத் திசையில் செல்லாமல், ஜீவனுள்ள மலர்ச்சி நிறைந்ததாக அது இல்லாமல், அசைவற்று, ஜீவனில்லாத தாகிவிடும்.

அறிவின் அத்தாட்சி: மாறிக்கொண்டே இருக்கும் அறிவுக்கு அத்தாட்சி இருக்காது என்று ஐயம் கொள்ள வேண்டியதில்லை. பிரபஞ்சம் அனைத்திலுமுள்ள பொருள்கள்தான் எல்லா வேலைகளும் செய்து வருகின்றன. நீங்கள் வளர்பவர்களாக இல்லாதிருந்தால் தாயின் கர்ப்ப அண்டமாகவோ, தந்தையின் வீரியகணமாகவோதான் இருந்து வீட்டிருப்பீர்கள். எந்த நிலையிலும் இந்த மாறுதலை, வளர்ச்சியைத் தடுத்துப் பாருங்களேன். ஆணின் வீரிய கணம் ஒரு அங்குலத்தில் ஐநூறில் ஒரு பாகம் தான் இருக்கும். பெண்ணின் கர்ப்ப அண்டம் ஒரு அங்குலத்தில் இருபத்தி ஐந்தில் ஒரு பாகம்தான் இருக்கும். இரண்டும் ஒன்று கலந்த பின்னரும்கூட மனித ஜீவன் ஒரு அங்குலத்தில் ஐநூறில் ஒரு பாகம்தான் இருக்கும். நிறையும் இதற்கு ஏற்றாற்போல் தான் இருக்கும். அப்பொழுதே பிறந்த சிசு இருபது அங்குலங்கள் (ஒரு கையளவிற்கு சற்று அதிகம்) இருக்கும். அந்தச் சிசு வளர்ந்து வளர்ந்து பதினைந்து வருடங்களில் 62.5 அங்குலங்கள் (மூன்றரை கைகளளவு) உயரம் இருப்பான். உடல் வளர்ச்சியைத் தடுத்து நிறுத்த விரும்பு வார்கள். நாளொரு மேனி, பொழுதொரு வண்ணமாக அறிவை வளர

விடு. இன்றைய தலைமுறையை அறிவில் அடுத்த தலைமுறை வெற்றி கொள்ளவிடு. மகன் கைகளில் தோற்க விரும்ப வேண்டுமல்லவா!

"சிந்திக்கும் திறன் படைத்த, பூரணத்துவம் பெறாத எத்தனையோ சாதாரண மனிதர்களால் கருத்துக்கள் முழுமை பெறுகின்றன. எல்லையில்லா உண்மை நிறைந்ததென்று கூறப்படும் அறிவு, எத்தனையோ தவறுகள் இழைக்கப்பட்டுப் பெறப்படுகிறது" (by Lenin, 'Materialism and Empirio Criticism').

"மனிதனின் வளர்ச்சி தனது வளர்ச்சியில் நேர்க்கோட்டைப் பின்பற்றுவதில்லை. அது ஒரு வளையத்தை ஏற்படுத்தும் வளைவு கோட்டை அனுசரிக்கிறது. அதாவது அது சுற்றி வளைகிறது. இவ்வளையத்தின் ஒவ்வொரு பகுதியையும் சுதந்திரமான, முழுமையான சாதாரணக் கோடாக்கலாம். நாம் கவனக்குறைவாக இருந்தால் அது சேற்றை வீசிவிடும் (ஆளும் வர்க்கத்தின் சுயநலத்தால் உருவாக்கப் பட்ட மோசமான மதவாதத்தில் தள்ளிவிடும்") (Lenin: 'on Dialectics')

ஆகவே சார்பு நிலை உண்மையைக் கடந்து செல்வதானது, கண்ணை மூடிக்கொண்டு காட்டில் சுற்றித் திரிவதாகும். வாஸ்தவத்தில் கச்சிதமான உண்மையானது சார்பு நிலைக்குள்ளாகவே இருக்கிறது.

3. பிரயோகம், சித்தாந்தம் ஆகியவற்றின் ஒருமைப்பாடு

மற்ற தத்துவ இயல்களுக்கும், விஞ்ஞான லோகாயத வாதத்திற்கும் (இயக்க இயலுக்கும்) உள்ள முக்கியமான வித்தியாசம் என்னவெனில், இது பிரயோகத்தை மட்டுமே உண்மையின் உரைகல்லாகக் கருதுகிறது. பிரயோகம் என்னும் உரைகல்லில் தேர்ந்தெடுக்கப்படாத வரை எந்த அறிவும் உண்மையானதல்லவென்று நினைக்கிறது. இதனாலேயே "சித்தாந்தம் பிரயோகத்துடன் இல்லாவிட்டால் மலடியே!" என்று ஸ்டாலின் கூறினார். பகவத் கீதையை ஒரு காலத்தில் கர்மயோகத்தின் (வரையறுக்கப்பட்ட கடமையின்) விளக்கவுரையாகக் கருதப்பட்டு வந்தது. திலகர் சிறையிலிருந்த போது இந்தக் கருத் தோட்டத்துடனேயே கீதை குறித்துத் தமது புகழ்பெற்ற நூலை எழுதினார். எவ்வளவுதான் முன்னேறிப் போனாலும் திலகரால் யோகத்தைத் தாண்டிப் போக முடியவில்லை. உண்மையில் ஒரு செடி யாரோ புகழ்ந்துரைத்தார்கள் என்பதால் அல்லாமல், அதனுடைய காய்களாலும், பழங்களாலுமே அடையாளம் கண்டு கொள்ளப் படுகிறது. பகவத்கீதை மக்களைக் கடமைப் போராட்டத்திற்காகத் தயார்படுத்தியதைவிட, அதிகமாக அவர்களைக் கடமைப் போரிலிருந்து விலகி ஓடவே செய்திருக்கிறது. இயக்க இயல் உண்மைப் பொருளில் கடமைத் தத்துவமாகும். "தத்துவாளர்கள் உலகத்தின் விளக்கத்தை

மட்டுமே மாற்றினார்கள்; ஆனால் உலகத்தையே மாற்றி விடுவது நமது பணியாகும்" என்ற மார்க்ஸின் கூற்றில் இயக்க இயலின் சாரமே அடங்கியிருக்கிறது.

மார்க்ஸ் பிரயோகத்தையே (அமல்படுத்துவதையே) ஏன் இவ்வளவு அதிகமாக வற்புறுத்தினாரென்பது, அவர் விஞ்ஞான லோகாயத வாதத்தை வளப்படுத்தியதிலிருந்து தெளிவாகிறது. மார்க்ஸ் எப்பொழுதும் புத்தகங்களிலேயே மூழ்கியிருந்ததால், அவர் ஒரு புத்தகப் புழுவாக இருக்கக்கூடுமென்று நினைக்கலாம். அவர் லண்டன் பிரிட்டிஷ் மியூசியம் நூல் நிலையத்திலும், பெர்லின் ஹைடல்பர்க், ஜெனா, பான் பல்கலைக்கழகங்களின் நூல் நிலையங்களிலும் நூல்கள் படிப்பதிலும், ஆராய்ச்சியிலும் ஈடுபட்டிருந்தார் என்பது உண்மைதான். ஆனால் மார்க்ஸ் வெறும் புத்தகங்கள் படித்தே தமது புரட்சிகரமான தத்துவத்தைக் கண்டுகொண்டாரென்பது தவறானதாகும். 1917-ல் ருஷ்யப் புரட்சியின் போதோ, 1867ல் "மூலதனம்" நூல் எழுதிய பிறகோ மார்க்ஸீயம் தோன்றவில்லை. அது 1848க்கு முன்பே தோன்றி விட்டது. "மூலதனம்" நூலினால் மார்க்ஸீயம் பிறக்கவில்லை. அதனால் மார்க்ஸீயம் வளமடைந்து, நிலைபெற்றது. மார்க்ஸீயம் (விஞ்ஞான லோகாயத வாதம்) மார்க்ஸும், ஏங்கெல்ஸும் பொறுப்புடன் தீவிரமாகப் பங்கெடுத்துக் கொண்ட போராட்டங்களிலேயே தோன்றியது. 1848-ல் வெடித்த பிரெஞ்சுப் புரட்சியிலும், அதற்கு முந்தைய புரட்சிகர இயக்கங்களிலும் அவர்களிருவரும் பங்கெடுத்தனர். ஏங்கெல்ஸ் ஜெர்மானிய தொழிலாளர்களின் ஆயுதந்தாங்கிய போராட்டத்தின் புரட்சிகரப் படை வீரராகக் கலந்து கொண்டார். மார்க்ஸோ தொழிலாளர் கோட்டையான கோலோன் நகரில் இருந்து தீவிரமான முறையில் போராட்டத்தை வழி நடத்திச் சென்றார். ஜெர்மன் அரசு இரண்டு முறை மார்க்ஸ் மேல் தூக்குத் தண்டனை வழங்கக்கூடிய தேசத்துரோக வழக்குகளை நடத்திற்று. ஐரோப்பா முழுவதும் பரவிய தொழிலாளர் போராட்டங்களை மார்க்ஸும் ஏங்கெல்ஸும் 1847-ல் தமது "கம்யூனிஸ்ட் அறிக்கை" நூலினால் ஆரம்பித்து வைத்தனர். 1850-ல் மார்க்ஸ் ஆசிரியராக இருந்த ஜெர்மானிய நாளேடான "நோயே ராய்னிஷ் ஜாய்டுங்" (ஹம்பர்க்) கடைசி இதழுடன் அப்போராட்ட வெள்ளம் முடிவுக்கு வந்தது. 1850-64 ஆகிய பதினான்கு ஆண்டுகளின் பெரும்பகுதியை மார்க்ஸ் பிரிட்டிஷ் மியூசியத்தின் நூல் நிலையத்தில் கழித்தார். ஆனால் அந்தக் காலத்தில் ஐரோப்பாவில் எங்குமே பகிரங்கமாக புரட்சிகர இயக்கங்களை நடத்த முடியாத நிலைமை நிலவியது. இங்கிலாந்து தவிர, மற்றெல்லா நாடுகளுமே மார்க்ஸை

நாடுகடத்தி விட்டிருந்தன. இந்தப் பதினான்கு வருடங்களும் அவர் பிரிட்டிஷ் மியூசிய நூலகத்திலிருந்த பழைய நூல்களைப் படித்துக் கொண்டிருந்ததோடு நின்றுவிடவில்லை. அவர் தமது பேனாவால் புரட்சி சக்திகளை வலுப்படுத்துவதிலும் அவற்றைப் பல நாடுகளில் பரப்புவதிலும் தொடர்ந்து ஈடுபட்டிருந்தார். இதே காலத்தில் (1852-53) மார்க்ஸ் "நியூயார்க் டிரிப்யூன்" பத்திரிகையில் இந்திய அரசியல், சமூக நிலைமை குறித்தும், புரட்சிக்குள்ள வாய்ப்பு குறித்தும் பல கட்டுரைகள் எழுதினார்.

1864-ம் ஆண்டுக்குப் பிறகு மார்க்ஸ் மீண்டும் போராட்டக் களத்தில் இறங்கிவிட்டார். அப்போதிருந்து அவர் 1872-ம் ஆண்டு வரை சர்வதேச தொழிலாளர் இயக்கத்திற்கு தலைமை வகித்தார். அதன் பின்னர் அவர் தமது இறுதிநாள் வரை (1883) மீண்டும் எழுத்துப் பணியில் மூழ்கிவிட்டாலும், அக்காலத்திய தொழிலாளர் இயக்கங் களிலிருந்து மார்க்ஸின் பார்வை விலகிச் சென்றுவிடவில்லை. எதிர்காலத் தொழிலாளர் புரட்சிக்கும், பாட்டாளி வர்க்கத்தின் அரசுக்கும் அஸ்திவாரம் போடுவதொன்றே அவரது வாழ்க்கையின் குறிக்கோளாகிவிட்டது.

இயக்க இயலின் பாதை பகவத்கீதை, வேதாந்தத்தின் கடமையை விட்டு ஓடிப்போகும் பாதையிலிருந்து முற்றிலும் வேறுபட்டதென்பது இதிலிருந்து தெரிகிறது. இயக்க இயல் உலகத்தைவிட்டு ஓடிச் செல்ல விரும்பவில்லை. அதற்குப் பதிலாக உலகத்தையே மாற்ற விரும்பு கிறது. உலகத்தை மாற்றச் செயல்- போராட்டம்- அவசியமாகிறது. அதற்குக் கண்களை மூடிக் கொள்வதல்ல, கண்களை நன்றாகத் திறந்து பார்ப்பது அவசியமாகும்.

விஞ்ஞான லோகாயத வாதம் (இயக்க இயல்) எப்படிப்பட்ட வாத-விவாதங்களை தன்னகத்தே கொண்டுள்ளதென்பதை கவனித்தால், அது சித்தாந்தத்தையும், பிரயோகத்தையும் ஒன்றிணைக்க ஏன் விரும்புகிறதென்பது புரிந்துவிடும். விஞ்ஞ ஈன லோகாயத வாதத்தில் இரண்டு அம்சங்கள் உள்ளன. ஒன்று இயக்க இயல், மற்றொன்று பவுதீக இயல். ஹெகலின் ஆன்மீக வாதத்தில் இயக்க இயல் இருந்தது. பவுதீக இயல் பதினேழு பதினெட்டாம் நூற்றாண்டைய இயந்திர பவுதீக இயலில் இருந்தது. இயந்திர பவுதீக இயல், பவுதீக இயலின் பவுதீகத் தன்மையை- யதார்த்தத்தை- ஒப்புக் கொண்டது. இது அதனுடைய வலுவான அம்சமாகும். ஆனால் அதில் எவ்வாறான குணாம்ச மாற்றமோ தடைப்பட்ட பிரவாகமோ இருக்கவில்லை. இதன் காரணமாக அதனால் தடைப்பட்ட மாற்றமான- புரட்சிக்குச் சரியாக வழிகாட்ட முடியவில்லை. இந்தப் பவுதீக இயலுக்கு முற்றிலும்

மாறுபட்ட ஹெகலின் இயக்க இயல் எண்ண முதல்வாதம் பார்க்லே, சங்கரரின் பட்டமரம் போன்ற சலனமற்ற ஒரே மாதிரியான எண்ண முதல் வாதம் போன்றதல்ல. (பிரம்மம் ஒன்றே உண்மையானதும் மற்றெல்லாமுமே பொய்யானவை என்பது எண்ண முதல்வாதம் - ஆன்மீகவாதம்) ஹெகல் எண்ண முதல்வாதத்தை ஒவ்வொரு வினாடியும் மாறிக்கொண்டே இருக்கும் வளர்ச்சித் தன்மை கொண்டதென்று கருதினார். அவருடைய கண்ணோட்டத்தில் உலகம் ஒவ்வொரு வினாடியும் 'இருக்கிறது' என்பதல்ல; 'உண்டாகிக் கொண்டிருக்கிறது' என்பதாகும். இது ஹெகலின் இயக்க இயல் எண்ண முதல்வாதத்தின் வலுவான அம்சமாகும். ஆனால் மறுபக்கம் அது பவுதீகத் தன்மையை- யதார்த்தத்தை - மறுத்து தன்னைப் பொருள் எதிர்ப்பு வாதியாகக் காட்டிக் கொண்டது. இப்படிப்பட்ட சித்தாந்தம் பொருள் உண்மையானதாக நிரூபித்துக் கொள்ளவும் முடியாது; வாழ்க்கைக்கு எவ்விதத்திலும் பயன்படவும் முடியாது. மார்க்ஸ்-ஏங்கெல்ஸின் விஞ்ஞான லோகாயத வாதத்தில் (இயக்க இயலில்) பழைய லோகாயத வாதத்தின் பவுதீகத் தன்மையும், ஹெகலின் இயக்க இயல் பொருள்முதல்வாதத்தின் இயக்க இயலும் உள்ளன. இவற்றிலிருந்தே அது தனது தத்துவ இயலைச் செழுமைப்படுத்திக் கொண்டது.

எண்ண முதல்வாதிகள் தமது மூளையிலிருந்தே உண்மையை வெளிக்கொணர முடியுமென்று கருதுகின்றனர். ஆகவே எண்ண முதல்வாதிகள் தவறான பாதையிலே செல்கின்றனரென்று விஞ்ஞான லோகாயத வாதம் (இயக்க இயல்) கூறுகிறது. உண்மையை நாம் நமது மூளையின் உதவியால் அடைகிறோமென்பதை ஒப்புக் கொள்ளாவிட்டால் லோகாயதவாதிகளும் தவறு புரிந்தவர்களா கிறார்கள். மூளை நம்மைத் தத்துவம் வளர அழைத்துச் செல்கிறது. பவுதீகத்தன்மை நம்மை பிரயோகத்தைக் கவனிக்க நிர்ப்பந்திக்கிறது. இது மட்டுமல்ல; பவுதீகத் தன்மை மூளையின் அன்னையாக இருப்பதைப் போலவே பிரயோகம் தத்துவத்தின் பிறப்பிடமாகும். தத்துவம் பிரயோகத்தின் சாரமாகுமென்று சொல்லிவிடலாம். தத்துவம் என்றால் வேறென்ன? பலரின் பல தலைமுறையினரின் லட்சக்கணக்கான பிரயோகங்களின்- அனுபவங்களின்- விளைவு தானே! ஆகவே தத்துவம் தன்னுடைய உயிரான பிரயோகத்திற்கு எதிராகச் செல்லக்கூடாது. பிரயோகத்திற்கு எதிரான தத்துவம் தத்துவமாகவே இருக்க முடியாது. தந்தை இல்லாத மகனைப்போல் முதலில் அது தனது தந்தையைத் தேடவேண்டிய அவசியம் இருக்கிறது. ஆகவே தத்துவம், வாதம் ஆகியவற்றுக்கிடையே ஒற்றுமை

இருக்கவேண்டுமென்று நாம் கூறும்போது பிரயோகம் வேறென்பதையும் தத்துவம் அதன் கிளை என்பதையும் கவனத்தில் கொள்ள வேண்டும்.

விஞ்ஞான லோகாயத வாதத்தின் (இயக்க இயலின்) கண்ணோட்டத்தின்படி பிரயோகத்தையும் தத்துவத்தையும் நாம் எப்படி எடுத்துக்கொள்ள வேண்டுமென்பதைத் தெரிவித்தோம். ஆனால் மற்றவர்கள் பிரயோகம், தத்துவம் ஆகியவற்றினை எப்படிக் கருதுகிறார்களென்பதையும் இங்கே நாம் பார்க்க வேண்டும்.

1. பிரயோகம், தத்துவம் ஆகியவற்றிடையே எவ்வித இணக்கமும் ஏற்பட முடியாதென்று சிலர் கூறுகின்றனர். பிரயோகம் (அனுபவம்) இந்த மோசமான ஸ்தூலமான, பொய்யான, மாயை நிறைந்த உலகத்தின் விஷயமாகும். ஆனால் தத்துவம் உண்மையானாலும், நல்லதும், அழகானதுமாகும். இவ்விரண்டுக்குமிடையே எப்படி இணைப்பு ஏற்பட முடியும்? இவர்கள் கற்பனை உலகத்தில் சிறகடித்துப் பறப்பவர்கள். அவர்கள் பூமியில் கால் வைத்து நிற்கக்கூடாதென்ற சபதம் செய்திருப்பவர்கள். ஆனால் மானசீக முறையிலேயே இதைப் பரீட்சித்துப் பார்க்க வேண்டுமானால், இப்படிப்பட்டவர்களுக்குப் பரமஹம்ஸர்கள்- தத்துவ ஞானிகள்- பிரம்மத்தில் மூழ்கியிருப்பவர்கள்- மகான்கள்- ஆகியோருக்கு ஒரு லட்டு கொடுத்து அதைத் தின்ற பிறகு 'கிவினைன்' மருந்து தடவிய இரண்டாவது லட்டைத் தந்து பாருங்கள். சித்தாந்தம்- தத்துவம்- ஞானம் ஆகியவையே எல்லாமும். அவை தவிர வேறெதுவுமே இல்லை என்று நினைப்பவர்கள் சிலந்தியைப் போன்று தம்முள்ளிருந்தே சித்தாந்தத்தை வெளிக் கொணர்கிறார்கள். (ஆனால் அவர்கள் 'தமக்குள்' ளிருந்து என்பதை ஒப்புக் கொள்ளவும் இயலாது; ஆகவே சூனியத்திலிருந்து சித்தாந்தத்தை வெளிக் கொணர்கிறார் களென்று கூற வேண்டும்.)

2. மற்றொரு குழுவினர் பிரயோகத்தை முற்றாக மறுத்து விடுவதில்லை. ஆனால் அவர்கள் தத்துவத்தை முக்கியமானதாகக் கருதுகின்றனர். அவர்களுடைய கண்ணோட்டத்தில் (தத்துவ இயலில்) தத்துவம் பிரயோகத்தின் குழந்தையல்ல. அது தானாகவே தோன்றிய ஒரு விஷயமாகும். இவர்கள் விஞ்ஞானத்தின் அனைத்து முயற்சிகளையும், வெற்றிகளையும் ஒரு பொருட்டாகவே மதிப்பதில்லை. ஏனெனில் அவை தம்மை தானாகத் தோன்றியவை என்று சொல்லிக் கொள்ள முடியாது. ஆராய்ச்சியையும், பிரயோகத்தையும் கீழ் நிலையிலுள்ளவர்களே அடிப்படையாகக் கொள்வார்களென்பது இப்படிப்பட்டவர்களின் கருத்தாகும். சித்தர்களும், மகரிஷிகளும் இவர்களைக் காட்டிலும் உயர்ந்த நிலையில் உள்ளவர்களாயிற்றே!

உலகத்திடம் எல்லையில்லா அன்பைக் காட்டும் காந்திஜி, எப்பொழுதும் ஆன்மாவின் குரலைக் கேட்க காதுகளைத் தீட்டிக்கொண்டிருக்கும் 'மகான்கள்' இந்த ரகத்தைச் சேர்ந்தவர்களே!

3. மூன்றாவது குழுவைச் சேர்ந்தவர்கள் பிரயோகம், தத்துவம் ஆகியவற்றில் எதற்குமே முக்கியத்துவம் அளிப்பதில்லை. அவர்கள் நடுநிலையாளர்களாகவும், நீதிபதிகளாகவும் ஆக விரும்புகின்றனர். லோகாயத உலகம் பொய்யானது. ஆகையால் பிரயோகத்திற்கு முக்கியத்துவம் எப்படி அளிப்பது? தத்துவம், பிரயோகம் இரண்டுமே கற்பனையானவை. ஆகவே எதற்குமே முக்கியத்துவம் அளிக்கக்கூடாது.

மேற்கூறிய மூன்றுவிதக் கருத்தோட்டங்களில் வெளிப்பார்வைக்கு வித்தியாசம் தெரியாதென்பது உண்மைதான். ஆனால் பொருள் உண்மைக் கண்ணோட்டத்தில் பார்த்தால், பவுதீகத் தன்மையை- யதார்த்த நிலையை- எதிர்ப்பதே இவற்றின் நோக்கம் என்பது தெரியும். மனிதனை உலகை மாற்றும் பணியிலிருந்து விலக்கி, அவனைக் கற்பனைக் கருத்துக்களில் அமுங்கச் செய்வதே இக்கருத்தோட்டங் களின் குறிக்கோளாகும். இச்சித்தாந்தங்களில் ஆளும் வர்க்கமும், சுரண்டல் கூட்டமும் ஏன் இவ்வளவு அக்கறை காட்டுகின்றன என்பதைப் பற்றி விளக்கத் தேவையில்லை. உங்களுக்குக் கண்ணும், காதுமிருந்தால் விஷயங்களைச் சுலபமாகப் புரிந்து கொள்ளலாம்.

சித்தாந்தத்தின் உரைகல் பிரயோகம் என்பதை எல்லா விஞ்ஞானங்களுமே ஒப்புக்கொள்கின்றன. விஞ்ஞானம் எப்பொழுதும் தனது சித்தாந்தத்தை பிரயோகம் என்னும் உரை கல்லில் உரைத்துப் பார்க்கத் தயாராயிருக்கும் என்பதே விஞ்ஞானத்திற்கும், விஞ்ஞான மல்லாததற்கும் உள்ள முக்கிய வேற்றுமையாகும். விஞ்ஞானி பிரயோகங்கள் செய்யும்போது ஒரு சித்தாந்தத்தின் ஒளியைப் பெறுகிறான். ஆனால் அதை 'அசரீரிக் குரல்' என்றோ 'ஆன்மாவின் குரல்' என்றோ சொல்லித் தன்னையும் உலகத்தையும் ஏமாற்ற விரும்புவதில்லை. அவன் சோதனைச் சாலையில் தனது சித்தாந்தத்தை மிக நுணுக்கமாக பரீட்சித்துப் பார்க்கிறான். எல்லாப் பரீட்சைகளிலும் சரியானதென்று நிரூபணமான பின்னர், மற்ற விஞ்ஞானிகளும் சோதனைகள் செய்து உண்மையை அறிந்துகொள்ள அத்தாட்சிகளுடன் கட்டுரை எழுதுகிறான். அல்லது தான் கண்டுகொண்ட சித்தாந்தத்தை வானொலி, தொலைக்காட்சி, விமானம் ஆகியவற்றின் உருவத்தில் உலகத்தின்முன் வைக்கிறான். உண்மையில் சித்தாந்தம், சோதனை ஆகிய இரண்டின் இணைப்பில்லாமல் எந்த ஒரு விஞ்ஞானக் கண்டுபிடிப்பும் நிகழாது. சாதாரணச் சோதனைகளாலும், சிந்தனைத் திறனாலும் இந்திய அறிஞர்கள் கி.பி. ஐந்து ஆறாம் நூற்றாண்டுகளில்

நவீன விஞ்ஞானயுகம் தொடங்குவதற்கான முன் தயாரிப்புகளை செய்து வைத்திருந்தனர். ஆனால் இந்தியர்கள் அல்பேருனி (973-1048) யால் மேற்கோள் காட்டப்பட்ட ஆரியபட்டரின் (தோற்றம் கி.பி. 416) கீழ்க்கண்ட கூற்றை மறந்துவிட்டதால் விஞ்ஞானத்துறையில் பின்னடைந்துவிட்டனர்.

"சூரிய கிரணங்கள் ஒளிபெறச் செய்பவையே நமக்குப் போதுமானவை. அவைகளைக் கடந்தவை எல்லையில்லா தொலைவிற்கு பரவியும் இருக்கலாம். ஆனால் அவற்றை நம்மால் பயன்படுத்த இயலாது. சூரிய கிரணங்கள் புக முடியாத இடத்தில் புலன்கள் வேலை செய்யமாட்டா. புலன்கள் இயங்காத நிலையில் அவற்றை நம்மால் அறிய முடியாது" ('அல் ஹிந்த்')

விஞ்ஞானத்துறையில் இவ்விதம் இந்தியர்கள் சோதனைகளின் முக்கியத்துவம் உணராமல், பின்னடைந்து போய் விட்டனர். அவர்கள் தாக்கத்தால் நிரூபிக்கப்பட்ட ஆரியபட்டரின் 'பூமியின் சுற்றியக்க'த்தை நம்பாமல், டாலமியின் பழைய பூமியை மையமாகக் கொண்டு சூரிய மண்டலம் சுற்றி வருவதாக எண்ணிக் கொண்டிருந் தனர். தத்துவம், மன இயல் துறைகளில் பௌத்த ஆசாரியர் தர்மகீர்த்திக்குப் (கி.பி. 600) பிறகு எவ்வித முன்னேற்றமும் ஏற்பட வில்லை. தர்மகீர்த்தியின் கச்சிதமான ஆராய்ச்சியின் ரகசியம்கூட அவருடைய சோதனைகளிலேயே அடங்கியிருக்கிறது. தர்மகீர்த்தி யோகாசார சம்பிரதாயத்தின் ஆன்மீக தத்துவத்தை ஆதரிக்க முயன்றாலும், அதற்கு அவர் அவ்வளவு முக்கியத்துவம் அளித்ததாகத் தெரியவில்லை. ஏனெனில் அவர் அதற்கு முக்கியத்துவம் அளிப்பவராக இருந்திருந்தால், "அர்த்தமுள்ள செயலில் திறனுள்ளதே சரியான உண்மையாகும்" என்று சொல்லியிருக்க மாட்டார் (பௌத்த தத்துவ இயல்). இதே போல் இயக்கத்தைச் சரியான உண்மையின் முக்கிய லட்சணமென்று குறிப்பிட்டிருக்க மாட்டார். முதல் உலகப்போருக்குப் பிறகு ஐரோப்பாவில் 'இறந்தவர்களுடன் பேசும் கலை' வளர்ச்சி அடைந்ததைப் போலவே, இந்தியாவில் சித்தி, சமாதி நிலை போன்ற பழம் ஞானம் பற்றிய விஷயங்கள் வளர்ந்தன. ஆனால் இந்திய சித்தர்களும், யோகிகளும் இவ்விஷயங்களை இருட்டறைகளில் அல்லது தமது குருட்டுப் பக்தர்களின் எதிரில் மட்டுமே காட்ட விரும்புகிறார்கள். இந்த விஷயங்களைச் சோதனைகளுக்குட்படுத்தாத வரையில், இவைகளைப் பற்றிய லோகாயத விமரிசனம் செய்யப்படாத வரை இவை வெறும் ஒரு ஜால வித்தைக்காரரின் 'அற்புதச் செயல் களாகவே' இருந்துவிடும். ஆனால் சோதனைகளால் நிரூபிக்கப்பட்ட சித்தாந்தங்களை விஞ்ஞான லோகாயதவாதிகள் எப்படி மறுக்க

முடியும்? நமது இன்றைய அறிவின் எல்லை நூற்றாண்டுகளுக்குப் பின்னர் இன்னும் எவ்வளவோ விரிவடைந்திருக்கும். ஆயிரம் ஆண்டுகளுக்குப் பிறகு கடல்போல் விரிவடைந்திருக்கப் போகும் மனித அறிவின் முன்னால் இன்றைய அறிவு ஒரு சிறு குட்டையைப் போன்றதுதான். இந்த நூற்றாண்டில் பாவ்லோஃவின் புரட்சிகரமான விஞ்ஞான சோதனைகளுக்குப் பிறகே, மூளைக்குள் அடங்கியுள்ள சக்தியைக் குறித்த ஆராய்ச்சி ஆரம்பமாயிற்று. ஆனால் இந்த எடுத்துக்காட்டுகளைச் சொல்லி எதற்கும் உதவாதவர்களும்கூட தமது 'மகிமையை' ஒப்புக்கொள்ளச் செய்ய முயன்றால், அது தகுதியற்ற முயற்சியாகவே இருக்கும். உங்களிடமோ அல்லது உங்களுடைய நண்பரிடமோ ஏதாவது 'அற்புத சக்தி' இருக்கிறதென்று நீங்கள் கருதினால் அதை ஒரு விஞ்ஞான ஆராய்ச்சி சாலையில் விஞ்ஞானி களின் முன்னே நிரூபித்துக் காட்டுங்கள். எக்ஸ்ரே, புகைப்படம், கேமிரா போன்ற எதற்குமே அஞ்சாதீர்கள். உண்மையே வெல்லுமல்லவா. நாங்கள் புகழை விரும்புவதில்லை என்று கூறி தட்டிக் கழிக்காதீர்கள். 'அற்புதப் பிரச்சாரம்' மனித இனத்திற்குக் கேடு பயக்கக் கூடியது. ஆகவே நீங்கள் உங்களுடைய சக்தியைப் பிழைப்பதற்கு ஒரு வழியாக்க விரும்பவில்லை என்றால், ஒன்று உங்கள் தவறை ஒப்புக் கொள்ளுங்கள் அல்லது அதை அறிவுக்கு உகந்ததென்பதை நிரூபியுங்கள்.

(1) **சொல்லும் செயலும்:** சித்தாந்தமும், சோதனையும் ஒன்று பட்டிருக்க வேண்டுமென்பதன் பொருள் உங்கள் சொல்லைப் போலவே செயலும் இருக்கவேண்டுமென்பதுதான்! அப்படி இல்லையென்றால் யாதொரு பயனுமில்லை. பிரம்மஞானியான வேதாந்தி ஒருவர் ஒரு சிவன்கோவிலைக் கட்டுவிக்கிறார் என்றால், அவரே உபதேசிக்கும், எங்கும் நிறைந்துள்ள பிரம்மத்தில் அவருக்கே நம்பிக்கை இல்லை என்று அர்த்தம். பிறகு அவர் சிவன் கோவிலின் கோபுரத்தின் மீது இடிவிழுந்து சேதம் ஏற்படுத்தாமலிருக்க எஃகு கம்பி நட்டுவிக்கிறார் என்றால் அதன் பொருள், மனிதன் முன் ஜாக்கிரதையாக இல்லையானால், சிவனின் 'ஆணைக்குட்பட்டிருக்கும்' இடி தனது எஜமானனின் வீட்டையே அழித்துவிடும். அப்படி என்றால் பிரம்மத்தைவிட சர்வ வல்லமை படைத்தது விஞ்ஞானம் அல்லவா! அதுதானே அழிவு வேலை செய்யும் இடியைக்கூட தடுத்து நிறுத்துகிறது! இங்கே செயல் சொல்லுக்கு எதிரிடையாகவல்லவா இருக்கிறது!

ஐரோப்பாவில்- குறிப்பாக அமெரிக்காவில் - தம்மை உபயோக வாதிகள் என்று சொல்லிக் கொள்ளும் சில தத்துவாளர்கள் தோன்றி யுள்ளனர், அவர்கள் விஞ்ஞானப் பரிசோதனைகளையும் ஒப்புக்

கொள்கின்றனர். உண்மையில் விஞ்ஞானயுகத்தில் - எல்லாவிடங்களிலும் பரிசோதனைகளும், ஆராய்ச்சிச் சாலைகளும் வெற்றி முழக்கமிட்டுக் கொண்டிருக்கும் சமயத்தில் - தத்துவ இயல் துறையிலும் அதன் எதிரொலி கேட்காமல் இராது. ஆனால் 'மின்னுவதெல்லாம் பொன்னல்ல' என்று உபயோகவாதிகளைக் குறித்துக் கூறலாம். உபயோககரமான தத்துவமோ, நம்பிக்கையோ சரியானதென்பதே அவர்களது சித்தாந்தமாகும். ஆனால் இந்த உதவிகளைக் கொண்டு நீங்கள் மதம், பூதம், பிசாசு, மாயாஜாலம் ஆகியவற்றையும் சரியானவையென்று நிரூபிக்கலாம். கன்னிமேரி மாதா புரிந்த 'அற்புதச் செயல்களின்' எத்தனையோ 'நிதர்சனங்கள்' மார்ஸேயிலில் (ஃபிரான்ஸ்) மலைநாட்டு மாதா கோவிலில் வைக்கப் பட்டுள்ளன. நொண்டிகள் ஊன்றுகோல்களுடன் மாதா கோவிலுக்கு வந்தார்கள். மாதாவின் அருளால் கால்கள் வரப்பெற்றார்கள். அவர்களுடைய ஊன்றுகோல்கள் சுவரில் தொங்கவிடப்பட்டுள்ளன. நடுக்கடலில் ஒரு கப்பல் மூழ்கிக் கொண்டிருந்தபோது கன்னிமேரி பக்தர்கள் அபயக்குரல் எழுப்பவே, கப்பல் நலமுடன் கரை சேர்ந்து விட்டது. அவர்கள் நன்றிப் பெருக்குடன் மாதா கோவிலில் ஒரு கல்வெட்டைப் பதித்துவிட்டனர். இதனாலெல்லாம் மனிதனின் பலவீனமான உள்ளத்திற்கு சக்தி கிடைக்கின்றது. இது நன்றாக வேலை செய்வதால் இந்த நம்பிக்கை (சித்தாந்தம்) சரியானதென்று உபயோக வாதிகள் வாதிடுகின்றனர். ஆனால் அவர்கள் இதனாலேயே முதலாளித்துவச் சுரண்டலையும் மனதிற்குள்ளேயே வாழ்த்துகின்றனர். இந்தச் 'சோதனைவாதிகளின்' தத்துவ இயலுக்கு இரண்டு முக்கிய நோக்கங்கள் உள்ளன: ஒன்று, இன்றைய தனிவுடைமைச் சமுதாய அமைப்பின் குறைகளைக் கண்ணை மூடிக்கொண்டு தத்துவம், நடைமுறை உத்தி, பரிசோதனை என்பவற்றின் பெயரால் ஆதரிப்பது, அப்படி ஆதரிப்பதின் மூலம் மதாசாரியர்களின், சுரண்டல் கொள்ளைக்காரர்களின் அன்புக்குப் பாத்திரமாவது, மற்றொன்று நீங்கள் மகிழ்ச்சியுடன் செய்ய முற்படுவதையே அவர்கள் செயல் என்றும், பரிசோதனை என்றும் குறிப்பிடுகின்றனர். உபயோகவாதிகள் 'சத்தியம்', 'உலகம்', 'உண்மைநிலை' ஆகியவற்றை எல்லாருக்கும் பொதுவாகக் கருதாமல், ஒவ்வொருவருக்கும் தனித்தனிப்பொருளில் கொள்கின்றனர். இந்த 'உபயோக வாதம்', 'சோதனை தத்துவம்' என்னும் பெயரில் மறைமுக 'எண்ண முதல் வாதம்' தவிர வேறென்ன? இந்தத் தத்துவம் அரிஸ்டாட்டிலின் தீவிர எண்ண முதல் வாதம் தவிர வேறல்ல. அவரும் தனது "குடியரசு" நூலில் தான்தோன்றித்தனமாக மனிதர்களை மூன்று பிரிவுகளாகப் பிரித்தார். ஒரு சிலர் மட்டுமே சமுதாயத்தை வழிநடத்திச் செல்லும் தத்துவ

அறிஞர்களாக ஏன் கருதப்படுகிறார்களென்று அரிஸ்டாட்டிலைக் கேட்டபோது, மனிதர்களில் சிலர் தங்கத்தால் ஆனவர்களென்றும் வேறு சிலர் பித்தளையால் ஆனவர்களென்றும் மற்றும் சிலர் இரும்பால் ஆனவர்களென்றும் அவர் பதில் கூறினார். ஆனால் எல்லா மனிதர்களுமே மண்ணிலிருந்து ஒரே மாதிரி உருவாகியிருக்கும் போது, அவர்களில் சிலர் மட்டும் தங்கத்தால் ஆனவர்களென்று எந்தக் குருடன் ஒப்புக் கொள்வான்? எனினும் சிறு வயதிலிருந்தே இப்படிப்பட்ட பிரசாரத்தைக் கேட்டுக் கொண்டிருப்பதால் மனிதர்கள் இதை ஒப்புக் கொண்டு விடுகிறார்கள். இதை ஒப்புக் கொண்டு இதன்படி அரிஸ்டாட்டிலின் குடியரசு இயக்கம் தொடங்கியதுமே, தங்கத்தாலும், பித்தளையாலும் ஆன மனிதர்கள் என்னும் சித்தாந்தம் சரியானதென்று நிரூபிக்கப்பட்டுவிடும். இந்தியாவில் இந்த சோதனைத் தத்துவம் மிகத் தீவிரமாக அமல்படுத்தப்பட்டதென்பது உண்மை. அரிஸ்டாட்டிலின் தங்கத்தால் ஆன மனிதர்கள்- பித்தளையாலான மனிதர்கள் என்னும் குடியரசு இம்மண்ணில் எப்பொழுதுமே நிறுவப்படவில்லை என்றாலும், இந்துக்களின் பிரம்மாவின் வாயி லிருந்தும், புஜங்களிலிருந்தும், நெஞ்சிலிருந்தும், கால்களிலிருந்தும் பிறந்த 'வர்ண அமைப்பு' அல்லது 'மரண அமைப்பு' (பிராமண, ஷத்திரிய, வைசிய, சூத்திரர் என்னும் ஜாதி அமைப்பு) இன்றும் நம்மை ஆட்டிப்படைத்துக் கொண்டிருக்கிறது, இன்றும் நாடெங்கும் மதக் கலவரங்களும், ஜாதிக் கலகங்களும் தொடர்ந்து நடைபெற்றுக் கொண்டிருக்கும்போது, இந்த 'வர்ண அமைப்பு' மறைந்துவிட்ட தென்று எப்படிச் சொல்ல முடியும்? இந்த மரண அமைப்பு மூன்றரை ஆயிரம் ஆண்டுகளாக 'நன்றாக' வேலைசெய்து வருவதால், இது 'சிறந்த'தாகிவிட்டது. இதைப்பற்றி மேலும் தெளிவாக விளக்கம் பெற விரும்பினால் காசி பல்கலைக்கழகத்தில் கீதைப் பேருரைகள் செய்து கொண்டிருக்கும் 'புதுயுக வியாசரை'ப் * போய்க் கேளுங்கள்:

(2) காந்தீய சோதனை: இப்படிப்பட்ட 'சோதனைவாதிகள்' இந்தியாவில் இன்னொரு இடத்திலும் உங்களுக்குக்' கிடைப்பார் களென்பது உண்மைதான்! அந்த இடம் சேவா கிராமம் (காந்திஜியின் ஆசிரமம் உள்ள இடம்). அங்கே நடந்து வரும் 'சத்தியசோதனை'யை இப்பொழுது மறப்பது நன்றி மறப்பதாகும். ஏனெனில் காந்திஜி உண்ணாவிரதமிருக்கிறார் என்னும் செய்தி உலகத்தில் ஒரு நொடியில் பரவிவிடுகிறது. உடனே பெரிய பெரிய பணமுதலைகளும், அவர்தம் சீமாட்டிகளும், கைராட்டினத் தலைவர்களும் தமது கைகளில்

---

* இங்கே ராகுல்ஜி, காசி பல்கலைக்கழகத்தில் தத்துவப் பேராசிரியராக இருந்த டாக்டர் ராதாகிருஷ்ணனைக் குறிப்பிடுகிறார். மொ-ர்.

விசிறிகளை எடுத்துக் கொண்டு ஓடி வருகின்றனர். ஓரோர் சமயம் பிரிட்டிஷ் அரசின் சிம்மாசனம் கூட 'ஆட்டம் கொடுத்து' விடுகிறது. (ஒரு சுரண்டல்காரனுக்கு ஒரு சிறிய பாதிப்பும் ஏற்படுவதில்லை என்றாலும் பரவாயில்லை). ஆகவே உண்ணாவிரதமென்பது ஒரு 'மாபெரும் சித்தாந்தமா'கும். இனி சமூக பிரார்த்தனை பற்றிச் சொல்ல வேண்டியதே இல்லை. அது ஒரு மகத்தான 'மாபெரும் தத்துவமெ'ன்பதில் எவருக்கு ஐயம் இருக்க முடியும்? ஆயிரக்கணக்கான வர்கள் தம்மை மறந்து "ரகுபதி ராகவ ராஜாராம், பதிதபாவன சீதாராம்" என்று உரத்த குரலில் பாடிக்கொண்டிருக்கும் போது, நகரில் விளம்பரம் செய்யாமலேயே பல்லாயிரக்கணக்கானவர்கள் விளையாட்டு மைதானத்திலோ அல்லது பிர்லா மாளிகையிலோ குழுமி விடுகிறார்களென்றால் பிரார்த்தனையை வேலை செய்யாத தென்று எவர் சொல்ல முடியும்? பிரார்த்தனை இவ்வளவு சிறப்பாக வேலை செய்து கொண்டிருக்கும்போது, அது ஒரு உண்மை தத்துவமாகுமாவென்று சந்தேகப்படுபவன் 'அறிவு கெட்டவன்'தான்! கைராட்டினத்தால் நூல் நூற்கும் சித்தாந்தம் பற்றி உங்களுக்கு ஏதேனும் ஐயம் இருந்தால், இந்நாட்டுப் பெரிய பெரிய சுதேசி முதலாளிகளான சேட்டுகளைக் கேட்டுப் பாருங்கள்! இந்த மாபெரும் சித்தாந்த பலத்தால் வெளிநாட்டுத் துணி பொருள் பகிஷ்காரம் விரிவாக நடந்தது. இதனால் ஒரு வருடத்திற்குள் சுதந்திரம் வராவிட்டாலும், சுதேசி முதலாளிகளின் நூற்பாலைகளும், துணி ஆலைகளும், கொள்ளை லாபமடித்தன. ஆலை முதலாளிகள் 'கதர் வேள்வி'க்காகத் தமது பங்கு கதரை அனுப்ப விரும்பினார்கள். ஆனால் காந்திஜி மகாத்மாவானாலும், மகாத்மாக்களைப் போன்ற பரந்த உள்ளத்தைப் பெறவில்லை. அவர் சிலகாலம், காசியிலோ ரிஷிகேசத்திலோ உள்ள 'மகாத்மா'க்களிடம் சீடராக இருந்திருந்தால், காந்திஜியின் குறுகிய மனப்பான்மை மறைந்து போய்விட்டிருக்கும். கைராட்டினம் 1922-ல் இருந்த நிலையிலேயே இன்னும் இருக்கிறது. கைராட்டினத்தை இந்தியாவிலிருந்தும், உலகத்திலிருந்தும் விடை கொடுத்து அனுப்பிவிடும் ஆலைகள் இன்று நம் நாட்டில் ஏகபோகம் அனுபவித்துக்கொண்டிருக்கின்றன. கைராட்டினம் மட்டுமல்ல; காந்திஜி வெல்லத்தையும் தனது 'சோதனை'யின் ஒரு பகுதியாக்கிக் கொண்டார் அவரென்னவோ பாவம், ஒரு மாபெரும் 'வெல்ல வேள்வி'யை நடத்த விரும்புகிறார்; ஆனால் அவருடைய சீடர்கள் அவரை நடத்தவிட்டால்தானே! துணிஆலை முதலாளிகள் கதர்த் துணிகளை விட தமது துணிகளை மலிவாக விற்று, கதரின் முதுகெலும்பையே முறித்துவிட்டனர். சென்ற பத்தாண்டுகளில் பிர்லா, டால்பியா, சாராபாய், பஜாஜ் ஆகியோரின் சர்க்கரை

ஆலைகள் காந்திஜியின் 'வெல்ல வேள்வி'யைத் தூள் தூளாக்கி விட்டன. பாவம் காந்திஜி நிதானமாக ஓரடி எடுத்து வைத்தால், சீடர்கள் குதிரைப் பாய்ச்சலில் தாவி ஓடுகிறார்கள்!

காந்திஜியின் மற்ற 'சோதனை'களான பிரம்மசரியம், ஆட்டுப் பால், இயற்கை மருத்துவம், கைக்குத்தல் அரிசி, இயந்திர எதிர்ப்பு ஆகியவைகள் பற்றியும் தெரிந்துகொள்ள வேண்டுமா? இந்தச் சோதனைகள் அனைத்தும்கூட முழு வெற்றி பெற்றன; ஆனால் காந்திஜி நினைத்ததற்கு மாறான வகையில், பிரம்மசரியம் குறித்து அவரது சித்தாந்தம் மூளையைப் போட்டு எவ்வளவு குழப்பிக் கொண்டாலும் புரிய மாட்டேன் என்கிறது. ஆட்டுப்பால் பருகுவது. பசுவுக்கு சேவை செய்வதின் ஒரு பிரிக்க முடியாத பகுதியாகும். மாமிச உணவு இம்சையின் ஒரு பகுதியாகக் கருதப்படுகிறது. ஆனால் நாம், 'பன்றிக்கறி படைத்தால் இறந்துபோன பிதுரர்கள் பல்லாண்டுகள் திருப்தியுடன் இருப்பார்கள்' என்று மனுதர்ம நூலில் (மனு ஸ்மிருதி) படித்த அன்றே, அந்த மாமிசம் சாப்பிட்டு பிதுரர்களின் 'கடனைச் செலுத்திவிட' வேண்டுமென்று முடிவு செய்து கொண்டுவிட்டேன். நான் எல்லாவித மாமிசங்களையும் சுவைத்து விட்டேன்.

'பசு சேவை'யை இடையிலேயே விட்டு விடுவது சரியல்ல. இந்தப் பசு சேவைச் 'சோதனை'யின் விதிகளாவன: எருமை மாடடை முழுதாகப் பகிஷ்கரித்து விட வேண்டும். பசு மாட்டின் தோலைப் பயன்படுத்தக்கூடாது. பால்,நெய் போன்றவை பசு மாட்டினுடையவை யாகவே இருக்க வேண்டும்; எருமை மாட்டினுடையவையாக இருத்தலாகாது. மாபெரும் 'ஆராய்ச்சியாளரு'க்கு ஆட்டுப்பாலில் ஆட்சேபணை கிடையாது. அவர் ஆட்டைப் பகிஷ்கரித்து விடவில்லை என்பதில் எனக்கு மட்டற்ற மகிழ்ச்சி! ஏனெனில் ஆட்டுப்பாலில் சில துளிகள்கூட நாக்கில் பட்டாலும் நான் வாந்தியெடுத்து விடுவேன். இந்த விஷயத்தில் காந்திஜியின் துணிவைப் பாராட்டுகிறேன். என்னுடைய மகிழ்ச்சிக்குக் காரணம் என்னவென்றால், இந்தியாவில் எல்லாவிடங்களிலும் சுலபமாகக் கிடைக்கும் கறி ஆட்டுக்கறிதான்! இது விஷயத்தில் நமக்கும், காந்திஜிக்கும் உடன்பாடு ஏற்படலாம். ஆனால் எருமை மாட்டை விலக்கி விடுவதுதான் எனக்குப் பிடிக்கவில்லை. இலங்கையிலுள்ள பௌத்த குடும்பங்களில் எருமை மாட்டுக் கறியை வெகு ருசியாகச் சமைத்து எனக்குப் பரிமாறினார் களென்பதால் மட்டுமல்லாமல், எருமைப்பால், நெய் போன்ற வற்றையும் பகிஷ்கரித்து, 'புல்லை நோக்கித் திரும்புங்கள்!' என்ற முழக்கம் இதிலே மறைந்திருக்கிறதென்று நான் கருதுகிறேன். எனினும் பசு சேவையை இன்னும் விரிவானதாக்கினால், அதிலேயுள்ள மத

வெறியையும், இந்துக்களின் குறுகிய மனப்பான்மையையும் அகற்றினால், இந்துக்கள், முஸ்லிம்கள், கிருஸ்துவர்கள், பௌத்தர்கள், இந்தியர்கள், சீனர்கள், ஐரோப்பியர்கள், நாஸ்திகர்கள் (பொது உடைமைவாதிகள்) ஆகிய அனைவருக்கும் அதிலே பங்கெடுக்க வாய்ப்பளித்தால் காந்திஜி அவர்களே, நாங்கள் அனைவருமே கோமாதாவின் சேவை செய்யத் தயாராயிருக்கிறோம்.

குகை மனிதனின் கோஷம்: காந்திஜியின் சோதனைகளில் ஒன்றான இயற்கை வைத்தியம் குறித்து இரண்டொரு வார்த்தைகள் கூறவேண்டும். என்னுடைய நண்பரும், பௌத்த அறிஞருமான பதந்த ஆனந்த கவுஸல்யாயன் இயற்கை வைத்தியத்தைப் பலமாக ஆதரித்து எனக்கு ஒரு கடிதம் எழுதியிருக்கிறார். புத்தரின் ஒரு சிறந்த சீடரையும் காந்திஜி தன் வசப்படுத்திக் கொண்டுவிட்டார். இது எவ்வளவு அழகான முரண்பாடுகளின் இணைப்பு, பாருங்கள்! புத்தரும் அவரது சீடர்களும் பக்தியின் நிழலைக்கூடத் தொடவிரும்பவில்லை; ஆனால் அவர்கள் போதத்தை-ஞானத்தை அறிவைத் தமது வழிகாட்டியாகக் கொண்டனர்; ஆனால் காந்திஜிக்கோ கடவுள் பக்தியொன்றே வாழ்வின் துணையாகும். சென்ற வினாடியைச் சேர்ந்த உலகத்தைக் காட்டிலும் இந்த வினாடி உலகம் புத்தம் புதியதென்று கூறும் புத்தரும், அவரது சீடர்களும் எங்கே? “உலகம் சனாதனமானதென்றும், மாற்றமில்லாததென்றும் சொல்லும் காந்திஜி எங்கே?” “பழையது மீண்டும் எங்கே கிடைக்கப் போகிறது?” என்னும் புத்தரின் கூற்றுக்கும், “குகை மனிதனை நோக்கித் திரும்பு!” என்னும் காந்திஜியின் கூற்றுக்கும் எத்தனை வேற்றுமை! விஞ்ஞான லோகாயத வாதிகளான நமது ‘முரண்பாடுகளின் இணைப்பு’ என்ற சித்தாந்தம் மிகவும் சரியான தாகும். ‘வினாடிக்கு வினாடி மாறும்’ தத்துவத்தையும், அனாத்மவாதத் தையும் பிரச்சாரம் செய்த புத்தர், இயக்க இயல் தத்துவாளரான, மாபெரும் அறிஞரான கார்ல் மார்க்ஸைப் போலவே, பல விஷயங்களில் மிகத் தொலை நோக்குடன் சிந்தித்தவர். காந்திஜி-ஆனந்த கவுஸல்யாயனின் இயற்கை மருத்துவத்தை இரண்டரை ஆயிரம் ஆண்டு வயதுடைய இந்தக் கிழவரிடம் கொண்டு போங்களேன்! புத்தர் மலரைப் போன்று மென்மையானவராக இருந்தாலும், மார்க்ஸைப்போல் லண்டன் நகரில் வாழ்ந்தவரல்ல. அதனால் ‘நாகரீகப்பேய்க்கு ஆட்பட்டவ’ரென்று அவரைக் கூற முடியாது. காந்திஜி- கவுஸல்யாயனைவிட புத்தர் மருத்துவத்தில் நல்ல திறமை பெற்றிருந்தார். இதனால் அவருக்கு ‘மருத்துவ ஆசான்’ (பைஷஜ்ய குரு) என்னும் பெயரும் இருந்தது. இவரால் உத்வேகம் பெற்றப் பேரரசர் அசோகர் இந்தியாவில் மருத்துவமனைகள்

அமைத்ததுடன், கிரேக்க அரசர்களின் ராஜ்யங்களில் (எகிப்து, சிரியாக்களில்) மூலிகைத் தோட்டங்களையும் அமைத்தார். அதற்குச் சில நூற்றாண்டுகளுக்குப் பின்னர் இந்தோ சீன நாட்டில் இலவசப் பொது மருத்துவமனைகள் தொடங்கப்பட்டன. இந்த மருத்துவமனை களில் 'மருத்துவ ஆசா'னின் சீடர்களான வைத்தியர்கள் இயற்கை வைத்தியத்தில் வரும் மண்ணையும், தண்ணீரையும் மட்டுமே வைத்திருக்க மாட்டார்கள். அவர்கள் ஒருவேளை புதியதாக கண்டுபிடித்திருக்காவிட்டாலும், பௌத்த மத நூலான 'வினயபிடக'த்தில் வரும் கீழ்க்கண்ட மருந்துகளையாவது அவசியம் தம்முடன் வைத்திருப்பார்கள். கரடி, மீன், பன்றி, கழுதை ஆகியவைகளின் கொழுப்பாலான மருந்துகள்; மஞ்சள், இஞ்சி, வெட்டிவேர் போன்ற வேர்களின் மருந்துகள்; வேப்ப இலை போன்றவற்றின் கஷாயங்கள்; வேப்பஇலை, துளசிஇலை, பருத்திச் செடியின் இலை போன்ற இலைகளாலான மருந்துகள்; அரசம்பழம், மிளகாய்ப்பழம் போன்றவற்றிலான மருந்துகள்; பெருங்காயம் போன்ற கோந்தாலான மருந்துகள்; கடல் உப்பு, கடல் செடி கொடிகளாலான மருந்துகள்; பொடியாக இருக்கும் மருந்துகள், பன்றி போன்ற மிருகங்களின் கொழுப்பு 'மாலிஷ்' செய்வதற்கு மட்டுமல்லாமல், சாப்பிட வேண்டுமென்றும் சொல்லப்பட்டிருக்கிறதென்பதை ஞாபகத்தில் வையுங்கள்! 'வினயபிடக'த்தில் புத்தர் கூறுகிறார்: "ஒரு குறிப்பிட்ட நோயுடைய சீடனொருவன் பன்றி வெட்டும் இடத்திற்குச் சென்று, அதன் பச்சை மாமிசம் சாப்பிட்டான்; அதன் பச்சை இரத்தம் குடித்தான். அவனுடைய நோய் மறைந்து விட்டது". இரண்டரை ஆயிரம் ஆண்டுகளுக்கு முன் புத்தர் இதே புண்ணிய பூமியான பாரதத்தின் புனித நகரான சிராவஸ்தியில், "துறவிகளே! நோய் வாய்ப்படும்போது பச்சைக் கறி சாப்பிடவும், பச்சை இரத்தம் குடிக்கவும் அனுமதியளிக்கிறேன்" என்று சொல்லியிருக்கிறார் ('வினயபிடகம்', பக்கம் 221)

புத்தரின் மருந்துப் பட்டியலில் மண்ணோ, தண்ணீரோ இருக்காது; அதற்குப்பதில் மேற்கூறிய மருந்துகளுடன் கண் மை, தலைக்குத் தடவும் எண்ணெய், மூக்குப்பொடி, சிகரெட்டைப் போன்று புகை பிடிக்கும் ஊதுவத்தி ("புகை பிடிப்பதை அனுமதிக் கிறேன்" என்று அவர் 'வினயபிடக'த்தில் சொல்லியிருக்கிறார், (பக்கம் 216-217), புகைச் சூழல், மருந்தில் சாராயம் முதலியவைகளும் அங்கே இருந்தன. அந்தக் காலத்திலிருந்த அறுவை சிகிச்சை, ஊசிபோடுதல் போன்றவைகளையும் புத்தர் ஆதரித்தார். இதனாலேயே நோயாளியின் உடலிலிருந்து வேர்வையை வெளிக்கொணர்தல், மாட்டுக்கொம்பால் குத்தி ரத்தத்தைக் கொண்டு வருதல், மாலிஷ் செய்து மருந்து தடவுதல்,

காயத்திற்கு மருந்திட்டுக் கட்டுகட்டுதல், பாம்புச் சிகிச்சை, விஷ சிகிச்சை ஆகியவைகளையும் அவர் ஆதரித்தார். 'அறுவை சிகிச்சைக்கும் அனுமதியளிக்கிறேன்' என்று அவர் கூறியிருக்கிறார். ஆகவே நீங்கள் "காந்திஜி வாழ்க!" என்று முழங்குங்கள். "புத்தர் ஒழிக!" என்று கோஷமிடுங்கள். அவர் காட்டிய வழியில் நேராக விஞ்ஞான லோகாயத வாதத்திற்கு வந்து சேர்ந்துவிட்ட "மகாநாஸ்திகர் ராகுல் சாங்கிருத்யாயன் ஒழிக!" என்றும் கூவுங்கள்.

"குகை மனிதனை நோக்கித் திரும்புங்கள்!" என்ற காந்திஜியின் கோஷத்திற்குள் சிக்கியதால், ஆனந்த கவுஸல்யாயனுக்கு நேர்ந்த கதியைக் கண்டீர்கள். இங்கு அந்த கோஷம் குறித்து ஒரு விஷயம் அவசியம் கூறவேண்டும். புத்தர் சூழ்நிலையை அனுசரித்து நடப்பவர். காலம், இடம், நபரைப் பொறுத்து தனது கருத்தைச் சொல்பவர். அவர் கற்பனா உலகில் சஞ்சரிப்பவரல்ல. அவருடைய சீடரான ராகுலும் அப்படியே! நான் புத்தரின் சீடனாக இருந்து கொண்டே அவரது 'வினாடிக்கு வினாடி மாறும் அனாத்மவாத'த்திலிருந்து 'இயக்க இயல் லோகாயத வாத'த்திற்குப் போய்ச் சேர்ந்தேன். காரணம், "நான் உபதேசித்த தர்மம் படகைப் போன்றது. அது ஆற்றைக் கடக்கத்தானே தவிர, தலைமேல் வைத்து சுமந்து திரிவதற்காக அல்ல." என்று புத்தரே கூறியுள்ளார். நீங்கள் குகை மனிதனிடம் திரும்ப விரும்பினால், முதலில் நீங்கள் குகை மனிதராகுங்கள். ஆடைகளைக் களைந்து தூர வீசி எறியுங்கள். சவரக் கத்தியை அருகில் நெருங்க விடாதீர்கள். பெரும் பணக்காரர்களும், அவர்கள் சீமாட்டிகளும் மட்டுமல்ல இன்றைய நாகரிக வாசனையே இல்லாத காட்டுக்குள் சென்றுவிடுங்கள். இரும்பு நுனியுடைய அம்புகளைப் பயன்படுத்துபவர்களைக் கூட அருகிலே சேர்க்காதீர்கள். அதாவது முதலில் உங்களைச் சுற்றிலும் குகை மனிதனின் சூழ்நிலையைத் தோற்றுவியுங்கள். சூழ்நிலையின் செல்வாக்கு உடல் நலத்தின் மீது நிச்சயம் இருக்கும். குகை மனிதர்கள் வாழும் பயங்கரக் காட்டுக்குள் நீங்கள் இருந்தால், உங்கள் நோய்கள் எல்லாம் மறைந்து விடுமென்பதை நான் ஒப்புக் கொள்கிறேன். ஆனால் உணவு? இயற்கை வைத்தியத்திற்குக் குகை மனிதனின் இயற்கை உணவும் மிகவும் முக்கியமானதாகும். ஆனால் அந்த உணவைச் சாப்பிட்டால் இன்று மனிதர்கள் உயிருடன் இருக்க முடியாது.

2. மூட நம்பிக்கைகள்

"(1) வேதங்களை பிரமாணங்களாக (அத்தாட்சிகளாக) ஒப்புக் கொள்ளுதல், (2) ஒருவரைச் (கடவுளை) சர்வ வல்லமையுள்ளவரென்று கூறுதல், (3) கங்கை போன்ற நதிகளில் மூழ்கி தர்மத்தை எதிர்பார்த்தல், (4) உயர்ந்த-தாழ்ந்த ஜாதிகளென்று சொல்லுதல், (5) செய்த பாவத்தைக் கழுவ உண்ணாவிரதம் போன்றவை செய்தல் - இவ்வைந்தும் முட்டாள் களின் அறிவீனத்தின் சின்னங்களாகும்" (பவுத்த தத்துவாசிரியர் தர்மகீர்த்தி 'பிரமாண வார்த்திக்' என்னும் நூலில்).

'விஞ்ஞான லோகாயத வாதம்' ஒரு விளக்கைப் போன்றதாகும். அந்த விளக்கு நம் கையில் இருந்தால் மூடநம்பிக்கைகளை ஆராய்வது கடினமான காரியமல்ல. ஆயிரத்து முன்னூறு ஆண்டுகளுக்கு முன்பு நாளந்தா பல்கலைக்கழகத்தில் பேராசிரியராக இருந்த தர்மகீர்த்தி, முட்டாள்களுடைய அறிவீனத்தின் அவ்வைந்து சின்னங்களை ஏற்றுக் கொள்ளக்கூடாதென்ற விருப்பத்துடனே மேற்கூறியவாறு சொன்னார் என்பதை நினைவில் கொள்ள வேண்டும். ஆனால் விளைவு மட்டும் மாறாகத்தான் இருந்தது. அறிவீனத்தில் அவ்வைந்து சின்னங்களும் இந்தியாவின் மூலை முடுக்குகளிலெல்லாம் நன்கு நிலை பெற்று விட்டன. எல்லாவிடங்களிலும் பயங்கரமான அறியாமை இருள் ஆட்சிகொண்டுவிட்டது. இந்த இந்திய காண்ட் + ஹெகெல் அக்காலத்தை தனக்கு அனுகூலமானதாகக் கருதவில்லை. இதனாலேயே தர்மகீர்த்தி தனது மாபெரும் நூலான 'பிரமாண வார்த்திக்'கின் இறுதியில், "என்னுடைய கருத்துக்கள், தம்மை ஏற்றுக்கொள்ளக்கூடிய தகுந்தவர்கள் இல்லாமையால் கடல் நீரைப் போலத் தமக்குள்ளேயே மறைந்து போகும்," என்று வருந்தியிருக்கிறார். எழுநூற்று ஐம்பது ஆண்டுகளுக்கு முன்பு தர்மகீர்த்தியின் எதிரியான ஸ்ரீஹர்ஷர் தர்மகீர்த்தியின் தத்துவத்திடம் விழிப்புடனிருக்க வேண்டுமென்று எச்சரித்தார்.

ஆனால் இந்திய மார்க்ஸியவாதிகள் தர்மகீர்த்தியை வரவேற்கத் தயாராயிருக்கின்றனர். இன்று அவர்கள் ஆயிரக்கணக்கில் காந்திஜிக்களும், ராதாகிருஷ்ணன்களும் இருப்பினும், முட்டாள்களுடைய அறிவீனத்தின் அவ்வைந்து சின்னங்களிலிருந்து தாய்நாட்டை விடுவிக்கத் துணிந்து விட்டனர். இந்தப் பணியில் அவர்கள் தனியர்களாக இருக்கவில்லை; உலக முழுவதின் ஒரு மகத்தான படையே அவர்களுக்குத் துணை நிற்கிறது.

(க) மதமும், மத தத்துவமும்

மனிதனின் மூடநம்பிக்கைகளை - அறிவீனத்தின் சின்னங்களை தர்மகீர்த்தி ஐந்து வகையென்றார்; ஆனால் இன்று மூடநம்பிக்கைகளின் புதிய பயிர்களும் முளைத்துள்ளன. இந்த மூடநம்பிக்கைகள் அனைத்தையும் கண்டிப்பது இச்சிறு நூலில் சாத்தியமுமல்ல; அவசியமுமல்ல. நாளந்தாவின் மற்றொரு பேராசிரியரான சாந்திதேவர் கூறியதுபோல், முட்களிலிருந்து தப்பிக்க பூமி முழுவதையும் தோலினால் மூடுவதைக் காட்டிலும், நமது இரண்டு கால்களை மட்டும் மூடிக் கொள்வது போதுமானதல்லவா!

1. மதம் வீணானது

ஒரு மதத்திற்கு கடவுள் தவறாமல் இருக்கவேண்டிய அவசியமில்லை. ஏனெனில் பவுத்த மதம் ஒரு மதமானதாலும் அது கடவுளை ஒப்புக் கொள்வதில்லை என்பதை நாம் அறிவோம். ஓரளவுக்கு ஜைனர்களும் இவ்விஷயத்தில் பவுத்தர்களை ஒத்திருக்கின்றனர். ஆனால் இந்துக்கள், கிருஸ்துவர்கள், பார்ஸீக்கள், முஸ்லிம்கள் ஆகியோருக்குக் கடவுளில்லாமல் மதத்தைக் கற்பனை செய்யவும் முடியாது போலிருக்கிறது. வெளிநாட்டிலுள்ள முஸ்லிம் பெரியவர் ஒருவர் பவுத்த மதம் கடவுளை ஒப்புக்கொள்வதில்லை என்னும் விஷயத்தை முதன் முதலாகக் கேட்ட போது, "யா அல்லா! அல்லாவுக்கே இடமில்லாத மதமும் ஒரு மதமா?" என்று வியப்படைந்தார்.

ஹெகெலின் சீடரான ஃபேவர்பாக் "கிருத்துவ சாரம்" என்னும் நூல் எழுதியிருக்கிறார். இதில் அவர் கிருத்துவத்தை முன்மாதிரியாகக் கொண்டு, கடவுளை நம்பும் எல்லா மதங்களையும் ஆராய்ந்திருக்கிறார். ஃபேவர்பாக் எழுதியிருப்பதாவது:

"மதம் மனிதனை அவனிடமிருந்தே வேறுபடுத்தி விடுகிறது. மனிதன் மதத்தின் மூலம் கடவுளைத் தனது எதிரியின் உருவத்தில் தன் முன்னே வைத்துக் கொள்கிறான். கடவுள் என்பவர் மனிதனல்ல; மனிதன் என்பவன் கடவுளல்ல. கடவுளும், மனிதனும் இரு

வெவ்வேறு எல்லைகளாவர். கடவுள் முழுமைக்கும், நிறைவுக்கும் சின்னமானால், மனிதன் குறைகளின் மொத்த உருவமாவான்.

"மதங்கள் புனிதமானவை. ஏனெனில் அவை மனிதனின் புராதனமான ஆத்ம உணர்வின் கதைகளாகும். ஆனால் மதங்களில் முதலிடம் வகிக்கும் கடவுள், நிதானமாகச் சிந்தித்தால், இரண்டாம் இடத்தை வகிக்கும் தகுதி படைத்தவர்தான். ஏனெனில் மனிதனின் உயர்தன்மையின் சிந்தனையைத் தவிர கடவுள் வேறல்ல. ஆனால் அந்த மனிதன் மதங்களில் இரண்டாம் இடத்தில் வைக்கப்பட்டுள்ளான். அவனை முதலாமவனாக ஆக்கி பிரகடனப்படுத்தவேண்டும். வேறொருவரின் (கடவுளின்) தொடர்பால் மனிதனிடம் அன்பு பிறக்க வேண்டியதில்லை; அன்பு இயற்கையாகவே தோன்ற வேண்டும். மனிதனுக்காக மனிதனின் தன்மை மிக உயர்ந்ததாக இருப்பின், மனிதனுக்காக மனிதனின் அன்பே மிக உயர்ந்ததாகவும், முதல் விதியாகவும் இருக்க வேண்டும். மனிதன் மனிதனுக்காக கடவுளாக இருக்கிறான். இது ஒரு மகத்தான ஆக்கபூர்வமான சித்தாந்தமாகும். இந்த அச்சாணியையே உலக வரலாறு சுற்றிக் கொண்டு வருகிறது."
('Essence of Christianity பக்கங்கள் 33, 270-71)

ஜெர்மானிய தத்துவாளரான ஃபேவர்பாக்கிற்கு கடவுள் மனிதனின் இடத்தில் வந்து அமருவது பிடிக்கவில்லை. இதனால் அவர் அதை எதிர்த்தாலும், அவரது பணிவு மத உணர்ச்சியில் வளர்ந்ததாகும். ஃபேவர்பாக்கின் உணர்ச்சியை அவர் காலத்திய மார்க்ஸியவாதிகள் எப்படிப் பார்த்தார்கள் என்பதற்கு, ஏங்கெல்ஸ் கூறியதைக் காணுங்கள்:

"ஃபேவர்பாக் எப்பொழுதுமே மதத்தை அழிக்க விரும்பவில்லை. அதற்குப்பதில் அவர் அதை முழுமையாக்க விரும்புகிறார். அவருடைய கருத்தின்படி, தத்துவ இயலே மதத்தில் வந்து கலந்துவிடவேண்டும்"
(Ludwig Feuerbach பக்கம் 43)

கி.பி. 1804-72-ல் வாழ்ந்திருந்த ஃபேவர்பாக்கைவிட 1694-1778-ல் இருந்த வால்டேரின் கருத்துக்கள் இவ்விஷயத்தில் மிகத் தெளிவாக இருக்கின்றன. அவை அப்படித்தான் இருக்கும். ஏனெனில் ஃபேவர்பாக் வெறும் தத்துவாளர் மட்டுமே; ஆனால் வால்டேர் இறந்து பத்து ஆண்டுகள் கழிந்ததுமே மகத்தான பிரெஞ்சு புரட்சிக்கு வால்டேரின் கருத்துக்கள் தீப்பொறிகளாக வேலை செய்தன. அம்மாபெரும் பிரெஞ்சுப் புரட்சி உலகத்தில் முதன் முதலில் சுதந்திரம்- சகோதரத்துவம்- சமத்துவம் ஆகியவைகளை வானம் கிடுகிடுக்க முழங்கிற்று. வால்டேர் சொல்கிறார்:

"இயற்கையால் நம்முள் கடவுள் அறிவு புகுத்தப்படவில்லை. அப்படிப் புகுத்தப்பட்டிருந்தால் எல்லா மனிதர்களுக்கும் ஒரே சமயத்தில் கடவுளைப்பற்றிய அறிவு ஏற்பட்டிருக்கும். ஆனால் நாம் பிறக்கும் போது கடவுளைப் பற்றிய இந்த அறிவுடன் பிறப்பதில்லை" (Philosophical Dictionary ('God'), 1765)

வால்டேரின் எழுத்துக்கள் புரட்சியை வரவேற்பதற்கானவை யாகும்; அதனால்தான் அவரால் தீப்பொறி பறக்கும் எழுத்துக்களை எழுத முடிந்தது. வால்டேர் தனது எழுபத்தியோராவது வயதிலும் இத்தீப்பொறிகளுடன் விளையாடினார் என்பதற்காக அவர் நமது பாராட்டுதலுக்கு உரியவராகிறார். அந்த வயதில் நம்முடைய நாட்டிலோ எத்தனையோ அரசியல்வாதிகள் தபோவனத்தை நோக்கி நடைபோடத் தொடங்கிவிடுகின்றனர். காந்தியுகத்தின் அரசியல்வாதி களைப்பற்றி கேட்கவே வேண்டாம். அவர்களைப் பொறுத்தவரையில் வீடும், தபோவனமும் ஒன்றே! அவர்கள் எதிலும் பற்றற்ற தன்மையின் மீது அக்கறை செலுத்துகின்றனர்.* ஆனால் இருபத்தியாறு வயதுடைய மார்க்ஸ் மதத்தின் மேல் எப்படி நெருப்புத் துண்டங்களை வீசியெறிகிறார் என்பதைப் பாருங்கள்:

"மனிதன் மதத்தைப் படைக்கிறான்; மதம் மனிதனை படைப்ப தில்லை. இந்தச் சமுதாயமும், அரசும் மதத்தை உற்பத்தி செய்கின்றன. ஆகவே மதத்திற்கு எதிராகப் போராடுவதானது, மறைமுகமாக ஆன்மீக ஒளிக்கதிராக மதத்தைப் பெற்றுள்ள உலகத்திற்கு எதிராகப் போராடுவதாகும்.

"மத நூல்களில் கூறப்பட்டுள்ள நரகம் போன்ற துயரங்கள் எதார்த்தமான துயரங்களைக் குறிக்கின்றன; அந்த எதார்த்தமான துயரங்களுக்கு எதிர்ப்பைத் தெரிவிக்கின்றன. மதம் ஆபத்தில் சிக்கிய உயிரின் பெருமூச்சும், இதயமற்ற உலகத்தின் எண்ணமுமாகும். அது ஆத்மாவற்ற சூழ்நிலைகளின் ஆத்மாவைப் போன்றது. அது மக்களுக்கு அபினியாகும்" ('On Hegel's Philosophy of Law' Marx, 1844)

ஹெகெல் ஆன்மீகவாதத்தில் இயக்க இயலைக் கலந்து மாற்றமில்லாத ஆன்மீக வாதத்தின் (பிரம்மத்தின்) முக்கியத்துவத்தைக் குறைத்துவிட்டார். அவருடைய சீடரான ஃபேவர்பாக் 'கிருத்துவ சாரம்' நூல் எழுதி, மதத்தைத் தாக்கவாரம்பித்துவிட்டார்; ஆனால் அத்தாக்குதல் நல்லெண்ணத்துடன் செய்யப்பட்ட தாக்குதலேயாகும். தத்துவ இயலில் ஃபேவர்பாக்கின் வாரிசான மார்க்ஸ் மதக்கோட்டையின்

* ராகுல்ஜி இங்கு குறிப்பிடுவதெல்லாம் சுதந்திரப் போராட்ட காலத்தைச் சேர்ந்த காந்தீய அரசியல்வாதிகளைப் பற்றியதாகும்- மொ-ர்.

மீது நேராகவே குண்டுமாரி பொழியத் தொடங்கினார். மதத்தின் போலி உருவத்தை எடுத்துக்காட்டி அவர் மேற்குறிப்பிட்ட கட்டுரையில் மேலும் சொல்கிறார்.

"மதம் ஒரு பிரமை ஏற்படுத்தும் சூரியனைப் போன்றது. மனிதன் தனது மானுடத்தைச் சுற்றி வராதவரை, அது மனிதனைச் சுற்றி வருகிறது. ஆகவே பரலோகத்தின் உண்மை மறைந்ததுமே இந்த வாழ்க்கையின் உண்மையை நிலை நாட்டுவதே புதிய உலகத்தைப் படைக்கும் வரலாற்றின் பணியாகும். இப்படிச் செய்வதால் சொர்க்கத்தைக் கண்டிப்பது உலகத்தைக் கண்டிப்பதாக, மதத்தைக் கண்டிப்பது சட்டத்தைக் கண்டிப்பதாக, கடவுள் தத்துவத்தைக் கண்டிப்பது அரசியலைக் கண்டிப்பதாக மாறி விடுகிறது."

கண்டனத்தின் முக்கியத்துவத்தையும், எல்லையையும் அவர் சொல்லுக்குள் மட்டுமே அடக்கிவிட விரும்பவில்லை. அவர் மேலும் எழுதுவதாவது:

"எந்த விதத்திலும் கண்டனம் என்னும் ஆயுதம், உண்மை ஆயுதங்களால் செய்யப்படும் கண்டனத்திற்கு இணையாக முடியாது. நாம் பவுதீக சக்தியைத் தோற்கடித்தாக வேண்டும். ஆனால் சித்தாந்தம் மக்களைத் தழுவும்போது, பவுதீகச் சக்தியாக மாறிவிடுகிறது.

"மனித இனத்திற்கு மனிதன் ஒரு தலைசிறந்த சக்தியாகும். ஆகவே மனிதனை ஒரு வீழ்ச்சியுற்றவனாகவும், அடிமையாகவும், அலட்சியப்படுத்தப்பட்டவனாகவும், அருவருக்கத்தக்கவனாகவும் ஆக்கிவிட்ட எல்லா நிலைமைகளையும் ஒழித்துக்கட்ட வேண்டும். இதுவே மதத்தைக் கண்டிக்கும் கடைசிப் பாடமாகும். "எல்லா நாடுகளின்- குறிப்பாக இந்திய நாட்டின் - வரலாற்றைக் கவனித்தால் மனிதனை வீழ்ச்சியுற்றவனாகவும், அடிமையாகவும், அலட்சியப் படுத்தப்பட்டவனாகவும், அருவெறுக்கத்தக்கவனாகவும் மாற்றியதில் மதமே பெரும்பங்கு வகித்ததென்பது தெரியவரும். இந்திய மனிதத் தன்மையை நாசமாக்கியதற்கு மதமே முக்கிய காரணமாக இருந்திருக் கிறது 'மதத்தில் குறையொன்றுமில்லை; அதைச் சில சுயநலக்காரர்கள் தமது லாபத்திற்காகத் தவறாகப் பயன்படுத்துகிறார்கள்' என்று சாதாரணமாகச் சொல்லப்படுகிறது. இதன் பொருள், மதத்தின் பொறுப்பாளர்கள் ஒரு காலத்தில் தன்னலமற்றவர்களாகவும் இருந்திருக்கிறார்கள் என்பதாகிறது. ஆனால் வரலாற்றில் இதற்கு ருசு கிடைப்பதில்லை. ரிக் வேத ரிஷிகளிலிருந்து இன்றைய ரிஷி துளசிதாசர் வரை பாருங்கள்! துளசிதாசர் வரலாற்றின் தீர்ப்பைக் கூறுகிறார்:

"தேவர்கள், மனிதர்கள், முனிவர்கள் அனைவருமே சுய நலத்தையே விரும்பி வளர்ந்திருக்கிறார்கள்."

எத்தனையோ பேர் மனித இனத்தின் தன்மையை இப்படி விவரிக்கின்றனர்:

"உணவு, உறக்கம், அச்சம், புணர்ச்சி இவைகள் மனிதர்களிலும், மிருகங்களிலும் பொதுவானவை. இவர்களிருவரிலும் தர்மம் (மதம்) ஒன்றே விஷேசத் தன்மையுள்ளதாகும். தர்மம் அற்றவர்கள் மிருகங் களுக்கு ஈடானவர்கள்."

ஆனால் மதத்தை குத்தகை எடுத்திருப்பவர்களிடமிருந்து இதைத்தான் நாம் எதிர்பார்க்க முடியும். இந்தியாவிலுள்ள இந்துக்கள் மட்டுமே இப்படிக் கூறுகிறார்களென்று கருத வேண்டாம். உலக முழுவதுமுள்ள மதப்பற்றுள்ளவர்கள், மத நம்பிக்கையில்லாதவர் களை 'மிருகங்கள்' என்று கூறுவதில் ஒன்றுபட்டிருக்கிறார்கள். ஆனால் அவர்கள் அனைவருமே கொள்ளையிட்ட செல்வத்தைப் பங்கிட்டுக் கொள்வதில் சண்டையிட்டுக் கொள்கிறார்கள். ஒரு மதத்தைச் சேர்ந்தவன் மற்ற மதத்தவனை 'நாஸ்திகன்', 'கடவுள் விரோதி' என்று சொல்லி மனத்தால் வெறுக்கிறான். தத்துவாசிரியர்கள் பல நூற்றாண்டுகளாக தமது மதங்களுக்கு ஏற்பட்டுக் கொண்டிருந்த பெரும் சீரழிவைக் கண்டு கலங்கி, பல்வேறு மதங்களில் இருக்கும் விஷயங்களை இணைக்க முயற்சி செய்து வருகின்றனர். பல்வேறு சுயநலங்களைப் பாதுகாக்க மதம் நிறுவப்பட்டது. அச்சுயநலங்கள் ஒன்றானால்தானே ஒற்றுமை ஏற்பட முடியும்? மதத்தை மனிதனின் அறிகுறியாகக் கருதுபவர்களுக்கு பதிலளிக்கும் வகையில் மார்க்ஸ் கூறியதாவது:

"நீங்கள் உணர்ச்சி, மதம் அல்லது வேறெதையாவது கூட வைத்து மனித இனத்தையும், மிருகங்களையும் பாகுபடுத்துங்கள். மனிதர்கள் தமது வாழ்க்கைச் சாதனங்களைத் தொடங்கியபோதே, தம்மை மிருகங்களிடமிருந்து, வேறுபடுத்திக் கொள்ளத் துவங்கினார்கள். தமது உடலமைப்பின் காரணத்தால் அவர்கள் இந்நடவடிக்கையை மேற்கொள்ள வேண்டிய தேவை ஏற்பட்டது. ('German Ideology' by Marx and Engels)

மதமும், கடவுள் பற்றிய எண்ணமும் பிறப்புடனேயே வருகின்றன என்று கூறுபவர்கள் கிணற்றுத் தவளைகளாகத்தான் இருக்கமுடியும். இன்று நாகரீக மனித இனத்தின் பெரும்பகுதி கடவுளை நம்புவதில்லை. மிகப் பழைமையான சூழ்நிலையில் வாழ்ந்திருந்த குகைமனிதர்களும் தாம் வரைந்த குகை ஓவியங்களில் எந்தவித மதச் சின்னத்தையும்

தீட்டியிருக்கவில்லை. மனித இனம் வாழ்க்கைச் சாதனங்கள் உள்ள சமுதாயத்தை அமைத்துக் கொண்ட பின்னர், சற்று மொழி வளர்ச்சி ஏற்பட்ட பிறகு மதம் தோன்றியது. அடிமைச் சமுதாயத்திலும், நிலவுடைமைச் சமுதாயத்திலும் ஆளும் வர்க்கம் மதத்தை முழுவளர்ச்சி யடையச் செய்தன. உண்மையில் மதத்தைப் பற்றிய எண்ணமும், அதனுடைய கடவுளர்களின் உருவகமும் அந்த அடிமை, நிலவுடைமை மனித சமுதாயத்தின் நகல்களேயாகும்.

2. மதத்தின் புதிய விரிவுரையாளர்கள்

1. இந்து மதத்தின் 'சிறப்பு': மதம் பற்றிய புதிய விளக்கம் ஏதோ ஒரு புதிய விஷயமல்ல. மதாசாரியர்கள் தமது பழைய கருத்துக் களையே வைத்திருந்தாலும், மாறிக்கொண்டே இருக்கும் உலகத்துடன் இணைந்துபோக வேண்டிய அவசியமும் ஏற்பட்டதால், புதிய விளக்கவுரையாளர்கள் தேவைப்பட்டனர். இதையே 'பகவத்கீதை'யின் மகா கெட்டிக்கார ஆசிரியர், "தர்மத்திற்கு அழிவும், அதர்மத்திற்கு வளர்ச்சியும் ஏற்படும் போதெல்லாம் நான் தோன்றுகிறேன்" என்று சொல்கிறார்.

இவ்வெல்லாப் புதிய விளக்கவுரையாளர்களும் புதிய சீசாவில் பழைய கள்ளை நிரப்பும் கள் வியாபாரிகளேயாவர். குழந்தைப் பருவத்தில் மனித சமுதாயத்திற்குப் பூட்டப்பட்ட விலங்குகளை வளரும் வயதுக்கேற்றவாறு அதிகப்படுத்திக் கொண்டே செல்லுதல் இவர்களது வேலையாகும். இது குறித்து ஒரு முடிவுக்கு வரும்முன் காசியில் அமர்ந்துள்ள இந்து மதத்தின் புதுயுக வியாசரிடம் (டாக்டர் ராதாகிருஷ்ணன்- மொ-ர்) செல்வோம். மேற்கூறிய 'பகவத்கீதை'யின் கூற்றின்படி, இப்பொழுது மிகத் தீவிரமாக குழப்பிக் கொண்டிருக்கும் இந்துக்கள் இருவர் இருக்கின்றனர்: ஒருவர், பக்தி உலகத்தில் மகாத்மா மோகன்தாஸ் கரம்சந்த் காந்தி (சேட் ஜம்னாலால் பஜாஜ் தெரு, சேவா கிராமம்), மற்றவர், சர். சர்வபள்ளி ராதாகிருஷ்ணன் (இந்துப் பல்கலைக் கழகம், காசி). சர் ராதாகிருஷ்ணன் என்ன கூறுகிறார் கேளுங்கள்:

"ஒவ்வொரு இனமும் தனக்கே உரிய சிறப்பையும், உள்ள உணர்வையும், குறிப்பிட்ட அறிவு பூர்வமான கருத்தையும் கொண்டிருக் கிறது." (History of Indian Philosophy, Vol. I p. 33)

சென்ற ஓராயிரம் ஆண்டு வரலாற்றில் உலகத்தின் மற்ற இனங்களைவிட இந்திய இனத்தில் என்ன சிறப்பு இருக்கிறது என்பதை வெளிச்சம் போட்டுத் தேடிப்பாருங்கள்! 'தேவ ரிஷியின் சொல்' வீண் போகாதல்லவா? சாட்சாத் கிருஷ்ண பரமாத்மாவின் மறு அவதாரமான

நமது ராதாகிருஷ்ணன் அமங்களகரமான எந்த விஷயமும் கூறமாட்டார் அல்லவா! உலகிலுள்ள மற்ற இனங்கள் குறித்து உங்களுக்கு ஒன்றுமே தெரியாமலிருந்தால், இந்த ஆராய்ச்சியில் நீங்கள் வெற்றி பெறுவதற்கு நிறைய வாய்ப்பு இருக்கிறது. சிறப்பு, உள்ள உணர்வு, அறிவு பூர்வமான கருத்து இவைகளை எல்லாம் நீங்கள் இதே பொருளில் மனதில் இருத்திக் கொள்ளவேண்டும். நமது நலத்தை நாடும் உபதேசங்களான வேதங்களின் சொற்கள் எல்லாம் ஒரே பொருளைத் தருபவையாக இருக்கும். ரிஷி, முனிவர்கள் அவற்றின் பொருளை எடுத்துக் கொண்டதைப் போலவே, நாமும் அவற்றின் பொருளை எடுத்துக் கொள்ள வேண்டும். அல்லது இதைப் பற்றியெல்லாம் நீங்கள் ஏன் சந்தேகக் கண்கொண்டு சிந்திக்கிறீர்கள்? சந்தேகப்படுபவன் அழிந்து படுவான் என்று நமது முன்னோர்கள் கூறியிருக்கின்றனர் அல்லவா? "இந்திய தத்துவம்" என்னும் மகத்தான நூலின் ஆசிரியர் பொய் சொல்வாரா என்பதைப் புரிந்து கொள்ளுங்கள்! அவர் அந்நூலை எழுதும்போது 'சர்' பட்டமும் பெற்றிருக்கவில்லை. எல்லாவற்றையும் அறிந்தவராகவும் இருக்க வில்லை. இந்தியர்கள் மற்ற இனத்தவருடன் எவ்வளவோ வேறு பட்டுள்ளனர் என்று அவர் சொல்லும் போது, அதை நாம் உண்மை என்று கருதி சிரமேற்கொள்ள வேண்டும்தான்!

அவர் எல்லாம் தெரிந்தவர் என்பதில் உங்களுக்கு எப்படி ஐயம் ஏற்படலாம்? பாரதத்தின் மகிமை குறித்து, அவர் முழங்குகிறார்.

"கவுதமரை அரிஸ்டாட்டிலுடனும், கணாதரைத் தேலுடனும், ஜைமினியைச் சாக்ரடீஸுடனும், கபிலரைப் பைத்தாகரஸுடனும், பதஞ்சலியை ஜேனோவுடனும் ஒப்பிடலாம்.

முவ்வுலகத்தையும் ஈன்றெடுத்து, முவ்வுலகத்தையும் அழித்த பாரத மாதா வாழ்க! வாழ்க! பகவான் ராதாகிருஷ்ணரின் செல்லக் குமாரி தத்துவ மேதைகளைத் தோற்றுவிப்பதில் கிரேக்க நாட்டையும் தோற்கடித்து விட்டாள்- "பாரத மாதா வாழ்க!" என்று உரத்த குரலில் முழங்குங்கள்! ஆனால் உங்கள் முகங்களைப் பார்த்தால் இரண்டு விதமான எண்ணங்கள் வெளிப்படுகின்றன. புகழ்பெற்ற இந்துத் தத்துவ அறிஞரான மகாமகோபாத்தியாய பாலகிருஷ்ண மிஸ்ராவின் சீடகோடிகளின் புருவங்கள் உயர்ந்துள்ளன. குருவுக்கு மதிப்பளித்து அவர்கள் சும்மாயிருக்கிறார்கள்; இல்லாவிட்டால் என்ன செய்து விடுவார்களோ என்னவோ! "எல்லாம் அறிந்த நமது மாபெரும் ரிஷி, முனிவர்களை பசுவைக் கொன்று தின்னும் அந்த மிலேச்சர்களுடன் சமமானவர்களாக்க, இந்தப் பிராமண குடிகேடனுக்கு வெட்கமே இல்லை!" என்று அவர்கள் வசைபாடிக் கொண்டிருக்கிறார்கள்.

ஆனால் கலைக் கல்லூரியைச் சேர்ந்த எத்தனையோ மாணவர்கள் மிகவும் மகிழ்ந்திருக்கிறார்கள்: (1) அவர்களில் முதல் ரகத்தைச் சேர்ந்தவர்கள் என்றுமே கிழக்கத்திய அல்லது மேற்கத்திய தத்துவாசிரியர்களைப் படித்தறியாதவர்கள். இனி தமது வாழ்க்கை முழுதும் படித்தறிவார்களென்ற நம்பிக்கையும் இல்லை. (2) இரண்டாம் ரகத்தைச் சேர்ந்தவர்கள் கிழக்கத்திய- மேற்கத்திய வேற்றுமைகளைக் கண்டு கொள்ளாதவர்கள். இவர்களுக்கு 'மகா தாமிஸ்ர' என்னும் நரகம் எங்கிருந்தாலும் லட்சியம் இல்லை. (3) மூன்றாம் ரகத்தைச் சேர்ந்த மாணவர்கள் பாவம், தமது நண்பர்களின் பயத்தால் சிறு குடுமியைக்கூட வைத்துக் கொள்ள அஞ்சுபவர்கள். அல்லா 'குரானை' அல்ஹாம் மூலம் அனுப்பியது போலவே 'ஓம்' கடவுள் நான்கு வேதங்களையும் தனது நான்கு ரிஷிகளான அக்னி, வாயு, ஆதித்யர், அங்கிராவின் மூலம் 195 கோடி, 58 லட்சம், 50 ஆயிரம், 43 வருடம், 3 மாதம்,... நாட்கள்,... மணி,... நிமிடங்கள்,... வினாடிகள் முன்னால் அனுப்பினாரென்று இவர்களுடைய செவிப்பறைகள் அறுந்து விடும் வரையில் சொல்லப்பட்டிருக்கிறது. அப்படியிருக்கும்போது நமது வைதீக தர்மத்தின் (இந்து மதத்தின்) முன்னால் இஸ்லாம் நிற்கமுடியுமா? முஸ்லிம்களிடம் ஒரு குரான் இருக்கிறதென்றால், நம்மிடம் நான்கு குரான்கள் (வேதங்கள்) இருக்கின்றன. (குரானைப் போலவே வேதங்களிலும் உருவ வழிபாடும், பல்வேறு கடவுளர்களும் இல்லை.) அவர்களுக்கு முகமது என்று ஒரே தேவதூதரென்றால், நமக்கு நான்கு வேததூதர்கள். குரான் ஆயிரத்திமுன்னூறு ஆண்டுகளுக்கு முன்புதான் உலகத்திற்குள் வந்ததென்றால், நமது வேதங்கள் இருநூறு கோடி ஆண்டுகள் பழைமையானவை. பூமி சூரியனிலிருந்து தனியே வராத காலத்திலேயே நமது வேதங்கள் தோன்றியிருக்கலாம். "வைதீக மதம் வாழ்க!" என்று கோஷமிடும் இந்த அப்பாவி மாணவர்கள் மிக மகிழ்ச்சியாக இருக்கின்றனர். ஏனெனில் ஆரிய சமாஜத்தின் நிறுவகரான ரிஷிதயானந்தர் விஞ்ஞானக் கல்விகள் அனைத்தையும் வேதங்களிலிருந்து எடுத்து வைத்துவிட்டார். ஆனால் எல்லா மேற்கத்திய தத்துவ அறிஞர்களையும் தயானந்தர் இந்திய ரிஷிகளின் கால்களில் தெண்டனிடச் செய்யவில்லை என்ற ஆதங்கம் மட்டும் அவர்கள் மனத்தின் ஒரு மூலையிலே உண்டு. அப்படிப்பட்ட மாபெரும் பணியைச் செய்து காட்டிய மகா புருஷரை ரிஷி- மகரிஷி என்று சொல்லாமல் வேறென்ன சொல்வது? (4) சர் ராதாகிருஷ்ணனைத் தமது மதிப்பிற்குரியவராகவும், அன்பிற்குரியவராகவும் கருதும் குறிப்பிட்ட மாணவர் கூட்டத்தின் 'சிறப்பு, மனத்தின் எண்ணம், குறிப்பிட்ட அறிவுக் கவர்ச்சியையும் நாம் கவனிக்க வேண்டும். அவர்கள் தமது ஆசானின் எழுத்துக்களில் 'அணுவுக்குள் கடலே

திணிக்கப்பட்டுள்ளதாக'க் கருதுகின்றனர். அவர்களின் மீது நமது பழைய ரிஷி - முனிவர்களின் 'எதிர்காலப் பார்வை' வலுவாக நிலைநிறுத்தப்பட்டுள்ளது. அது இனி வரப்போகும் இருநூறு கோடி ஆண்டுகள் வரையிலும் அழிக்க முடியாதது. வியாசரை (பாதராயணரை) பிளாட்டோவுடன் ஒப்பிடுவது அவர்களுக்குப் பிடிக்கவில்லை. என்றாலும், தமது ஆசான் ஒரு விசேஷ நோக்கத்துடனேயே சொல்லி யிருப்பாரென்று தம்மை சமாதானப்படுத்திக் கொள்கின்றனர். வியாசபாதராயணரைப் பிளாட்டோவுடன் ஒப்பிடுவது உண்மையில் பெரிய மோசடியாகும். ஏனெனில் பிளாட்டோவின் தத்துவ இயல் திறமையில் நூறில் ஒரு பங்கு கூட பாதராயணரிடமில்லை. பிளாட்டோ சுதந்திரச் சிந்தனையாளர், உபநிஷத்துகளின் சாரத்தை கதைகளாகக் கூறியவர் மட்டுமே! அம்மாணவர்கள் இப்பொழுது பிளாட்டோவைப் போன்ற திறமை படைத்த பாதராயணரை நன்கு புரிந்து கொள்வார்கள். எவராவது 'பிரம்ம சூத்திரங்க'ளில் வேதங்களைப் படிக்கும் அல்லது கேட்கும் சூத்திரனின் நாக்கை வெட்டிவிட வேண்டுமென்றும், அவனுடைய காதுகளில் ஈயத்தைக் காய்ச்சி ஊற்ற வேண்டுமென்றும், கூறப்பட்டிருக்கிறதே என்று சுட்டிக் காட்டினால், எல்லாம் அறிந்த ரிஷிகள் ஏதோ ஒரு மகத்தான நோக்கத்துடனேயே அப்படி எழுதியிருப்பார்களென்று இவர்கள் உடனே சொல்லிவிடுவார்கள். இப்படி ஒப்பிடுவதால் குறைந்தது பதினெட்டுப் புராணங்களும், பதினெட்டு துணைப் புராணங்களும் பிளாட்டோவின் 'குடியரசு'க்குச் சமமாகிவிடும். ஒரு முறை நமது ரிஷிகளை அந்த மேற்கத்திய தத்துவ அறிஞர்களுக்கு இணையானவர் களென்பதை நிரூபித்துவிட்டால், பிறகு நாகரீக உலகத்தின் முன்பு நம்மால் நிரூபிக்க இயலாத விஷயம் என்ன இருக்கப் போகிறது? ரிஷிகள் சிரார்த்தம் (உத்திரக் கிரியை) என்னும் விதியை ஏற்பாடு செய்துள்ளனர். நாம் அனுப்பும் தந்தியும், கடிதமும் உரியவர்களிடம் போய்ச் சேர்வதைப் போலவே பிராமணர்களின் வயிற்றில் விழுந்த உணவு நேராக இறந்தவர்களுக்குப் போய்ச் சேர்ந்து விடுகிறது. ராமரின் நம்பிக்கைக்குரிய குரங்குகளையும், சிவனின் வாகனமான காளை யையும் தொழுவது சிறந்த மனிதர்களாவதற்கு மிகவும் அவசியமாகும்; ஏனெனில் நாம் விருப்பமான உருவங்களைப் பெற விருப்பமானவர் களைத் தொழுவது அவசியமாகும். அப்படி தொழுதால் எமலோகத் துக்குச் செல்லும் பாதை துன்பங்கள் இல்லாததாகலாம் அல்லவா! ஏசுக்குச் சமமானவரான நமது ஆசிரியர் (ராதாகிருஷ்ணன்) கங்காஸ்னானம் செய்து நமக்கு வழிகாட்டிக் கொண்டிருக்கிறார். 'பிரம்ம சூத்திரங்களி'லிருந்து நாம் எத்தனை விஷயங்களைத்தான் எடுத்துக்கொள்ளக் கூடாது? இந்தியாவின் 'சிறப்பு' என்று சொல்லி

ஆசாரியர் நமது வாய்களையே மூடிவிட்டார். 'கடவுள் துணை!' - இதிலேயே பாருங்களேன். எத்தனை 'சிறப்பு' நிறைந்து பொங்கி வழிந்து கொண்டிருக்கிறது!

உலகத்தில் எங்குமே இல்லாமல் இந்தியாவில் மட்டுமே உள்ள ஒரு 'சிறப்பு' என்ன தெரியுமா? வர்ணாசிரம தர்மம்- ஜாதி வேற்றுமை இது பாரதத்திற்கே உரித்தான அதற்கே சொந்தமான, சிறப்பான பகுத்தறிவுக் கண்டுபிடிப்பாகும். உலகத்திலுள்ள எந்த ஒரு நாட்டிலேயும், எந்த மாபெரும் சிந்தனையாளரும் கண்டுபிடிக்க முடியாதது இது. கடவுள், தான் பல்வேறு அவதாரங்கள் எடுத்த இந்த 'புண்ணிய பூமி'யின் மானத்தைக் காத்தால், இந்தச் 'சிறப்பு' இந்த நாட்டைவிட்டு வெளியே போய்விடாது.

எவ்வளவு அழகான விளக்கம் பாருங்கள்! எவ்வளவு திறமையான 'புதிய சீசாவில் பழைய கள்' வியாபாரம்! இன்று ராதாகிருஷ்ணன் மார்க் சீசாக்களுக்கு ராஜஸ்தானத்து ராஜாக்களின் அரண்மனைகளில் பூஜை செய்து கொண்டிருக்கிறார்கள். அஜ்மீரிலுள்ள இளவரசர் களுக்கான கல்லூரியில் படித்து முடித்து வெளிவரும் இளவரசர்கள் அவற்றைக் கழுத்தில் கட்டித் திரிகிறார்கள். காந்திஜிகூட ஒரு கண்ணை வீணாக்கிக் கொண்டு ஒரேயொரு கண்ணால் ஏழை-பணக்காரர்கள் இருவரையும் பார்க்க விரும்பினார். ஆனால் இந்த 'அறிவுக் குஞ்சுகள்' தமது சொந்த ஆளையும் அடையாளம் கண்டு கொள்ளவில்லை. காந்திஜி எப்பொழுது பார்த்தாலும் சமூகத் தொழுநோயான வறுமையை மக்களுக்குக் காட்டிக்கொண்டு சுற்றித் திரிகிறாரென்று அவர்கள் அவர் மேல் சீறினார்கள். அப்படிச் செய்வது அபாயத்தை விலை கொடுத்து வாங்குவது போலாகுமென்றும் அவர்கள் கருதினார்கள். முத்து- வைரங்களால் தம்மை அலங்கரித்துக் கொள்ளும் இந்த பொம்மைகள் உண்மையில் பொம்மைகளாகவே இருக்கிறார்கள். நமது சமுதாயத்தில் பாதுகாப்பவன்- பாதுகாக்கப் படுபவர்கள் என்னும் வேற்றுமையை தத்துவ இயல் ரீதியில் நிலை நிறுத்த விரும்பும் காந்திஜியைக் காட்டிலும் அவர்கள் நலத்தை நாடுபவர் வேறொருவர் இருக்க முடியாதென்பது, அவர்களுக்குக் கொஞ்சமாவது அறிவிருந்தால் புரிந்து கொண்டிருப்பார்கள். பெரும் பணக்காரர்களான மார்வாடி சேட்டுகள் பெரிய பெரிய தொந்தி களோடிருந்தாலும், காந்திஜியின் உபாயத்தைப் புரிந்து கொள்ளும் அளவுக்கு அறிவு பெற்றிருக்கிறார்கள். அவர்கள் இன்று கதர் நிதிக்கும், வெள்ள நிதிக்கும், காந்திசேவா நிதிக்கும், இந்துஸ்தானி நிதிக்கும், அரிஜன நிதிக்கும், மற்ற எல்லா நிதிகளுக்கும், கொஞ்சம் பணத்தை வீசியெறிந்து விட்டு ராமராஜ்ஜியத்தை அமைத்துக் கொண்டிருக்கிறார்கள்.

அஜ்மீர் கல்லூரியைச் சேர்ந்த இளவரசர்கள் இன்று ராதா கிருஷ்ணனின் விளக்கவுரையைப் படித்து மிக மகிழ்ந்து வருகிறார்கள். ஆஹா... எப்படிப்பட்ட ரிஷிகளைப் போன்ற அற்புதமான மேதா விலாசம்! 'இந்தியாவுக்கே சொந்தமான தனிச் சிறப்பு', 'தனிச் சிறப்பு!' மகாமகோபாத்தியாய மகிஷாசுர நந்தரே! நீங்கள் வெறும் சங்காக மாறிவிட்டீர்கள்! நீங்கள் கூறியவையெல்லாம் போர்க்களத்தில் பயன்படமாட்டா. இந்த மாபெரும் பிராமணரின் மாபெரும் அறிவை நாம் ஒப்புக் கொள்கிறோம். இன்று இவர் நமது பல தலைமுறை களின் உப்பைத் தின்றதற்கு நன்றிக்கடன் தீர்த்து விட்டார். இங்கே எழுநூறு அரசர்கள் ஆட்சி செய்து கொண்டிருப்பது இந்தியாவின் 'தனிச் சிறப்பு'த்தான்! உலகத்தில் எத்தனையோ புரட்சிகள் நடந்து கொண்டிருக்கின்றன. பெரிய பெரிய ராஜமகுடங்கள் நியூயார்க் சந்தையில் விற்றுப்போய்விட்டன. ஆனால் நம்மைப் பாருங்களேன்! இந்தியர்களின் நெஞ்சின் மேல் உட்கார்ந்து அழுத்திக் கொண்டிருக் கிறோம். ஒரு முத்தத்திற்காக இருபது லட்ச ரூபாய் வீண்செலவு செய்து கொண்டிருக்கிறோம். எனினும் எவராவது நமக்கு எதிராக மூச்சுவிட முடியுமா? இதுவெல்லாம் இந்தியாவின் 'தனிச்சிறப்பி'ன் மகிமை என்பது இப்பொழுதாவது புரிகிறதா? இந்த 'தனிச் சிறப்பை' நம்மிடமிருந்து போகவிடக் கூடாது. இந்த 'தனிச் சிறப்பு' இருக்கும் வரையில் மட்டுமே நாம் உயிர் வாழ்ந்திருக்க முடியும். கங்கை, யமுனைகள் பெருக்கெடுத்தோடும்வரை இத்தனிச் சிறப்பை பாதுகாத்தேயாக வேண்டும். இன்று இந்தத் 'தனிச் சிறப்பு' இல்லா திருந்தால் நாமும் நமது அந்தப்புரங்களும் எங்கே இருக்கும்? அந்தப் புரம் என்றதுமே இன்னொரு விஷயம் நினைவுக்கு வந்துவிட்டது. திருமணமாகாத இங்கிலாந்தின் எட்டாம் எட்வர்ட் அரசர், மணவிலக்கு செய்த ஒரு பெண்ணைத் திருமணம் செய்து கொள்ள விரும்பிய போது, காண்டர்பரியின் ஆர்ச் பிஷப் (மதத் தலைவர்) நெற்றிக் கண்ணைத் திறந்தவுடன் பாவம், எட்வர்ட் அரசர் நாட்டைவிட்டே ஓடிப்போக நேரிட்டது. ஆனால் பாரதத்தின் 'தனிச் சிறப்பை'ப் பாருங்கள்! நமது அந்தப்புரத்திலுள்ள எழிலரசிகளைக் கண்டிருக்கிறீர்கள் அல்லவா! நாம் பதினைந்தாம் வயதிலேயே முதல் கல்யாணம் செய்து கொண்டோம். அதன் பிறகு ஒவ்வொரு ஆண்டும் ஒவ்வொரு அழகியை அந்தப்புரத்தில் சேர்த்துக் கொண்டே வந்தோம். நாமும் நமது முன்னோர்களின் அடிச்சுவட்டைப் பின்பற்ற முடிவு செய்து விட்டோம். அல்மோராவிலிருந்து காஷ்மீர் வரையிலுள்ள மலைநாட்டு அழகி களைக் கண்டுபிடித்துக் கொண்டு வர இப்போதைக்கு பத்து ஏஜெண்டுகளை மட்டும் அனுப்பியிருக்கிறோம்; இவர்களது எண்ணிக்கையை இன்னும் அதிகப்படுத்த வேண்டும். நிதமும் அதே

பழைய தட்டு, அதே பழைய தம்ளர்; அதே பழைய பாட்டில், அதே பழைய சாராயம்! சீ... சீ... இதுவும் ஒரு மனித வாழ்வா? மிருக வாழ்க்கையல்லவா இது! "பசு காட்டில் புதிய புதிய புல்லை மேய்வதைப்போல் நானும் புதிய புதிய அழகிகளை விரும்புகிறேன்." இது இந்தியாவின் 'தனிச் சிறப்பு' அல்லவா? இளவரசர் கல்லூரியில் படிப்பு, ஒவ்வொரு வருடமும் அயல் நாட்டுப்பயணம், நாம் தடையேதுமில்லாமல் எழிலரசிகளால் நமது அந்தப்புரங்களை கண்காட்சி சாலைகளாக்கிக் கொண்டே போகலாம். இரண்டு லட்சம் ரூபாய்களுக்கான 'செக்'கை இந்து பல்கலைக்கழகத்திற்கு அனுப்பச் சொல்லி திவானுக்குக் கட்டளையிட வேண்டும். "பிரிட்டிஷ் அரசு வாழ்க!" "இந்தியாவின் தனிச் சிறப்பு வாழ்க!"

கிரேக்க தத்துவாசிரியர்களின், இந்திய ரிஷிகளின் விஷயம் இடையிலேயே நின்றுவிட்டது. இரு வகையினரையும் ஒப்பிடும் போது ஏற்பட்ட கரவொலியிலேயே நாம் எங்கோ பாதை தவறிப் போய்விட்டோம். இப்பொழுது நாம் இருவரையும் ஒப்பிட்டுப் பார்ப்போமா! முதலில் காலத்தை எடுத்துக்கொள்வோம்:

இந்தியர்கள்	**காலம்**	**கிரேக்கர்கள்**	**காலம்**
கவுதமர்	கி.பி. 250	அரிஸ்டாட்டில்	கி.மு. 384-322
கணாதர்	கி.பி. 150	தேல்	கி.மு. 640-550
ஜைமினி	கி.பி. 300	சாக்ரடீஸ்	கி.மு. 469-399
வியாசர்	கி.பி. 300	பிளாட்டோ	கி.மு. 428-347
கபிலர்	கி.பி. 400	பைத்தாகரஸ்	கி.மு. 570-500
பதஞ்சலி	கி.பி. 400	ஜேனோ	கி.மு. 336-246

ஆகவே காலத்தை ஒட்டிப் பார்த்தால் கபிலர் ஒருவர்தான் பைத்தாகரஸுக்கு அருகில் வருகிறார். மற்ற இந்தியத் தத்துவாசிரியர்கள் அனைவருமே கிரேக்கத் தத்துவாசிரியர்களுக்கு மிக மிகப் பிற்பட்டவர்கள். மேலே நான் குறிப்பிட்ட காலங்களில் தவறுகளும் இருக்கலாம். குறிப்பாக இந்தியத் தத்துவாசிரியர்களின் காலங்களில் திருத்தங்கள் செய்யப்படலாம். நீங்கள் வரலாறு என்னும் தராசைக் கொண்டு முயற்சி செய்யலாம். நீங்கள் வரலாறு என்னும் தராசைக் கொண்டு முயற்சி செய்தால் ஏறக்குறைய நான் கூறிய காலங்களையே அடைவீர்கள். அப்படியில்லாமல் நீங்கள் பாரதத்தை எல்லா விஷயங்களிலும் உலகத்தின் ஆசானாக நிரூபிக்கத் துடித்துக் கொண்டிருந்தால், எவரையும் நீங்கள் ஐந்தாயிரம் ஆண்டுகளுக்குக் கீழே கொண்டு வரப்போவதில்லை. இப்படிப்பட்டவர்கள் எவ்வளவு

சொன்னாலும் ஒப்புக்கொள்ளப்போவதில்லை. சர் ராதாகிருஷ்ணன் இவர்களை ஒப்பிடுவதில் காலத்தை குறிப்பாக கவனத்தில் கொண்டிருப்பாரென்று நான் கருதவில்லை. ஏனெனில் நானும் ஆயிரத்தி இருநூறு ஆண்டுகளுக்குப் பிறகு பிறந்த காண்ட்- ஹெகெலைப் பவுத்த தத்துவாசிரியரான தர்ம கீர்த்தியுடன் ஒப்பிட்டுள்ளேன். சரி, இப்பொழுது தத்துவங்களை ஒப்பிட்டுப் பார்ப்போம்:

கிரேக்கர்கள் தத்துவங்கள்	இந்தியர்கள் தத்துவங்கள்
1. தேல்: நீர் மூலப்பொருள்	கணாதர்: பரமாணுவாதம் பொதுவானவையும், சிறப்பானவையும், உறுப்பும், உறுப்புடைய வாதமும்.
2. பைத்தாகரஸ்: கணிதம், பிரம்மவாதம், உருவவாதம், எண்ணிக்கை பிரம்மம்	கபிலர்: கடவுள் மறுப்பு இயற்கை வாதம்.
3. சாக்ரடீஸ்: மூடநம்பிக்கை எதிர்ப்பு, பகுத்தறிவு வாதம், தெய்வ- வேதநிந்தனை.	ஜைமினி: மோசமான மூடநம்பிக்கை, வினைத் தத்துவம், வேதங்களுக்கு அடிமை.
4. பிளாட்டோ: பலவித ஆன்மீக வாதம், மூளையிலிருந்து அறிவு, சுதந்திரச் சிந்தனையாளர்.	வியாசர்: ஏக பிரம்மவாதம், நூலிலிருந்து அறிவு, உபநிஷத்துக்கள் இணைப்பு.
5. அரிஸ்டாட்டில்: வெறும் தர்க்கவாதம், படைப்பிற்குக் கடவுளே காரணம்.	கவுதமர்: சொல்லும், மோன நிலையும், கடவுள் வினைப்பயனின் காரணம்.
ஜேனோ: முட்புதரைப் போன்ற தர்க்கம், பொருள் வாதம், அத்வைத வாதம்.	பதஞ்சலி: சித்தி-மோனநிலை வாதம், துவைத வாதம்.

சர் ராதாகிருஷ்ணன் கிரேக்க, இந்திய தத்துவாசிரியர்களை ஒப்பிடும் போது அவர்களுடைய காலத்தையும், கருத்துக்களையும் கவனத்திலெடுத்துக் கொள்ளவில்லை என்பது இதிலிருந்து தெரிய வருகிறது.

2. எல்லாவற்றையும் விட உயர்ந்தது மதம்: சர் ராதாகிருஷ்ணனை உலகம் 'அனைத்தும்' இந்தியாவின் மிகப்பெரும் தத்துவ மேதை எனக் கருதுகிறது. ஆனால் ஆக்ஸ்போர்டில் அவருக்கு மதத் தொடர்பான பதவியொன்று அளிக்க முன்வந்தபோது, ஒரு தத்துவ மேதைக்கு மதப்

பதவியையா கொடுப்பது என்று எதிர்ப்பு கிளம்பியது. ஐரோப்பாவில் விஞ்ஞானத்தைக் காட்டிலும் தத்துவ இயல் குறைந்ததென்று கருதப் படுவதைப் போலவே, தத்துவ இயலைவிட மதம் தாழ்வானதாக மதிக்கப்படுகிறது. சர் ராதா கிருஷ்ண்னுக்கு இது பிடிக்காமலிருக்கலாம். இந்தியாவில் தத்துவ இயல் என்று ஒன்று இருப்பதே பிரிட்டிஷ் பண முதலைகளுக்குத் தெரியாமலிருக்கலாம் அல்லது தாம் வீசியெறியும் எச்சில் துண்டுகளுக்காக இந்திய அறிஞர்கள் ஆலாய்ப் பறந்து வருவார்களென்றும் அவர்கள் எண்ணியிருக்கலாம்.* சிறைக் கூடத்தின் இந்தப் பகுதியில் என் மனக்கண் முன் தோன்றுபவர்களில் பலர் இப்படிப்பட்டவர்களே என்பது வருந்தத்தக்கது. பிரிட்டிஷ் பண முதலைகள் நமது தத்துவ மேதையை மத விவாதம் நடத்தவே அழைத்திருக்கலாம்; அவர் உண்மையில் மத விவாதம் நடத்த மட்டுமே தகுதியுடையவர். இந்தியாவில் ஆங்கிலக் கல்வி கற்ற பலரும் டாக்டர் ராதாகிருஷ்ணனை மிகப்பெரும் தத்துவ அறிஞரென்று தவறாக எண்ணிக் கொண்டிருக்கின்றனர்.

இந்தியத் தத்துவ இயல் துறையில் பவுத்தத் தத்துவ இயலுக்குள்ள முக்கிய இடத்தை உணராதவர்கள் தத்துவ இயல் பக்கமே வரக்கூடாது. பவுத்தத் தத்துவ இயலைப் புரிந்துகொள்ள முயற்சிக்காமலேயே இந்தியத் தத்துவ இயல் குறித்து எழுதினால் எப்படி இருக்கும்?

சர் ராதாகிருஷ்ணன் எழுதிய 'இந்தியத் தத்துவ இயல்' நூலின் இரண்டு பாகங்களிலும் ஆங்காங்கே பவுத்த சித்தாந்தம் பற்றிய அவருடைய அறியாமையும் புலப்படுகிறது. ஆசிரியரின் மனத்தில் புத்தரைப்பற்றிய அச்சமே இல்லைபோல் தெரிகிறது. தாம் எழுதும் இந்நூல் இந்தத் தலைமுறையினர் மட்டுமல்ல; அடுத்தடுத்து வரும் தலைமுறையினரும் கூட படிப்பார்கள் என்ற எண்ணம் மட்டும் அவருக்கிருந்திருந்தால், தத்துவம் என்ற பெயரில் பூசி மெழுகியிருக்க மாட்டார். தத்துவ இயல் விளக்கம் என்னும் பெயரால் உண்மையைக் கூறாமல் மதப் பிரச்சாரமும், சுயநலப் பிரச்சாரமும் செய்திருக்க மாட்டார்.

ராதாகிருஷ்ணனும், நானும் ஒரு விஷயத்தில் ஒன்றுபட்டிருக் கிறோம். என்னைப் போலவே அவரும் அரைகுறை ஞானத்துடன் தத்துவ இயல் குறித்து எழுதவாரம்பித்துவிட்டார். ஆனால் எங்கள் இருவருக்குமிடையே உள்ள வேற்றுமை என்னவென்றால், என்னுடைய நூல்களைப்படித்து எவரும் குழியில் குப்புற விழுந்துவிட மாட்டார்கள்.

* ராகுல்ஜி இந்நூலை பீகாரிலுள்ள ஹஜாரிபாக் மத்தியசிறையில் 1942-ல் எழுதினார்- மொ-ர்.

திறமையான இந்தி எழுத்தாளர்கள் இவ்விஷயம் பற்றி எழுதாத வரையிலும், என்னுடைய எழுத்துக்கள் ஓரளவுக்கு வாசகர்களுக்குப் பயன்பட்டுக்கொண்டே இருக்கும். ஆனால் சர் ராதாகிருஷ்ணனின் அதிமேதாவித்தனம் வாசகர்களைத் தவறான கருத்துக்கள் கொள்ளச் செய்யும். ராதாகிருஷ்ணனின் பக்தரான "டிஸ்கவரி ஆஃப் இண்டியா"வின், ஆசிரியர் ஜவகர்லால் நேருவையும் மறக்க முடியுமா?

உண்மையில் நாம் சேவா கிராமத்திற்கும் (காந்திஜி), இந்துப் பல்கலைக்கழகத்திற்கும் (ராதாகிருஷ்ணன்) வீணாகவே வேற்றுமை கற்பித்துக் கொண்டிருக்கிறோம். ஆக்ஸ்போர்ட்காரர்கள் சரியாகவே ராதாகிருஷ்ணனை இனம் கண்டு கொண்டார்கள். ருசு வேண்டுமானால் பாருங்கள்:

"நாலா பக்கங்களிலிருந்தும் அடி விழுந்தால் அறிவு, பக்தியை சரணடையக் கூடும். உபநிஷத்துக்களை இயற்றிய ரிஷிகள் புனித ஞானப் பள்ளியின் மகத்தான ஆசிரியர்களாவர். அவர்கள் நமக்கு கடவுள், ஆன்மீக வாழ்வு பற்றிய ஞானத்தை அளிக்கின்றனர்" (History of Indian Philosophy vol. II p. 19)

இரண்டு பெரிய- பெரிய நூல்களை எழுதுவதற்கு அவரது பேனா வீணாகவே சிரமப்பட்டிருக்கிறது. உண்மையான ரகசியம் இந்த ஒரு வாக்கியத்தில் இருக்கிறது. "அடி விழுந்தால் அறிவு, பக்தியைச் சரணடையக் கூடும்". இந்துப் பல்கலைக்கழகப் பேராசிரியர்கள் மட்டுமே அறிவைக் குத்தகைக்கு எடுத்துக் கொண்டிருக்கிறார்களா? காசி நகரில் மறு கோடியில் வாழ்ந்திருந்த ஒரு படிக்காத மேதையான கபீர் தாஸரும் சொல்லியிருக்கிறார்: "பெரிய நூல்களைப் படித்துப் படித்து உலகம் செத்துத் தொலைந்தது; ஆனால் யாருமே அறிவுடையவர்களாகவில்லை. 'அன்பு' என்னும் மூன்றெழுத்துக் களைப் படித்தவனே, அறிஞனாவான்."

ராதாகிருஷ்ணன் பெயருக்கேற்றாற் போலவே பக்தி வழி நடப்பவர். சிம்மாசனம், அதற்குரியவர்களுக்கே கிடைக்கிறது.

நீங்கள் ஆத்திரமடைந்து "தர்க்கம் செய்வதை நிறுத்துங்கள்! அடிவிழும் போது அறிவு எங்கே சரணடைகிறது?" என்று கேட்கலாம். "கோழைகள்தான் ஓரிடத்தில் சரணடைவார்கள். அப்படிப்பட்டவர்கள் சாவதே மேல்!" என்பேன் நான். அறிவின் மேல் அடிவிழுகிறதென்றால், அது முன்னேறுவதற்காகத்தான்! மிக வேகமாக முன்னேறிச் செல்லும் அறிவின்மீது அடிவிழுவதும் இல்லை. நீங்கள் ஒரு குதிரை வண்டியில் சவாரி செய்கிறீர்கள் என்று வைத்துக் கொள்ளுங்கள்! எப்படிப்பட்ட குதிரைக்கு அதிக அடிகள் விழுகின்றன? வேகமாக ஓடும் குதிரைக்கா?

அல்ல. வேகமாக முன்னேறிச் செல்லும் அறிவுக்கு அடி விழுவதில்லை என்பது தெளிவு. அப்படிப்பட்ட அறிவு எதையுமே சரணடையத் தேவையில்லை. அப்படிப்பட்ட அறிவுக்கு சோதனை என்னும் ராஜபாட்டை எப்பொழுதுமே இருக்குமென்பதையும் சொல்லி வந்துள்ளோம். இனி எஞ்சியிருப்பது 'புனித ஞானப் பள்ளியின் மகத்தான ஆசிரியர்கள்' பற்றிய விஷயம். அதைக் குறித்து நாம் "வால்காவிலிருந்து கங்கை வரை"யில் 'பிரவாகண் கதை'யில் கூறியிருக் கிறோம். அதை மீண்டும் இங்கே கூறவேண்டிய அவசியமில்லை சில ரிஷிகளின் சுலோகங்களைப் படிக்கும்போது, வேதங்களின் சிரஞ்சீவித் தன்மையிலேயே நமக்கு ஐயம் ஏற்பட்டுவிடும். ரிஷிகளாக இருந்தும் அவர்கள் ஏன் இப்படிக் கூறினார்கள் என்று கேட்டால் எல்லாம் வயிற்றுப்பாட்டுக்காகத்தான்!

3. மதங்களின் சாரம்

1. **ஆன்மா, தெய்வீக சக்திகளின் கற்பனை:** ஒரு அற்புத சக்தியில் நம்பிக்கை கொள்வதே மதத்தின் சாரமாகும். இந்த நம்பிக்கை அல்லது பக்தி ஒரே சக்தியில் (கடவுளில்) இருக்கலாம் அல்லது பல சக்தியில் (கடவுளில்) இருக்கலாம். அந்தப்பக்தி மிகவும் ஸ்தூலமாக- காட்டு மனிதனைப் போலவும்- இருக்கலாம். அல்லது சர் ராதாகிருஷ்ணன் அல்லது காந்திஜியைப் போன்றவர்களின் சத்தியம்- சுந்திரம்- சிவத்துடன் இணைந்துமிருக்கலாம். சக்தி, ஆத்மா, தெய்வம் என்னும் இக்கருத்து வானத்திலிருந்து வந்து விழவில்லை; ஆத்மாவின் குரலிலிருந்தும் வெளிப்படவுமில்லை. இக்கருத்து அக்காலத்திய சமுதாயத்தின் பொருளாதார அமைப்பிலிருந்து தான் தோன்றியது. அச்சமுதாயத்தைக் குறிப்பிட்ட இனம் அல்லது கோத்திரத்தின் தலைவர் வாழ்க்கைச் சாதனங்களை உற்பத்தி செய்வதிலும், தற்காப்புச் செய்து கொள்வதிலும், மற்றவர்களைக் கொள்ளையடிப்பதிலும் தலைமை வகித்து வழிநடத்திச் சென்றார். கல், மரக்கட்டை, எலும்பு ஆகியவற்றால் ஆரம்பகால சமுதாயத்தில் உழைப்புப் பிரிவினை ஏற்படுவது தவிர்க்க முடியாதது. அக்காலத்தில் இவ்வுழைப்பைச் செயலை முன்நின்று வழிநடத்திச் செல்லக்கூடியவர் உற்பத்திக்கான உழைப்பிலும், மிருகங்களை வேட்டையாடுவதிலும், மீன் பிடிப்பதிலும், வலை பின்னுவதிலும், ஆயுதம் தயாரிப்பதிலும் சிறந்தவராக இருக்க வேண்டும், அவர் பெரிய குடும்பத்தின் வருங்காலத் திட்டங்களை அமைத்து அவைகளை வெற்றிகரமாக அமல்படுத்துபவராக இருக்க வேண்டும். அப்படிப்பட்டவருக்குச் சமுதாயத்தில் உயர்ந்த இடம் இருக்கத்தான் செய்யும். காரணம் அவர் முதலில் தனது சிந்தனையில் பல்வேறு பொருள்களைக் கற்பனை செய்வார்; பிறகு மற்றவர்கள்

அவைகளை எதார்த்தமாக உருவாக்குவார்கள். அவர் எல்லோரையும் அடக்கியாள்பவர்; மற்றவர்கள் அனைவரும் அவர் சொல்லைக் கேட்டு நடப்பார்கள். அவர் மனத்தில் நினைப்பதை மற்றவர்கள் அமல்படுத்து வார்கள். புராதன மனிதர்களின் மனத்தில் இந்த உழைப்புப் பிரிவினை சிறந்த இடத்தைப் பெற்றிருந்ததனாலேயே எல்லா இடங்களிலும் இம்முறை நிலவியிருந்தது. கடைசியில் இன்று இந்துக்களின் ராம நாம வங்கியைக்கூட பெரும் வணிகர்கள் தமது வியாபார அனுபவத்தால் மதப் பதிவேட்டில் சேர்த்துவிட்டு, அதைத் திறமையாக நடத்தி வருவதைக் காண்கிறோம். பழைய சமுதாயத்தின் இவ்வமைப்பு மனிதனை ஆத்மா- உடல் என்னும் இரு பிரிவுகளாக பிரித்தது. ஆத்மா- உடல் இயக்குவதாதலால், அது உடலைக் காட்டிலும் சிறந்தது; அது உடலின் பாதுகாவலன். இதை மனத்தில் கொண்டே 'மாண்டூக்கிய உபநிஷத்'திலும், 'பகவத்கீதை'யிலும் உடல் தேருடனும், ஆத்மா தேரோட்டியுடனும் ஒப்பிடப்பட்டிருக்கின்றன. கிரேக்கத் தத்துவ ஞானியான அரிஸ்டாட்டில் ஆத்மாவை ஆண்டானுடனும், உடலை அடிமையுடனும் ஒப்பிட்டுள்ளார். அரிஸ்டாட்டில் காலத்தில் கிரேக்க நாட்டில் ஆண்- பெண்களை விற்பதும், வாங்குவதும் சர்வ சாதாரணம். எஜமானர்களின் கட்டளைகளுக்குக் கீழ்படிந்து நடப்பதும், அவர் களுக்குத் தொண்டூழியம் புரிவதுமே அடிமைகளின் தலையாய கடமையாக இருந்தது.

உழைப்புப் பிரிவினைத் துறையிலிருந்து முன்னேறி உடலை இயக்குவதற்கு அதிலிருந்து வேறுபட்ட ஒரு ஆத்மாவைக் கற்பனை செய்வதைப் போலவே, அவர்களுக்கு உலகத்திலுள்ள ஒவ்வொரு பொருளுக்கும் பின்னால் ஆத்மா காணப்பட்டது. அது அந்தப் பொருளின் ஆத்மா அல்லது தெய்வமாகக் கருதப்பட்டது. வேதங்களில் குறிப்பிடப்பட்ட தெய்வங்கள் இப்படிப்பட்ட தெய்வங்களேயாவர். அவர்கள் சூரியன், சந்திரன், வானம், சொர்க்கம், நிலம், நீர் ஆகிய அனைத்திலும் அமர்ந்து அவற்றை இயக்கிக் கொண்டிருக்கின்றனர். (கி.மு. 600-ல் வாழ்ந்திருந்த யாக்ஞவல்கியர் இந்தப் புராதன மனிதக் கற்பனையையே கொண்டிருந்ததால், இந்தக் கர்வம் பிடித்த பல்வேறு தெய்வங்களையும் இணைத்து ஒரு 'அந்தர்யாமியான பிரம்ம'த்தை உருவாக்கிவிட்டார்). அந்தக் காலத்திய மனிதர்கள் பேய் பிசாசுகளை அதிகமாக நம்பியதற்கும், இன்றும் அவர்களைப் போன்ற அநாகரீக இன மக்கள் பேய், பிசாசுகளில் பெரும் நம்பிக்கைக் கொண்டிருப்ப தற்கும் இதுதான் காரணம். இக்காரணங்கள்தான் மதத்தைத் தோற்றுவித்தன. இந்த எல்லாக் காரணங்களின் அடிப்படையிலும் இனத்தந்தை அல்லது இனத்தாய் என்னும் எண்ணம் நிறைந்திருந்தது. இதனாலேயே அற்புதச் சக்தி இவ்விரண்டு உருவங்களில் கற்பனை

செய்யப்பட்டது. தாய்வழிச் சமுதாயமே மிகப்பழமையானதாகையால், முதலில் பெண் தெய்வத்தின் மதமே தோன்றியது. சிந்து, நைல், தஜலா-புராத் நதிக்கரைகளில் மலர்ந்த பழைய மதங்களில் இதற்கான அதிக ருசுக்களைக் காணலாம். இந்துக்களின் காளியும்- துர்க்கையும் தாய் வழிச்சமுதாயத்தின் அடிப்படையில் அமைந்த மதச் சின்னங்களே யாவர். கிருஸ்துவர்களின் அன்னை மேரி, மகாயான பவுத்தர்களின் தாரா, ஜைனர்களின் சக்ரேஸ்வரி எல்லோருமே புராதன அன்னையின் (தாய்வழி குடும்பத்தை நடத்திச் செல்லும் தாயின்) அடையாளச் சின்னங்களே யாவார்கள்.

தாய்வழி அல்லது தந்தை வழிச் சமுதாயத்தை வழிநடத்திச் சென்றவர்கள் இறந்த பின்னர், பேய்- பிசாசு- தெய்வங்கள் நிறைந்த உலகத்தில், குறிப்பாக இரவின் இருட்டில் மற்றவர்களின் மனக் கண்களுக்குத் தென்பட்டுக் கொண்டிருந்தனர். அந்நிலையில் அவர்களுக்காக ஏதாவது பலியிட வேண்டிய அவசியமும் நேர்ந்தது. உயிரோடிருந்த காலத்தில் அவர்கள் மிகப் பயனுள்ளவர்களாக இருந்ததைப் போலவே, இறந்த பிறகும் தம்மவர்களுக்கு நன்மை புரிய 'விரும்பினர்'. ஆனால் இதற்காக அவர்களுக்கு, உயிரோடிருந்த போது எவற்றை அதிகமாக விரும்பினார்களோ, அவைகளைப் படையல் களாக (பலியாக) படைக்கவேண்டும். பெருந் தந்தை அல்லது பெருந்தாயின் இறந்த ஆத்மாக்களுடன், தெய்வீக ஆத்மாக்களுடன்- அவர்களுடைய உதவியாளர்களையும், படை வீரர்களையும் கூட மக்களால் மறக்க முடியாது. இறந்த பின்னரும் இந்தத் தெய்வீக ஆத்மாக்கள் தனியாகச் சோமபானமோ, மதுவோ அருந்தி மகிழ விரும்ப மாட்டார்கள். தனியாக ஆடிப்பாட இஷ்டப்பட மாட்டார்கள். பிள்ளைகளைப் பெறாவிட்டாலும், புணர்ச்சி இன்பத்தை அவர்கள் விட்டுவிட மாட்டார்கள் அல்லவா! இவ்வனைத்துக் காரியங் களுக்குமாக இந்த நிலவுலகில் மனித சமுதாயத்திலேயே ஒரு பகுதியினரைத் தெய்வீக ஆத்மாக்களாகத் தயார் செய்தனர். ஒரு காலத்தில் மனித உலகத்தைப் போன்றே தேவலோகமும் இந்தப் பூமியின் மீதே, மனித உலகத்திற்குப் பக்கத்திலேயே இருந்ததாகவும், இரு உலகங்களையும் சேர்ந்த ஆண்- பெண் இரண்டு இனங்களைச் சேர்ந்தவர்களைப் போன்றே கலந்து இணைந்து வந்தனரென்றும் நாம் எகிப்து, பாபிலோனியா, கிரேக்கம், இந்தியா ஆகிய நாடுகளின் பழைய நூல்களில் படிக்கிறோம். இது மட்டுமல்ல; ஒவ்வொரு நாட்டின் பழம் வீரர்கள், மகா புருஷர்கள் பலரும் தேவப் பெண்ணின் அல்லது தேவ குமாரனின் குழந்தைகளாகவே இருப்பதையும் காண்கிறோம். அந்தக்காலத்தில் மனிதர்களின் எண்ணிக்கை மிகவும் குறைவாக இருந்தது. பெரும் பகுதி காடுகளாகவும், ஜன சஞ்சாரமற்றும்,

அறியப்படாததாகவுமே இருந்தது, அங்கே தேவாத்மாக்களும் 'குடியிருந்திருக்க'லாம்; மனித எண்ணிக்கை பெருகப் பெருக தேவாத்மாக்கள் பூமியைவிட்டுப் 'போக' நேர்ந்திருக்கலாம்.

2. பிரம்மஞான சபையும் சகி சமாஜமும்: சென்ற நூற்றாண்டு வரையிலும் கூட திபேத் மிகவும் அறியப்படாத நாடாக இருந்தது. அதனாலேயே அங்கே தேவர்கள் தேவநகரங்களை 'அமைத்தனர்'; வெள்ளை ஓய்வு விடுதிகளை 'நிறுவினர்'; உலக மக்களுக்கு 'நல்வழி காட்டும்' 'மகான்'களுக்காகப் பல தலைமை நிலையங்களையும், படை விடுதிகளையும் 'ஏற்பாடு செய்தனர்'. நான் திபேத்துக்குச் சென்று திரும்பிய போது பல படித்தவர்களும்கூட திபேத்தியர்கள் 'வெள்ளை ஓய்வு விடுதிகளை'ப் பற்றியும் 'மகான்'களைப் பற்றியும் என்ன சொன்னார்களென்று என்னை மிக ஆர்வமுடன் கேட்டார்கள் என்பதைக் கூறினால் உங்களுக்கு வியப்பாகவும் இருக்கலாம்; ஆனால் உண்மை! நான் என் ஆத்திரத்தை உள்ளுக்குள்ளேயே அடக்கிக் கொண்டு "திபேத்தியர் தெய்வ விடுதிகள் குறித்தோ, மகான்கள் குறித்தோ ஒன்றுமே அறியமாட்டார்"களென்று நான் பதிலளித்த போது, "நீங்கள் அங்கே போனீர்களோ, இல்லையோ!" என்று கூறினர். இங்குள்ள பிரம்ம ஞான சபையினர் 'மகான்களா'கக் கருதும் திபேத்தியரின் பகுதிகளிலேயே நான் மாதக்கணக்கில் இருந்திருக்கிறேன் என்று எப்படி நம்பிக்கையூட்டுவேன்? பிரம்ம ஞானசபை விஞ்ஞானம் இணைந்த ஒரு மகத்தான மதமென்று கூறப்படுகிறது. பிரம்மஞான சபை மதத்தின் இறுதியான வளர்ச்சியாகக் கருதுபவர்களில் நானும் ஒருவன். மதம் இங்கே தன்னுடைய பூரணத்துவத்தை அடைந்து விட்டது. இனிமேலும் வளருவதற்கு வாய்ப்பே இல்லை. கண்ணனின் கூற்றில் சொல்ல வேண்டுமானால், தர்மத்திற்கு ஏற்பட்ட இவ்வபாயகர மான வேளையில் பிரம்ம ஞான சபையின் உருவத்தில் அவர் அவதாரமெடுத்துள்ளார். இந்தச் சபைதான் தோன்றிய இக்குறுகிய காலத்தில் எத்தனை பேரைத் 'தவறான பாதை'யில் போக விடாமல் தடுத்திருக்கிறதோ, 'அத்தனைச் சிறப்பான பணியை வேறெதுவுமே செய்ததில்லை. பிரம்மஞானம் புரிந்துள்ள மகத்தான 'சேவை' என்னவெனில், அது கடவுளர்களை பூலோகத்திற்குக் கொண்டு வந்தது மட்டுமல்ல; கடவுளர்களைத் தரிசனம் செய்விப்பது, அவர்கள் பேசக்கேட்பது, அவர்களின் நறுமணத்தை நுகர்வது, அவர்களின் ரசத்தைச் சுவைப்பது, அவர்களைத் தொடுவது போன்றவற்றையும் 'சாதித்திருக்கிறது'... தேவர்கள் நமது புலன்களால் அறியப்படக் கூடியவர்களே என்பதனை பிரம்மஞான சபை நூற்றுக்கணக்கான தெய்வப்படங்களால் 'நிரூபித்து'விட்டது. நீங்கள் என்னுடன் பேசுவதைப் போலவே கடவுளர்களுடனும், தேவாத்மாக்களுடனும்,

பேய்- பிசாசுகளுடனும் பேசுவதை இச்சபை 'சாத்தியமா'க்கிவிட்டது. "நதிகள் பலவானாலும் கடல் ஒன்றே!" என்னும் மாபெரும் மந்திரத்தை பிரம்ம ஞான சபை முழுமையாக செயல்படுத்தி விட்டது.

(**சகி சமாஜம்**): சகி சமாஜத்தைச் சேர்ந்தவர்கள் பலவாறாகக் கடவுளை உபாசிக்கிறார்கள், அவர்களில் சிலர் ஆண்களாக இருப்பினும், தம்மைக் கடவுளின் மனைவியாகக் கருதிக் கொள்கிறார்கள். மனைவியாக இல்லாவிட்டாலும், வைப்பாட்டியாக இருக்கவும் அவர்கள் தயார்! ஒவ்வொரு மாதமும் அவர்களுக்கு 'மாதவிடாய்' ஆகிறது, மூன்று நாட்கள் அவர்கள் 'வீட்டுக்கு வெளியே' இருக்கிறார்கள். ஒவ்வொரு இரவும் கடவுள் தன்னைப் போன்ற ஒரு கருநிறக் கண்ணனை அருளவேண்டுமென்று அவரைத் தமது பக்கத்திலேயே படுக்க வைத்துக்கொண்டு உறங்குகிறார்கள். ஆனால் இயற்கை கடவுளுக்கும் பக்தர்களுக்குமிடையே பெரிய தடைக்கல்லாக உள்ளது. அதை அவர்களிருவராலும் ஒன்றும் செய்ய முடியவில்லை. இந்த 'இளம்' சகியரின், 'வயோதிக' சகியரின் புகைப்படங்களைக் கண்டு நீங்கள் மகிழ்ச்சியும், நிறைவும் கொள்ளலாம். ஆனால் இது புகைப்பட யுகமல்ல; திரைப்பட யுகமாகும். ஆகவே பிரம்ம ஞான சபையின் ஒரு கிளையான இந்த சகி சமாஜத்தாரை- இவர்கள் பீகாரில் பெரும் எண்ணிக்கையில் இருக்கிறார்கள்- காலத்தையொட்டி முன்னேறுங் களென்று கேட்டுக்கொள்கிறேன். அவர்கள் பீகாரிலுள்ளவர்களை மட்டுமல்ல, அயோத்தியா, பிருந்தாவன் போன்ற இடங்களிலுள்ள வயோதிக சகியரையும், அவர்களுடைய இளம் பெண் பணியாளர் களையும், அவர்களது கவர்ச்சிமிக்க காட்சிகளையும், பெண்களுக்கே உரிய இனிய சொற்களையும் திரைப்படமாக்க வேண்டும். அப்படிப்பட்ட திரைப்படத்தால் உலகத்திற்கு நலம் உண்டாகும். ஒன்பது வகையான பக்தி ஒவ்வொரு வீட்டிலும் கொடிகட்டிப் பறக்கும். ஆனால் இதில் ஒரே ஒரு அபாயம் இருக்கிறது: இதை யெல்லாம் பார்த்து உண்மைப் பெண்கள் பாழுங்கிணற்றில் குதித்துத் தற்கொலை செய்து கொள்ளலாம்.

சகி, சமாஜம் பிரம்மஞான சபையின் பிரிக்க முடியாத அங்கமாக இல்லாவிட்டாலும், சபையின் அங்கீகாரம் பெற்றுள்ளதாகும். நூற்றுக்கணக்கான சகி சமாஜத்தின் பிரம்மஞான சபையின் தீவிர உறுப்பினர்களும், தலைவர்களுமாவர்.

பிரம்மஞான சபை உலக முழுவதும் பரவியிருக்கிறது. அதனுடைய மாபெரும் சாம்ராஜ்யத்தில் 'சூரியன் எப்பொழுதுமே உதிப்பதில்லை' என்னும் பழமொழி உண்மையாகிறது. அதனுடைய அங்கத்தினர்கள் அனைவருமே அறிவிலிகளோ அல்லது அறிஞர்களோ

அல்ல. ஆனால் அதன் தலைவர்களின், அறுபத்திநான்கு கலைகளும் காணத் தகுந்தவை என்பதில் சந்தேகமில்லை. ஆனால் இந்தக் கலைஞர்கள் இருக்கும் இடங்களுக்கு உங்களை நான் அழைத்துப் போவேனென்று மட்டும் எதிர்பார்க்க வேண்டாம். சுருங்கக் கூறவேண்டுமானால், மதம் என்னும் கடவுள் தனது பூரண எழிலுடன் பிரம்ம ஞான சபையின் உருவில் அவதாரமெடுத்துள்ளார்.

3. உலகத்தில் தெய்வக் கற்பனை: (1) பாபிலோனியா: "மதம் பற்றிய கற்பனைகள் சமுதாய, அரசியல் கற்பனைகளின், நிறுவனங் களின் பிரதிபலிப்புகள் மட்டுமேயாகும்" என்று ஒரு ஜெர்மானியப் பேராசிரியர் எழுதியிருக்கிறார். புராதன பாபிலோனியாவில் அனு, என்லில், எவா, ஸின், ஷம்ஷ (சூரியன்) முதலிய தேவர்கள் பூஜிக்கப் பட்டு வந்தனர். இந்தப்பெரிய கடவுளர்களுடன் கூடவே பல தெய்வாத்மாக்களும், மண்ணுலக ஆத்மாக்களும் தொழப்பட்டு வந்தன. இந்துக்களுக்கும் பெரிய கடவுள்களுடன் லட்சக்கணக்கான தேவர் களும், கிராம தேவதைகளும், குலக் கடவுள்களும் இருக்கின்றனர் அல்லவா! பாபிலோனில் அக்காலத்தில் அமைந்திருந்த அரசு முறையை ஒட்டியே, கடவுளர்களிடையேயும் அரசு முறை நிலவிற்று. பாபிலோனின் மண்ணுலக மனித சமுதாயத்தில் நிகழ்ந்த மாறுதலை அனுசரித்துப் பாபிலோனைச் சேர்ந்த கடவுள் சமுதாயத்திலும் மாற்றம் செய்ய நேரிட்டது. குறுநில மன்னர்களில் பாபிலோனியப் பேரரசன் முக்கியமானவனாகவும், சர்வ வல்லமையுள்ளவனாகவும் கருதப்பட்டதைப் போன்றே, பாபிலோனியக் கடவுளாக 'மர்துக்' சர்வவல்லமை படைத்த மாபெரும் கடவுளானார். மர்துக் மாபெரும் கடவுளாவதற்கு முன்பு சுமேரிய இனத்தின் இனக்கடவுளாக மட்டுமே இருந்தார். சுமேரிய இனத்தினர் அவரை வசந்தத்தின் அதிபதியாகக் கருதி வந்தனர். ரம்மு- ரப்பியின் அரசு வம்சத்தினர் தமது ஆட்சிக் காலத்தில் அவரைப் பெரிய கடவுளாக்கி விட்டனர். அதற்கு முன் என்லில் பூமிக்கும், வானத்திற்கும் அதிபதியாக இருந்தார் பாவம், மர்துக்குக்காக அவர் தனது அரியணையைத் துறக்க நேரிட்டது. எவா படைப்பாளராக (பிரம்மாவாக) இருந்தார். அவரது அதிகாரத்தை மர்துக்குக்கு ஒப்படைக்க ஒரு புராணக்கதை கட்டி விடப்பட்டது. அதில் சுமேரியாவைச் சேர்ந்த மர்துக், பாபிலோனிய எவாவின் மூத்த குமாரரென்று சொல்லப்பட்டது. அரச குமாரன் அரசனின் வாரிசாகிறான் அல்லவா! பாபிலோனிய அரசதிகாரம் ஒரு மன்னனின் கையில் வந்ததின் பிரதிபலிப்பையே நாம் மர்துக்கின் சர்வ வல்லமையில் காண்கிறோம். அதனாலேயே பாபிலோனியப் புராணம் "நினிப் வலிமையின் மர்துக்காவார்; நேர்கல் போரின் மர்துக்காவார். எனில் அரசாட்சியின் மர்துக்காவார்" என்று கூறுகிறது. கீழ்க்கண்ட

மர்துக்கின் புகழாரத்தைக் கண்டால், அதில் பாபிலோனிய அரசனின் ஒப்புவமையைக் கவனிக்கலாம்.

"கடவுளே! தேவர்களின் அரசரே! வானத்திற்கும், பூமிக்கும் ஒரேயொரு மகத்தான சக்கரவர்த்தியே! தாங்கள் நிலத்தைப் படைத்தீர்கள். கோயில்களைக் கட்டினீர்கள். அவற்றுக்குப் பல்வேறு பெயரிட்டீர்கள். தந்தையே! தாங்களே தேவர்களுக்கும், மனிதர்களுக்கும் தந்தையாவீர்கள். மாபெரும் தலைவரே! தங்கள் ரகசியத்தின் ஆழத்தை எந்தத் தெய்வமும் அறியவில்லை. தந்தையே! தாங்கள் எல்லாச் சக்திகளையும் படைத்தவர். வானத்தின் செல்வத்திற்கும், நிலத்தின் செல்வத்திற்கும் தாங்களே காரணகர்த்தர்; தங்கள் ஆளுகை மீற முடியாதது. தாங்களே குளிர்ச்சியையும், வெப்பத்தையும் அளிப்பவர். எல்லா உயிர்கள் மேலும் ஆட்சி செலுத்துவதும் தாங்களே! தங்களைப் போன்ற தெய்வம் வேறு யார்? வானத்தில் மகிமை நிறைந்தவர் யார்? தாங்கள்தான்! நிலத்தில் மகிமை நிறைந்தவர் யார்? தாங்களேதான்! தேவலோகத்தில் தங்கள் குரலைக் கேட்டதுமே தேவர்கள் பூமியின் மீது விழுந்து படுகிறார்கள். பூமியில் அதன் எதிரொலியைக் கேட்டதுமே நில தேவதைகள் மண்ணிலே புரளுகிறார்கள். கடவுளே! நிலவுலகிலும் தேவலோகத்திலும் தங்களுக்கு ஈடிணையானவர் எவருமே இல்லை."

(II) கிரேக்கம்: பழங்காலத்து கிரேக்கர்களின் சமுதாய, அரசியல் அமைப்புகள் அவர்களது கடவுள்களில் கலந்திருந்தன. ஜேவுஸ் தெய்வங்களின் தந்தையாவார். தெமேதர் உழவுத்தேவியாவாள். ஹெர்மஸ் வணிகத் தெய்வமும், ஹெலியஸ் (சூரியன்) தொழில்களுக்கு அதிபதியாவார்கள். கி.மு. ஐந்தாம் நூற்றாண்டில் கிரேக்கத்தின் முக்கிய நகரான ஏதென்ஸ் வளர்ச்சியின் சிகரத்திலிருந்தது. அது உலகத்தின் வணிகக் கேத்திரமாகத் திகழ்ந்தது. அங்கிருந்த வணிகர்களின் ஜனநாயக அமைப்பிலே அந்நகரின் அரசாட்சி இருந்தது. அங்கே ஆண்களையும், பெண்களையும் விற்பதும், வாங்குவதும் சகஜமாக இருந்தது. சொல்லப்போனால், ஏதென்ஸ் நகரில் செல்வச் செழிப்பே அடிமை முறையை, அடிப்படையாகக் கொண்டிருந்தது. அடிமை முறை அங்கே சட்டபூர்வமானதாகவும் விளங்கி வந்தது. இந்த ஆண்டான்-அடிமை, சமுதாய அமைப்பைப் பாதுகாக்க மதம் எவ்வளவு அவசியமாக இருந்ததென்பது அக்காலத்திய கவிஞரான ஸோஃபோகலின் கீழ்க்காணும் கூற்றால் புரிகிறது: "மதம் இல்லையென்றால் உலகம் முழுவதுமே அழிந்து விடும். ஏனெனில் எல்லாச் சம்பிரதாயங்களும், அரசியல் அமைப்புகளும் தெய்வங்களின் விருப்பத்தைச் சார்ந்திருக்கின்றன." அக்காலத்தில் பதவியிலிருந்து விரட்டப்பட்ட குறுநில

மன்னர்களும், அவர்களுடைய நண்பர்களும், பரிவாரங்களும் அக்காலத்திய மத அமைப்பினை எதிர்த்து வந்தனர். ஏனெனில் இவ்வெதிர்ப்பின் மூலம் அவர்கள் ஆளும் வர்க்கத்தை எதிர்த்தார்கள். சாக்ரடீஸ் தேவர்களை நிந்தனை செய்து 'இக்குற்றமே' செய்தார். அதற்குத் தண்டனையாக ஏதென்ஸ் வணிக ஆட்சியாளர்கள் அவருக்கு நஞ்சுக் கோப்பையைப் பரிசாக வழங்கினார்கள்.

(III) புராதன ஸ்லாவ் நாடு: ருஷ்யா, பல்கேரிய இனங்களில்- புராதன ஸ்லாவ் மக்களில்- அக்காலத்தின் சமுதாய நிலைமையைப் பொறுத்தே கடவுள் பற்றிய கற்பனை செய்தனர். தந்தை வழிபாடு, இனத்தெய்வங்களையும், குடும்ப தேவதைகளையும், தொழில் சம்பந்தப்பட்ட கடவுள்களையும் வழிபடுவது ஆகியவை அவர்களுடைய மத உருவங்களாகும். போர்வீரர்களின், வியாபாரிகளின் அன்பிற்குரியவரும், இடி - மின்னல் தெய்வமுமான பெருன் வேதகால ஆரியர்களின் இந்திரனைப் போலவே, அங்கே பிரதான இடம் வகித்து வந்தார். அவரது தேவலோகத்தில் உள்ள எல்லா மாளிகைகளும் இறந்த குறுநில மன்னர்களுக்காகவும், அவர்களது அவையோருக்காகவும் முன்னதாகவே பதிவு செய்யப்பட்டிருந்தன. அங்கேயும் பூலோகத்தைப் போலவே, சாதாரண மக்கள் அம்மாளிகைகளை, கூட கோபுரங்களைக் கண்ணெடுத்தும் பார்க்க முடியாது. இந்துக்களின் புராணங்களிலும், மற்ற மத நூல்களிலும் தேவலோகத்தைப்பற்றி வரும் இடங்களிலெல்லாம் அங்குச் சாதாரண மக்கள் வராமல் மிக கவனம் செலுத்தப்பட்டுள்ளது. பிற்காலத்தில் ஸ்லாவ் மக்களின் மதத்திற்குப் பதிலாக அங்கே கிருஸ்துவ மதம் பரவியதும், ஸ்லாவ் நிலப்பிரபுக்கள் அதை வளர்ப்பதில் மிகுந்த உற்சாகம் காட்டினர். அதற்குப்பின்னர் அவர்களுடைய வழித்தோன்றல்களே ருஷ்யாவில் ஜார் பேரரசை நிறுவினர். இப்பொழுது ருஷ்ய சர்ச் (மதம்) ஜாரின் அரசவையிலேயே தனது தேவர்களின் பட்டியலைத் தயாரித்தது. அப்பட்டியலில் ஜாரே கடவுள்; ஜாரினாவே கடவுளின் அன்னையான மரியம்; புனித நிகோலோ போன்ற முனிவர்கள் ஜாரின் அரசவையினரும், அமைச்சர்களும்; புனித மிக்காயில் (தேவதூதர் என்னும் தேவபடைத் தளபதி ஜாரின் படைத்தளபதி. ருஷ்ய மொழியில் கடவுளை 'கஸ்பத்' என்கின்றனர். எஜமானரை 'கஸ்பதின்' என்று சொல்கின்றனர். கடவுள் 'பக்' என்றும், செல்வம் 'பகஸ்த்வ' என்றும் சொல்லப்படுகின்றன. சமஸ்கிருதமும், இந்து தெய்வங்களையும் அறிந்தவர்களுக்கு இவ்விஷயத்தில் வியப்பு ஏற்படாது. ஏனெனில் வேத காலத்து ஆரியர்களுக்கு மிக அருகில் இருந்த ஐரோப்பியர் இந்த ஸ்லாவ் இனத்தினரே! அவர்களின் சந்ததியினரே இன்றைய ருஷ்யர்! சமஸ்கிருத இலக்கண வல்லுநரான 'பாணினி'யின் காலத்தில்

(கி.மு. 400) 'ஈசுவரன்' என்னும் சொல் அரசனுக்குப் பதிலாகப் பயன்படுத்தப்பட்டது. குப்த மன்னர் காலத்தில் (கி.பி. 400-600) தாமிரப் பத்திரங்களிலும், கல்வெட்டுகளிலும் அரசனுக்குரிய விருதுகளில் 'பரமேசுவரன்' என்பதும் சேர்ந்திருந்தது. 'செல்வம்' (கடவுள் தன்மை) என்னும் சொல் இன்றும் 'தேவலோக'த்திலும் மானிட உலகத்திலும் அதே பொருளில் வருகிறது.

புராதன மனித சமுதாயத்தின் தேவர்கள் மனிதர்களைப் போலவே மாமிசத்தையும், ரத்தத்தையும் உண்டார்கள். மதுவைக் குடித்தார்கள், ஆடிப்பாடினார்கள். "மனிதர்கள் சாப்பிடும் உணவையே அவர்களுடைய தேவர்களும் சாப்பிடுகின்றனர்" என்று 'பவுத்த ஜாதகக் கதைகளி'லும் கூறப்பட்டுள்ளது. வேத காலத்திய ஆரியர்கள் பசுவைக் கொன்று, அதன் மாமிசத்தைத் தீயில் 'ஸ்வாஹா, ஸ்வாஹா' என்று போடும் போது, அப்பசுவை மீண்டும் உயிர்ப்பிப்பதற்காக அப்படிச் செய்யவில்லை; தமது உணவு தேவர்களுக்குக் கிடைக்கச் செய்வதற் காகவே அப்படிச் செய்தனர். ஆகவே கடவுளர்கள் உண்பதிலும்-குடிப்பதிலும், ஆடுவதிலும்- பாடுவதிலும் மட்டுமல்ல, நன்னடத்தை யிலும், துர்நடத்தையிலும் கூட மனிதர்களின் பிரதிநிதிகளாகவே இருந்தனர். எந்த ஓர் இனத்தின் தெய்வக்கதைகளிலிருந்தும் நாம் அக்காலத்திய மனித சமுதாயத்தின் சிறப்புக்களைப் புரிந்து கொள்ளலாம். நமது நாட்டின் கவுதம முனிவரின் மனைவியான அகலிகையிடம் இந்திரன் தகாத முறையில் நடந்து கொண்ட கதை மிகவும் புகழ்பெற்றது. அதற்கு அகலிகையும் ஒத்துழைத்திருக்கலாம்; இல்லாவிட்டால் முனிவர் அவளுக்கு சாபமிட்டிருக்க மாட்டார். இன்று இந்திரனுக்கு முக்கியத்துவம் ஒன்றும் கிடையாது; ஆனால் அன்று இந்திரன் தேவர்களுக்கெல்லாம் அரசராக- தேவாதிராஜனாக-இருந்தாரென்பதை நினைவிருத்திக் கொள்ள வேண்டும். விஷ்ணு, சிவன், பிரம்மா போன்றவர்களையும் அக்காலத்தில் முக்கியமானவர் களாகக் கருதவில்லை. நமது இந்திரக் கடவுள் எவ்வளவோ பரவாயில்லை. அவர் அகலிகையுடன் தகாத உறவு கொண்டதோடு நின்றுவிட்டார். கிரேக்கர்களின் தெய்வத் தந்தையான 'ஜேவுஸ்' இன்னும் ஒருபடி மேலே சென்று 'கனிமேதே' என்னும் சிறுவன் மேல் ஆசை கொண்டு, அச்சிறுவனுடன் இயற்கைக்கு மாறான விபசாரம் செய்து வந்தார். அக்காலத்திய கிரேக்க மேல்தட்டு வர்க்கத்தில் இந்நோய் மிகவும் அதிகமாகப் பரவியிருந்தது. அதிலிருந்து பாவம், ஜேவுஸ் கடவுளும் தப்ப முடியவில்லை. இப்பொழுது இந்தியாவிலும் ராமரையும், கிருஷ்ணரையும் இதுபோல் சித்தரித்துக் கொண்டிருக் கின்றனர். இதுவும் அந்த மோசமான மனோநிலையின் பிரதிபலிப்பே யாகும்.

வணிகர்களின் செல்வாக்கால் தெய்வ இயலின் இன்னொரு கற்பனையும் சேர்க்கப்பட்டது. அதுதான் உருவமற்ற கடவுளின் கற்பனை. இக்கற்பனையின் ஊற்றுக் கண்ணைத் தேடிக் கொண்டே நாம் போனால், பணத்திடம் போய்ச் சேர்கிறோம், பணத்தின் உருவத்தில் ஒரு சர்வ வல்லமையுள்ள சக்தி அருள் பாலித்துக் கொண்டிருக்கிறது. அதனால் நாம் விரும்பியவைகளையெல்லாம் அடையமுடியும். இந்தப் பணம் என்னும் உருவ வழிபாட்டை மட்டுமல்லாமல், அருவ வழிபாட்டையும் ஊக்குவித்துக் கொண்டிருக் கிறது.

(IV) இந்தியா: இந்தியாவின் கடவுள்களைக் குறித்தும், மதங்களைக் குறித்தும் விரிவாகக் கூற வேண்டிய அவசியமில்லை. ஏனெனில் ஏற்கனவே பல விஷயங்களைச் சொல்லியிருக்கிறோம். இங்கே தெய்வக் கற்பனையில் ஏற்பட்ட ஓரிரு மாறுதல்களை மட்டும் குறிப்பிடுவோம். புத்தர் காலத்தில் முடியரசு, குடியரசு ஆகிய இரண்டு விதமான அரசு முறைகளும் இருந்தன. அவற்றில் குடியரசில் பிறந்தது, பொதுஉடைமை, வாழ்க்கையைப் புகழ்ந்து பேசியவராகையால் புத்தர் குடியரசு முறையின் ஆதரவாளராகத் திகழ்ந்தார். மகதப் பேரரசர் அஜாத சத்துரு லிச்சவி குடியரசிடம் பலமுறை தோற்றுப் போய் விட்டார். கடைசி முறையாக அக்குடியரசின் மீது மாபெரும் படையெடுப்பு நடத்தவிருந்த போது மகத அமைச்சருக்குப் புத்தர் கூறியதிலிருந்து மேற்கூறிய விஷயங்கள் தெரிகின்றன. இவர்கள் சம்பாஷணை 'மகா பரிநிர்வாண சூத்திரத்'தில் உள்ளது. இதில் புத்தர் லிச்சவியரை, வெற்றி கொள்ள முடியாதவர்கள் என்று குறிப்பிட விரும்புகிறார். ஆனால் அதற்காக அவர் சில முன்நிபந்தனைகளையும் விதிக்கிறார். மனித சமுதாயமும், கடவுளர் கூட்டமும் எப்படி ஒன்றைப் போல் மற்றொன்று இருக்கிறதென்பதைப் புத்தரின் கூற்றிலிருந்து தெரிந்து கொள்ளலாம். தொலைவில் லிச்சவியர் வருவதைப் பார்த்து புத்தர் பவுத்த துறவிகளிடம் சொல்கிறார்:

"பிட்சுக்களே! அங்கே பாருங்கள் லிச்சவியர் வருவதை, லிச்சவியரைக் கடவுளர்களைப் போலவே கருதுங்கள்!"

அப்பொழுது லிச்சவியரின் ஆடையணிகளைப் பற்றி சொல்லப் பட்டிருப்பதாவது: "அவர்கள் அழகான வாகனங்களில் அமர்ந்து வருகிறார்கள். நீல வண்ணத்தினர் சிலர், நீல வண்ண ஆடைகளையும், நீல அலங்காரங்களையும் அணிந்து வருகிறார்கள். மஞ்சள் நிறத்தவர் சிலர், மஞ்சள் வண்ண ஆடைகளையும், மஞ்சள் அலங்காரங்களையும் அணிந்து வருகிறார்கள்; செவ்வண்ணத்தினர் சிலர் செவ்வாடை களையும், செந்நிற அலங்காரங்களையும் அணிந்து வருகிறார்கள்."

இந்துக்களிடையே இந்திரன், வருணன் போன்ற கடவுளர்களின் செல்வாக்கு குறைந்ததற்குக் காரணம், அக்கடவுளர்களிடையே ஜனநாயகம் அளவுக்கதிகமாக இருந்ததுதான்! இதனால் இந்துக் கொடுங்கோல் மன்னர்கள் அந்த ஜனநாயகத்தை விரும்பவில்லை. புராதனக் கடவுளர்களும், குடியரசுகளும் அழிந்த பிறகு, கி.பி. மூன்றாம்-நான்காம் நூற்றாண்டுகளில் பாரசீக மன்னர்களும், குப்த அரசர்களும் இந்துப் பேரரசர்களாக மலர்ந்தபோது, புதிய தெய்வயியல்கள்-புராணங்கள்- இயற்றப்படுகின்றன. அவற்றிலிருந்து, வேதகாலத்தி லிருந்து- ஏன், அதற்கு முன்னாலிருந்தும் கூட வந்து கொண்டிருந்த தேவர்கள் பாவம், ஜாதி பகிஷ்காரம் செய்யப்படுகின்றனர். அவர்களுக்குப் பதிலாகப் பாரசீகர்களின் இஷ்ட தெய்வமான சிவனும், குப்தர்களின் இஷ்ட தெய்வமான விஷ்ணுவும் சர்வ வல்லமை யுள்ளவர்களாக ஆக்கப்படுகின்றனர். இந்தப் புதிய ஏற்பாட்டை வலுப்படுத்த நாம் பாபிலோனிய மர்துக் பற்றிக் கூறியதெல்லாம் இங்கேயும் கதைகளாகக் கற்பனை செய்யப்படுகின்றன. இந்து மதத்தை நாம் ஆழ்ந்து பரிசீலனை செய்தால் எத்தனையோ மறைந்த கடவுளர் களைக் கண்டுபிடிக்கலாம். அப்படிப்பட்டவர்களில் 'மணிபத்திரர்' என்ற கடவுள் யட்ச இனத்தைச் சேர்ந்தவர். புத்தர் காலத்திய வட இந்தியாவில் மணிபத்திரர் வலிமை நிறைந்த கடவுளாகத் திகழ்ந்தார். அக்காலத்தில் (கி.மு. 500) சிவனையும், விஷ்ணுவையும் எண்ணிப் பார்ப்பவர்களும் இல்லை. தெற்கு உத்திரப்பிரதேசத்தில் கி.மு. இரண்டாம் நூற்றாண்டைச் சேர்ந்த கற்சிலையின் பீடம் கிடைத்தது. அதன்மீது மணிபத்திரரின் பெயர் பொறிக்கப்பட்டிருக்கிறது. கி.பி. 600-ல் வாழ்ந்த சமஸ்கிருதக் கவிஞர் தண்டி தனது "தசகுமார சரிதத்"தில் மணிபத்திரயட்சரின் மகளைப் பற்றிக் குறிப்பிட்டுள்ளார். யட்சரென்பதால் அருவருப்படையாதீர்கள். 'பாலி' மொழியிலும் இந்திரனையும் யட்சரென்றே சொல்லப்பட்டிருக்கிறது. அதற்கு முன்பு உபநிஷத்திலும் யட்சர் என்னும் சொல் இதே பொருளில் வருகிறது. கடைசியாக மணிபத்திரரின் பெயர் கி.பி. ஒன்பதாம்-பத்தாம் நூற்றாண்டுகளில் காலிஞ்சர் அரசர்கள் காலத்தில் எழுதப்பட்ட நாடகங்களில் வருகிறது. பத்தாம் நூற்றாண்டுக்குப் பிந்தைய இந்தியாவில் மணிபத்திரர் இருந்த இடமே தெரியாமல் போய்விட்டது. ஆனால் திபேத்தியத் தலைநகரான லாஸாவில் பெண் துறவிகள் இல்லறத்திலுள்ளவர்களைப் பாதுகாக்க மணிபத்திரரைத் தொழுவதை நான் பார்த்திருக்கிறேன்.

4. கிழக்கிலும் மேற்கிலும் மதத்தின் எதிரொலி: மிகப் பெரும்பான்மையான இந்தியர்கள் தம்முடைய நாடு ஒன்றே மதப் பிடிப்புடையதென்றும், ஐரோப்பா முழுவதும் நாஸ்திகமாகிவிட்ட தென்றும் தவறாக எண்ணிக் கொண்டிருக்கின்றனர். இத்தவறான

எண்ணத்தை கிப்லிங், டாக்டர் ராதாகிருஷ்ணன் போன்ற நூலாசிரியர்கள் மேலும் வலுப்படுத்திக் கொண்டிருக்கின்றனர். ராதாகிருஷ்ணன் எழுதுகிறார்:

"மனிதனுக்கும், கடவுளுக்குமிடையே உள்ள முரண்பாடே மேற்கத்திய பண்பாட்டின் முக்கிய தன்மையாகும். அங்கே மனிதன் கடவுளின் ஆளுமையை எதிர்க்கிறான். அவன் மானிடத்தின் பயனுக்காகக் கடவுளிடமிருந்தே நெருப்பை (சக்தியை)த் திருடுகிறான். ஆனால் இந்தியாவில் மனிதன் கடவுளின் படைப்பாவான்" (Indian Philosophy, Vol II, p. 41)

அவர் முழு வேதாந்தியாக இருந்திருந்தால், மனிதன் கடவுளின் படைப்பென்று கூறியிருக்கமாட்டார். இதைத்தான் ஜோடிக் குதிரைச் சவாரியென்பது! இன்னும் பாருங்கள்!

"இந்தியப் பண்பாட்டின், நாகரீகத்தின் ரகசியம், அதனுடைய பிற்போக்கான பரந்த மனப்பான்மையேயாகும்." (மேற்கூறிய நூல், பக்கம் 46).

இந்தியப் பண்பாடும், நாகரீகமும் இந்துக்களில் மூன்றில் ஒரு பகுதியினரைத் தாழ்த்தப்பட்டவர்களாக்குவதில் எப்படி வெற்றி யடைந்தது? பிரம்மாவின் முகத்திலிருந்தே ஜாதி வேற்றுமைகள் தோன்றின என்றுகூறி தேசீய ஒருமைப்பாடே எப்படி ஏற்படாமல் செய்துவிட்டது? எல்லாவற்றிலும் சிறந்த மனிதனை எப்படிப் பசுவின் கால்களிலும், குரங்கின் கால்களிலும் விழச்செய்தது? பாவத்தைக் கழுவப் பசுஞ் சாணத்தையும், சிறுநீரையும் எப்படி மனிதனைக் குடிக்க வைத்தது? மனித அழுக்கையும், சிறுநீரையும் உட்கொண்டால் சித்த புருஷர்களாகும் வழிமுறையை எப்படிக் காட்டியது? பாதி எண்ணிக்கையரான பெண்களைச் சாதாரண மனித உரிமைகளையும் அளிக்காமல் எப்படி ஆண்களுக்கு அடிமையாக்கியது? ஆயிரத்தி நானூறு வருடங்கள் வரை 'உடன் கட்டை ஏறுதல்' என்னும் பெயரால், கோடிக்கணக்கான இளம் பெண்களை எப்படித் தீயிலிட்டுக் கொளுத்தியது? எழுபது வயதுக் கிழவர்களும் பச்சிளம் பெண்களைத் திருமணம் செய்துகொண்டு, அவர்களை எப்படி இளவயதிலேயே விதவைகளாக்கியது? 'உயர் குலத்தோர்' எனப்படுவோரின் குடும்பங் களில் திருட்டுத்தனமாக கருச்சிதைவுகளும், சிசுக்கொலைகளும் செய்ய எப்படி அனுமதி வழங்கியது? இத்தனையும் பார்த்தும் மனிதன் ஆத்திரமடையாமல் எப்படி அவனைச் செயலற்றவனாக்கிவிட்டது? பல்வேறு ஜாதி வேற்றுமைகளையும், குலவேறுபாடுகளையும் கடந்து

அவற்றினுள்ளே இருக்கும் கடுமையைப் பார்க்காதவாறு எப்படிச் செய்ய முடிந்தது? நன்னடத்தை, துர்நடத்தை ஆகியவற்றின் எல்லைகள் ஒன்றையொன்று தொடாதவாறு எப்படி 'விஞ்ஞான பூர்வமாக' பிரிவினை செய்ய முடிந்தது?

இதுவெல்லாம் "பிற்போக்கான பரந்த மனப்பான்மை"யினால் தான் செய்யமுடிந்தது. காரணம், "இந்தியாவில் மனிதன் கடவுளின் படைப்பாவான்."

சர் ராதாகிருஷ்ணன் போன்ற பக்தர்களும், தத்துவ மேதைகளும் பல நூற்றாண்டுகளாகச் செய்துவந்த 'திருப்பணி'யால் இன்று இந்தியா உயிரற்ற முண்டமாகிவிட்டதை நாம் ஒப்புக் கொள்ளத் தயாராயிருக்கிறோம். இவர்களைப் போன்றோருக்கு மேற்கத்திய நாடுகளில் இத்தனை வெற்றி கிட்டவில்லை. அதனாலேயே அங்கே இடையிடையே புரட்சிகள் வெடித்து வந்தன. இன்றைய ஐரோப்பா அடிமைச் சமுதாயம், நிலவுடைமை, முதலாளித்துவம் ஆகிய சமுதாய அமைப்புகளைக் கடந்து, பொதுவுடைமை அமைப்பிலே ஏறுநடை போட்டுக்கொண்டிருக்கிறது. ஆனால் இந்தியாவில் இன்றும் ஒரு சிலர் கோடிக்கணக்கான மக்களை கொடுங்கோன்மை ஆட்சிக்குட்படுத்தலா மென்று எண்ணிக் கொண்டிருக்கிறார்கள். இந்து பக்தர்களும், தத்துவ மேதைகளும் அவர்களுக்கு ஆசி வழங்கிக் கொண்டிருக்கிறார்கள். ஆனால் ஐரோப்பாவில் இப்படிப்பட்ட பக்தர்களும், தத்துவ அறிஞர்களும் இல்லையென்று கருதிவிட வேண்டாம்.

(கடவுள்): 'கடவுள்' என்னும் கருத்தையே எடுத்துக் கொள்ளுங்கள்! வரலாறு பல தவறுகளைச் செய்துகொண்டே முன்னேறுவதால், பிரபஞ்சத்தின் பின்னால் ஒரு அற்புத சக்தியெதுவும் இல்லை என்பது தெளிவாகிறது. அவ்வற்புத சக்தி திட்டமிட்டபடி ஒரு குறிப்பிட்ட பாதையில் உலகத்தை முன்னேறச் செய்வதுமில்லை. இந்த இரண்டாம் உலகப்போரின் மூன்றாம் ஆண்டில் மதப் பிரச்சாரத்திற்கு வாய்ப்பிருப் பதைக் கண்டு, மதத் தலைவர்கள் பிரார்த்தனை நாட்களைக் குறிப்பிடலாம்; ஆனால் இன்று நடந்துவரும் ரத்தக்களரியைப் பார்க்கும் போது, நல்லிதயம் படைத்த சர்வ வல்லமையுள்ள கடவுள் என்பவரே ஒருவர் இருந்திருந்தால், இக்கொடுமைகளே நிகழ்ந் திருக்காது. போரில் நிகழும் நிகழ்ச்சிகளைக் கண்டால், ஒன்று கடவுள் மிகக் கொடியவராக இருக்கவேண்டும் அல்லது கையாலாகாதவராக இருக்கவேண்டும். அப்படிப்பட்ட கடவுளை நம்புவதும், அவர் புகழ் பாடுவதையும் காட்டிலும் அவரைத் திரும்பியும் பார்க்காமலிருப்பதே மேல்!

நாம் முன்பே கூறியுள்ளதுபோல், உண்மையில் உலகம் முரண்பாடுகளிலிருந்து குணாம்ச மாறுதலின் மூலம் முன்பிருந்ததி லிருந்து நிச்சயிக்கப்படாத திசையை நோக்கி முன்னேறிச் சென்று கொண்டிருக்கிறது. இம்மாறுதலில் மனிதனுக்கும் பங்குண்டு. அவன் தன் உணர்ச்சியையும், செயல் திறனையும் பயன்படுத்தி உலக வளர்ச்சிக்குத் துணை புரிகிறான். பெருமளவில் காரணப் பொருட் களைக் கட்டுப்படுத்துவதில் வெற்றியடைகிறான். அதன்மூலம் மாறுதலின் திசையையும், வாய்ப்பினையும் தனக்கு அனுகூலமாக அமைத்துக் கொள்வதில் வெற்றி பெறுகிறான். எல்லாவற்றையும் கடவுளிடம் ஒப்படைத்து விடுவதே புத்திசாலித்தனம் என்று கருதுமளவிற்கு மனிதன் ஒரு காலத்தில் கடவுள் எண்ணத்தால் கவரப்பட்டான். ஆனால் தர்க்கத்தின், அறிவின் அடி விழுந்ததும் மத்தியகால ஐரோப்பா அல்லது இந்தியாவைச் சேர்ந்த தர்க்க வியலாளர்கள் ஒவ்வொரு காரியத்துக்கும் பின்னால் ஒரு காரணத்தைத் தேட முற்பட்டனர். என்றுமே முடிவுறாத காரணப் பரம்பரையை ஒப்புக் கொள்வதற்குப் பதிலாக அவர்கள் ஒரு 'பரமகாரண'மான கடவுளிடம் வந்து நின்றுவிட்டனர். கடவுளுக்குப் பின்னாலுள்ள காரணத்தையும் எவராவது கேட்கத் துணிந்தால், சாஸ்திர சர்ச்சையில் கார்க்கி, யாக்ஞவல்கியரை இப்படிப்பட்ட கேள்வி கேட்டபோது, அவர் கார்க்கியை 'உன் தலை உருண்டு விடுமெ'ன்று பயமுறுத்தியதைப் போலவே, மற்றவர்களும் கேள்வி கேட்பவர்களைப் பயமுறுத்திக் கொண்டிருந்தனர். ஆனால் நாம் ஏற்கனவே சொன்னதைப் போல, எந்த ஒரு காரியமும் ஒரேயொரு காரணத்தால் நிகழ்வதில்லை; அதன் பின்னால் பல காரணங்கள் இருக்கும். அந்த நிலையில் காரண- காரிய விதியால் ஒரேயொரு காரணத்தையல்ல, பல காரணங்களை அடைகிறோம். அப்படியென்றால் அங்கே கடவுள் இருக்கிறார் என்பதற்கு என்ன வாய்ப்பிருக்கிறது?

சொல்லும், செயலும் இணைவது குறித்து நாம் கூறிவந்துள்ளோம். அறிவில் சிறந்த அறிஞர்கள் உலகத்தில் எத்தனையோ பேர் இருக்கலாம். ஆனால் அவர்களில் பலருடைய செயல் அறிவுடன் தொடர்பு கொண்டிருப்பதில்லை. எடுத்துக்காட்டாக இங்கே எனது மதிப்பிற்குரிய நண்பர் டாக்டர் காமதா பிரசாத் ஜாய்ஸவால் அவர்களையே எடுத்துக்கொள்வோம். அவர் வரலாற்றுத் தத்துவ மேதையாக இருப்பதால் கடவுளை நம்புவதில்லை; ஆனால் ஜோதிடத்தை மிக அதிகமாக நம்புகிறார். ஜோதிடர்களுக்கு அவர் பெருமதிப்பளிக் கிறார். அவருடன் விவாதித்தால் ஒரு பொதுவுடைமை சமுதாய அமைப்பில் வேலையில்லாத் திண்டாட்டம் இருக்காது, பசி பட்டினி இருக்காது, நாளைப்பற்றிய கவலை இருக்காது, குழந்தைகளின்

எதிர்காலத்தைப் பற்றிய அச்சம் இருக்காது, ஆகவே அந்த சமுதாயத்தில் ஜோதிடம், ஆருடம் போன்றவைகளை நம்பிச் செல்பவர்கள் இருக்க மாட்டார்களென்பதையும் அவர் ஒப்புக்கொள்கிறார். ஜாய்ஸவால் அவர்களில் கூர்மையான அறிவு விளங்காத எத்தனையோ சரித்திர ரகசியங்களைப் புரிய வைத்துள்ளது. ஆனால் ஜோதிடம் விஷயத்தில் அவருடைய அறிவு வளராமலேயே போய் விட்டது. ஆகவே இது விஷயத்தில் நாம் மிக எச்சரிக்கையாக இருக்கவேண்டும். இந்த நூற்றாண்டின் துவக்கத்தில் பிரான்ஸில் வாழ்ந்திருந்த புகழ்பெற்ற கணித அறிஞரான எமில் ஃப்லிமோரியன்கூட கைரேகை முதலிய மூடநம்பிக்கைகளுக்குப் பலியாகியிருக்கிறார். அவரைப் போலவே விஞ்ஞானத்தில் நோபல் பரிசுபெற்ற சர் ஆலிவர் லாட்ஜ் தன் மகன் இறந்த வேதனையில் துயருற்று 'செத்தவர்களுடன் பேசும் கலை' என்னும் வலையில் விழுந்திருந்தார். 'பாலி' மொழியிலும், பவுத்த மதத்திலும் புகழ்பெற்ற அறிஞராக விளங்கிய திருமதி ரீஸ்டேவிஸின் நிலைமையும் இப்படித்தான் ஆயிற்று. சென்ற உலகப் போரில் அவருடைய மகன் கொல்லப்பட்டதிலிருந்து, அவர் தமது ஆராய்ச்சிப் பணிகளிலும், பழைய நூல்களைப் பதிப்பிப்பதிலும் கூட 'பேய்'களின் உதவியை நாட ஆரம்பித்துவிட்டார்.

ஒரு பக்கம் மெத்தப் படித்த மேதாவித்தனம்- மறுபக்கம் மூடத்தனத்தின் பயங்கர இருள்- இப்படிப்பட்ட உதாரணங்கள் நூற்றுக்கணக்கில் தேறும். 'புவிஈர்ப்புச் சக்தி'யைக் கண்டுபிடித்த சர் ஐஸக் நியூட்டன் (கி.பி.1642-1727) ஒரு யுக புருஷரான அறிஞர் என்பதில் ஐயமில்லை. கணிதத்திலும், இயந்திர இயலிலும் தமக்கிருந்த ஆழ்ந்த அறிவால் அவர் 'புவிஈர்ப்புச் சக்தி' என்னும் சித்தாந்தத்தைக் கண்டுபிடித்தார். நியூட்டன் தமது அறிவால் பிரபஞ்சத்தின் விதிகளை விளக்கித் தனது தலைவிதியை நிர்ணயிப்பவனாக மனிதனைத் தயார் செய்ய விரும்பினார்; ஆனால் மறுபக்கம் அதே நியூட்டன் 'பைபிளி'ல் தேவதூதரான டேனியல் கூறிய எதிர்காலம் பற்றிய வாசகங்கள் எப்பொழுது உண்மையாகப் போகின்றனவென்று கணக்குகள் போட்டு வீணாகக் குழப்பிக் கொண்டிருந்தார்.

உலகத்தில் இப்படிப்பட்ட முரண்பாடுகளைக் கண்டு நாம் எவ்வளவு எச்சரிக்கையாக இருக்க வேண்டுமென்பதை நீங்கள் புரிந்து கொண்டிருப்பீர்கள். குறிப்பாக கல்லூரிகளிலும், ஆராய்ச்சிச் சாலைகளிலும் சிலர் அறிவுள்ளவர்களாகவே நடந்து கொள்கிறார்கள்; ஆனால் சில நேரங்களில் என்ன செய்கிறோமென்பது அவர்களுக்கே தெரியாது. அப்படிப்பட்ட 'அறிஞர்கள்' ஒரு காலை இருபதாம் நூற்றாண்டிலும், இன்னொரு காலை கடந்த காலத்திலும் நிலையாக

நிறுத்தப் பார்க்கின்றனர். இப்படி கடந்த கால மூடநம்பிக்கைகளை ஆதரிப்பதின் மூலம் மோசமான பழைய சமுதாய அமைப்பினை ஆதரிக்கிறோமென்பது அவர்களுக்குத் தெரியவில்லை. அந்தப் புராதன சமுதாயத்தின் சுவடுகள் இன்னும் இந்தியச் சமுதாயத்தில் ஆதிக்கம் வகிக்கின்றன. அதனாலேயே இந்தியர்களில் பெரும்பாலோர் சுரண்டலுக்கும், அடிமைத்தனத்திற்கும், சமூகப் பின்னிலைக்கும் உட்பட்டு மனிதத் தன்மையையே இழந்துள்ளார்கள். புதுமைக் கருத்துக்கள் கொண்ட இங்கிலாந்தைச் சேர்ந்த திறமையாளரான பேராசிரியர் ஒருவர் கூறுகிறார்:

"விஞ்ஞான உலகைச் சேர்ந்த தலைவர்கள் சிலர் சிறந்த விஞ்ஞான சாதனங்களை உண்டாக்கிக் கொண்டிருக்கிறார்கள். அவற்றின் உதவியால் மனித வர்க்கத்திற்கு ஒரு உயர்ந்த சமுதாயத்தை உருவாக்கித் தரமுடியும். ஆனால் அவர்கள் அந்தப் பாதையில் செல்லாமல், மக்களை ஒரு தவறான பாதையில் கொண்டு செல்கின்றனர். விஞ்ஞான வளர்ச்சி அடையாத முற்காலத்திய தத்துவமான 'உலகம் பொய்யானது, இயற்கைக்கு அடிப்படை உண்மை நிலையல்ல' என்பதையே இவ்விஞ்ஞானிகள் உரக்கக் கூவிக்கொண்டிருக்கின்றனர். விஞ்ஞானத் துறையில் தமக்குள்ள முக்கிய இடத்தைப் பயன்படுத்திக் கொண்டு அவர்கள், உலகம் கணிதமயமான கடவுளின் உள்ளத்திலுள்ள மாயையின் அடையாளச் சின்னம் மட்டுமே என்று பிரசாரம் செய்கின்றனர். நம்மில் சமூகப் பிரக்ஞையுள்ளவர்களுக்கு; விஞ்ஞானத்தின் துணையைக் கொண்டு வறுமையையும், வேலை யில்லாத் திண்டாட்டத்தையும், துன்ப துயரங்களையும், மற்றொரு உலகப் போருக்கான தயாரிப்புக்களையும் ஒழிக்க முடியுமென்று நம்புகிறவர்களுக்கு இந்தக் கிழட்டு விஞ்ஞானிகளின் சேஷ்டைகள் சகித்துக் கொள்ள முடியாதவைகளாக இருக்கின்றன. இவர்களுடைய சவாலை ஏற்றுக்கொள்ளாமல் இருக்கமுடியாது" (A Philosophy for A Modern Man by H. Levy, London, 1938, p. 165)

இங்கிலாந்தில் அங்குள்ள சுரண்டல் பிரபு வர்க்கத்தைப் பாதுகாக்க சர் ஆர்தர் எடிங்டன் போன்ற விஞ்ஞானிகள் முயல்வதைப் போலவே, இந்தியாவிலும் சர் ராதாகிருஷ்ணன் போன்றவர்கள் இங்குள்ள சுரண்டல் கூட்டத்தைப் பாதுகாக்கப் படாத பாடுபட்டுக் கொண்டிருக்கின்றனர். கிழக்கிலும், மேற்கிலுமுள்ள இப்படிப்பட்ட 'மேதாவிகள்' கி.மு. ஐந்தாம் நூற்றாண்டைச் சேர்ந்த கிரேக்கக் கவிஞரான ஸோஃபோகலின் இக்கூற்றை எப்பொழுதுமே நினைவிலிருத்திக் கொண்டிருக்கிறார்கள் போலும்!

"மதம் அழிந்துவிட்டால் உலகம் முழுவதும் அழிந்துவிடும். ஏனெனில் மனிதர்களின் பழக்க வழக்கங்களும், அரசியல் அமைப்புகளும் கடவுளர்களும் விருப்பங்களையே சார்ந்திருக்கின்றன."

5. ஜீவன் முதுமையும், மரணமும் இல்லாதது: ஜீவன் உடலிலிருந்து வேறுபட்ட முதுமையும், மரணமும் இல்லாத ஒரு சக்தி என்பதை ஒரு நிரூபிக்கப்பட்ட உண்மையாக இந்தியாவிலுள்ள பலரும் கருதுகின்றனர். காட்டு மனிதர்களும், அறிவு வளர்ச்சியில் பின்தங்கியவர்களும், ஜீவனை உடலிலிருந்து வேறானதாக எண்ணுவதில்லை. திபேத்திய ஊர்சுற்றி இனத்தவர்களும், மத்திய பிரதேசக் காடுகளில் வாழும் ஆதிவாசிகளும் தம்மைப் புகைப்படம் எடுக்க விடுவதில்லை. காரணம், புகைப்படம் உடலைப் போன்ற தென்றும், அதில் தமது உடலின் (ஆத்மாவின்) ஒரு பகுதி சென்று விடுகிறதென்றும் அதனால் ஆயுள் குறைந்து விடுகிறதென்றும் அவர்கள் கருதுகின்றனர். ஜீவன் முதுமையும், மரணமும் இல்லாதது என்னும் கருத்து முதன் முதலில் எகிப்தில் இருந்ததாகத் தெரிகிறது. ஆனால் எகிப்தில் இருந்தே இக்கருத்து மற்ற இடங்களுக்குப் பரவியது என்பது இதன் பொருளல்ல. அப்படிப்பட்ட நிலைமைகளில் மற்ற இடங்களிலும் அக்கருத்து தோன்றலாம். எகிப்திலும் அரசர்களிடமிருந்து இக்கருத்து தோன்றியதாகத் தெரிகிறது. எகிப்தில் ஃபாரோ மன்னர்களின் சவங்களைப் பாதுகாக்கச் செய்யப்பட்டளவு முயற்சிகள் உலகில் வேறெங்குமே செய்யப்படவில்லை. நான்காயிரம் வருடங்களுக்குப் பிறகும் கெட்டுப்போகாத சவங்கள் எகிப்தில் கிடைத்தன. அந்த அளவிற்கு எகிப்தியர் சவங்கள் அழுகாமலிருப்பதற்கான வகையில் ரசாயனப் பொருள்களைக் கண்டுபிடித்தனர். சவங்களைப் பத்திரமாக வைத்திருக்க அவர்கள் 'பிரமிட்'கள் என்னும் கல்லறைகளை நிர்மாணித்தனர். அவை இன்றும் உலக அதிசயங்களில் ஒன்றாக விளங்குகின்றன. இப் 'பிரமிட்'களைக் கட்டுவிக்க நாட்டின் மிகப்பெரும் செல்வமும், உழைப்பும் செலவிடப்பட்டு வந்தது. இதற்காக அடிமைகளும், சாதாரண மக்களும் எப்படிப்பட்ட இன்னல்களை அனுபவித்துக் கொண்டிருந்திருப்பார்கள் என்பதை நாம் ஊகிக்க முடியும். புராதன எகிப்தியர்களால் ஆன்மாவை உடலிலிருந்து வேறுபடுத்தவே இயலவில்லை. அதனாலேயே அவர்கள் ஜீவனை முதுமையும், மரணமும் இல்லாததாக்க முயன்றதுடன், உடலைப் பாதுகாக்க வேண்டிய அவசியமும் ஏற்பட்டது.

புராதன ஐரோப்பியரும் இந்துக்களும், ஆன்மா உடலிலிருந்து வேறுபட்டதென்று ஆழமாக நம்பிக் கொண்டிருந்தனர். இதனாலேயே அவர்கள் இறந்த பின்னர் உடலை வீணென்று எண்ணி எரித்துவிடும்

பழக்கத்தை ஆரம்பித்தனர். ரசாயனப் பொருள்களைத் தடவாமல் பிணங்களைப் பூமிக்கடியில் புதைக்கும் வழக்கமுடைய இனத்தவர்களுக்கு, கடவுளவையில் இறுதி விசாரணை நாளன்று அழுகிப் போன- கருகிப்போன சவங்களும் உயிர்த்தெழுமென்ற நம்பிக்கை உற்சாகமளித்தது.

பிளாட்டோ ஆன்மாவை மூன்று பிரிவாக்கினார்: (1) பகுத்தறிவுப் பிரிவு; இதன் வெளிப்பாடு அறிவாகும். (2) ஆன்மீகப் பிரிவு: இதன் வெளிப்பாடுகள் வீரம், துணிவு ஆகியவைகளாகும். இவற்றுடன் அறிவுக்கு எவ்விதத் தொடர்புமில்லை. (3) தாராள அல்லது ஸ்தூலப் பிரிவு: மோகமும், பகைமையும் இப்பிரிவுடன் தொடர்புள்ளவை. பிளாட்டோ இம்மூன்று ஆன்மப் பிரிவுகளையும் வரிசையாக மனிதனுடனும், சிங்கத்துடனும், பல தலை அரக்கனுடனும் ஒப்பிட்டார்.

ஏறக்குறைய பிளாட்டோவின் காலத்திலேயே (கி.மு. 427-347) இந்தியாவில் 'மாண்டூக்ய உபநிஷத்' ஆசிரியரும் ஜீவன் மூன்று உருவங்களுடையதாகக் கருதினார்: (1) விழிப்பு நிலையில் ஸ்தூலமான உணவை உட்கொள்ளும் வைஷ்வானர்; (2) கனவு நிலையில் தேஜஸ்; (3) ஆழ்ந்த உறக்க நிலையில் ஆனந்தம் அனுபவிக்கும் பிராக்ஞ.

ஃபிராயிடும் பிளாட்டோவின் செல்வாக்குக்குட்பட்டு ஆன்மாவின் மூன்று உருவங்களைத் தெரிவித்தார்: (1) இட்- அறிவுடன் தொடர்பில்லாத மூர்ச்சை நிலையிலுள்ள ஆன்மா, இது உடல் சம்பந்தப்பட்ட கோரிக்கை அல்லது கேளிக்கை வாழ்க்கையுடன் தொடர்புடையது; (2) ஈகோ (அகங்காரம்) - அல்லது ஆன்மாவின் முழு விழிப்புடைய பகுதி, இது பெரும்பாலும் அறிவுடன் கூடியது. இதுவே உடலுடனும், வெளியுலகத்துடனும் தொடர்பேற்படுத்துகிறது; (3) பரம ஈகோ (பரம அகங்காரம்) - இது பெரும்பகுதி செயலற்ற உள் நிலையாகும். இதற்குள் நீண்ட கால உணர்வுகளும், பழக்க வழக்கங்களும் அடங்கியுள்ளன.

இவை தவிர, ஆன்மாவுடன் தொடர்புடைய வேறு எத்தனையோ மனங்கள் உள்ளன. சிலர் (இந்துக்கள்) ஆன்மாவைப் புராதனமானதென்றும், எல்லையற்றதென்றும் கருதுகின்றனர். இஸ்லாமியரும், யூதரும் ஆன்மாவை புதியதென்றும், எல்லையற்றதென்றும் நினைக்கின்றனர். வேறு பலர் ஒவ்வொரு ஆன்மாவும் (ஜீவனும்) நீதி இயலைப்போல எங்கும் பரவியிருப்பதாகக் கருதுகின்றனர். பாதராயணர், இராமானுஜர், தயானந்தர் போன்றோர் ஆன்மா அணுவைப் போன்றதென்றும், ஜைனர்கள் யானையின் உடலுக்குள் யானை அளவு ஆன்மா இருக்குமென்றும், எறும்பின் உடலில் அது

எறும்பளவு ஆகிவிடுமென்றும் எண்ணுகின்றனர். பவுத்தர்களைப் போன்ற வேறு சில தத்துவாளர்கள் ஆன்மாவையே ஒப்புக் கொள்ளாமல், தம்மை அனாத்மவாதிகளென்று பிரகடனப்படுத்து கின்றனர்; என்றாலும் ஒரு விதமான மறுபிறவியையும், மறு உலகத்தையும் ஒப்புக்கொள்கின்றனர்.

இந்திய நிலவுடைமை ஆட்சியாளர்கள் மண்ணுலகிலுள்ள வறுமையையும், ஏற்றத் தாழ்வுகளையும், சுரண்டுபவர்- சுரண்டப் படுபவர்களின் வித்தியாசத்தையும், தமது ஆதிக்கத்தையும் அப்படியே பாதுகாத்துக் கொள்ள எவ்விதம் வேதங்கள் கூறிய மறு உலகம் போதுமானதல்லவென்று எண்ணி, சுரண்டலுக்குப் பலியான மக்களுக்காக 'மறுபிறவி' என்னும் வலையைத் தயாரித்தனர், அதை உபநிஷத்துகளின் ரிஷிகளும், பிற்கால மதாசாரியர்களும் வலுப் படுத்தினர் என்பது குறித்து நாம் "வால்காவிலிருந்து கங்கை வரை" நூலில் வரும் பிரவகண் கதையில் விவரித்துள்ளோம். இன்று ஆங்காங்கே முற்பிறவியை நினைவு வைத்திருக்கும் எத்தனையோ சிறுவர்களைப் பற்றிக் கதை கதையாகச் சொல்லப்படுகிறது. முற்பிறவியில் செய்ததற்குப் பயனாக இப்பிறவியில் உழைக்காமலே செல்வத்தை அனுபவித்துக் கொண்டிருப்பவர்கள் இப்படிப்பட்ட 'கதை'களை ஏன் கட்டிவிடமாட்டார்கள்? தமது செல்வத்தையும், ஆதிக்கத்தையும் ஆதரிக்க அவர்களுக்கு இது ஒரு நல்ல வாய்ப்பல்லவா! வேறு பலர் இதைப் பணம் பண்ண ஒரு நல்ல வழியாகக் கருதியிருக் கின்றனர். ஓரோர் சமயம் சில விசித்திர நிகழ்ச்சிகள் நிகழுகின்றன. அவை குறித்து விஞ்ஞான பூர்வமான ஆராய்ச்சிகள் நடத்தப் படாமையால், அந்நிகழ்ச்சிகளுக்குத் தவறான பொருள் கொள்ளப் படுகிறது. எனது நண்பரொருவரின் மனைவி தனது மகள் அதற்கு முன்பு இறந்துபோன தனது அன்னையைப் பற்றிய விஷயங்களைக் கூறுகிறாளென்று என்னிடம் சொன்னார். அவர்களுடைய வீட்டில் பெண்குழந்தைகள் பலபேர் இருக்கிறார்கள்; ஆனால் ஆண் குழந்தை எவருமில்லை. அந்தப் பையன் சில ஆண்டுகள் மட்டுமே வாழ்ந்திருந்து இறந்து விட்டான். "பெண் குழந்தை வயிற்றிலிருக்கும் போது அந்த ஆண் குழந்தை அடிக்கடி ஞாபகம் வந்து கொண்டிருந்தானா?" என்று நான் அவ்வம்மையாரைக் கேட்டேன். "ஞாபகம் மட்டுமா? ஆண் குழந்தையே பிறக்கவேண்டுமென்றும் நான் விரும்பிக் கொண்டிருந்தேன்" என்று அவர் கூறினார். வயிற்றில் கரு வளரும்போதும், ஆண்-பெண் இணையும் போதும் 'க்ரோமோஸோமி'லுள்ள 'ஜேனஸி'ல் (தந்தை விந்தில்) இப்படிப்பட்ட ஏதாவதொரு உணர்வைப் புகுத்த முடியுமா?

வம்ச பரம்பரையைக் கொண்டுவருவது இந்த 'ஜேனஸ்'தான்! இதைப்பற்றிய ஆராய்ச்சி கடந்த இருபது ஆண்டுகளாகத்தான் துவங்கியிருக்கிறது. பெண்ணுக்குள் உள்ள கருமுட்டையும், ஆணின் விந்து அணுவும் மிக மிக சூட்சுமமாக இருப்பதால் விஞ்ஞானிகள் ஆராய்ச்சி செய்ய மிக சிரமப்படுகின்றனர்.

மறுபிறவியைக் குறித்து பலத்த நம்பிக்கை கொண்ட குடும்பங் களிலேயே முற்பிறவியை நினைவு வைத்துக் கொண்டிருக்கும் சிறுவர்கள் தோன்றுகிறார்களென்பதும் இங்கே குறிப்பிடத்தக்கதாகும்.

மறுபிறவியைப் பல மதங்கள் ஒப்புக்கொள்ளாவிட்டாலும், சாஸ்வத ஆன்மாவைப் பெரும்பாலான மதங்கள் ஏற்றுக்கொள்கின்றன. எனினும் ஆன்மா குறித்து எல்லாமும் ஒரே மாதிரியாகச் சொல்வ தில்லை என்பது உண்மையே! ஆனால் ஒரு விஷயத்தில் மட்டுமே எல்லா மதங்களும் ஏறக்குறைய ஒன்றுபட்டிருக்கின்றன: அது, எதார்த்த உலகிலிருந்தும், சமூக அநீதியிலிருந்தும் மக்களின் கவனத்தைத் திசை திருப்புவதுதான்! உடல்- ஆன்மா என்னும் உதாரணம் தந்து வர்க்க ஏற்றத் தாழ்வுகளை சமுதாயத்தில் நிலை நிறுத்துவதே இம்மதங்களின் முக்கிய நோக்கமாகும். ஆகவே புகழ் பெற்ற விஞ்ஞானி ஹால்டேன் கூறியதுபோல் நாம் எச்சரிக்கையாக இருக்கவேண்டும்.

"ஆன்மாவின் சிரஞ்சீவித் தன்மையை நம்புகிறவர்களும் அந்தச் சித்தாந்தம் வாழ்வதின், சாவதின் மீதே வலிமை பொருந்திய வர்க்கத்தின் நலன்கள் வாழ்வதும், சாவதும் செய்கின்றன என்பதை ஒப்புக் கொள்வார்கள். பெரும்பாலும் உணர்ச்சியினாலும், சமூக நிர்ப்பந்தத் தினாலுமே இச்சித்தாந்தம் நம்பப்படுகிறது" (The Marxist Philosophy and the Sciences, p. 130)

(ங) சம்பிரதாயங்கள்- சடங்குகள்

மதாசாரியர்கள் விஞ்ஞான லோகாயத வாதிகளைச் சம்பிரதாயங் களின் பகைவர்கள் என்று குற்றஞ் சாட்டுகின்றனர். இதற்குப் பதிலளிக்கும் வகையில் லெனின் எழுதியதாவது:

"பொதுவுடைமை வாதிகள் எல்லாவிதமான நன்னடத்தை களையும், நல்ல சம்பிரதாயங்களையும் நிராகரிக்கின்றனர் என்று சாதாரணமாக முதலாளிகள் கூறுகிறார்கள். உண்மை விஷயத்தைக் குழப்புவதற்கு அவர்கள் கையாளும் தந்திரம் இது. இப்படிக் கூறுவதின் மூலம் அவர்கள் தொழிலாளர்- விவசாயிகளின் கண்களில் மண்ணைத் தூவ விரும்புகின்றனர். எந்த அர்த்தத்தில் நாம்

சம்பிரதாயங்களையும், சடங்குகளையும் எதிர்க்கிறோம்? இவற்றை யெல்லாம் கடவுள் அமைத்தார் என்பதையே நாம் எதிர்க்கிறோம்" (Lenin on Religion).

1. சம்பிரதாயங்களும், நடைமுறைகளும் மாறிக்கொண்டே இருப்பவை

'விஞ்ஞான லோகாயத வாதம்' என்னும் தத்துவக் கருத்துக்கள் நிறைந்த பொதுவுடைமை இயக்கம், சாய்வு நாற்காலியில் அமர்ந்து சொற்சிலம்பமாடும் பேச்சில் வல்ல அரசியல்வாதிகளின் அரசியலல்ல. பொதுவுடைமை இயக்கத்தில் குதிப்பவர்கள் தீயுடன் விளையாட வேண்டியிருக்கும். அந்த நிலையில் நன்னடத்தையில்லாதவன் அங்கே காலூன்றி நிற்க முடியுமா? வர்க்கப் போரென்பது கனன்று கொண்டிருக்கும் தீயாகும். அங்கே தார்மீக பலம் இல்லாதவனால் நிற்க முடியாது. லட்சக் கணக்கான பொதுவுடைமைத் தோழர்கள் ஸ்பெயினிலும், ஃபிரான்ஸிலும், சோவியத் யூனியனிலும் பாஸிஸ்ட் அரக்கர்களின் குண்டுகளுக்கு இரையாகிவிட்டனர். அவர்கள் துர்நடத்தையுள்ளவர்களென்று கூறுபவர்கள் யார்? அவர்கள் முகத்தைச் சற்றுப் பாருங்களேன்? மானங்கெட்டதனத்திற்கும் ஒரு எல்லை இருக்கவேண்டும். இந்த அலிகள், கோழைகள், விபசாரிகள், தாழ்ந்தவர்கள், எல்லா விதமான நம்பிக்கை மோசடி செய்பவர்கள், நீசர்கள், சுயநலக்காரர்கள், மானிடத்தின் களங்கமாக இருப்பவர்கள், உலகத்தில் தன்னலத்திற்கும், பேராசைக்கும் பதிலாக மானுடம் என்னும் கொடியை தமது குருதியைப் பாய்ச்சி வளர்த்துக் கொண்டிருக்கும் பொதுவுடைமை வாதிகளைக் குற்றஞ்சாட்டப் புறப்பட்டிருக்கின்றனர். நமது பொதுவுடைமைத் தோழர்களின் மகத்தான தியாகங்களாலும், வீரச்செயல்களாலும், வரலாற்றின் எழிலார்ந்த பக்கங்கள் வரையப்பட்டு வருகின்றன.

ஒரு சிலரின் சுயநலனை வளர்க்கக்கூடிய நன்னடத்தையை ஒப்புக்கொள்ள பொதுவுடைமைவாதிகள் தயாராயில்லை. அவர் களுடைய நன்னடத்தையின் அடிப்படை எந்த ஒரு கடவுளின் அமைப்பில் இல்லை; அதற்குப்பதில் புத்தர் கூறியதுபோல, "எல்லோரும் நலமாக இருக்கவேண்டும்; எல்லோரும் மகிழ்ச்சியாக இருக்கவேண்டும்" என்பதையே அவர்கள் தமது தலையாய குறிக் கோளாகக் கொண்டிருக்கின்றனர். தனி நபர் நலனைக் காட்டிலும் அவர்கள் சமுதாயத்தின் நலனையே பெரிதாக மதிக்கின்றனர். வர்க்கப் போராட்டத்திற்காகவும், புரட்சிக்காகவும் புதிய உலகம் அமைப்பதற் காகவும், தனிநபர் தனது தற்காலிக மகிழ்ச்சியையும், வாழ்வையும் அர்ப்பணிக்க வேண்டுமென்று அவர்கள் விரும்புகின்றனர்.

'பொதுவுடைமை நன்னெறி' ஒரு சிறந்த உலகை நிறுவிடப் பகைவர்களுடன் நடத்தும் வர்க்கப் போரிலேயே மலர்கிறது. இறுதியில் பொதுவுடைமைச் சமுதாயம் அமைக்கும்போது அது முழுமையடைகிறது.

2. புராதன இந்தியாவில் உடலுறவு நன்னெறி

'நன்னெறி' என்பது என்றுமே மாறாமல் இருக்கும், நிலையான ஒரு அமைப்பு என்று மதாசாரியர்கள் நன்னெறி பற்றி விவரிக்கும் போது கருதுகின்றனர். நன்னெறி என்பது எல்லா நாடுகளிலும், எல்லாக் காலங்களிலும் ஒரே மாதிரியாக இருக்குமென்பது அவர்களுடைய எண்ணமாகும். வட இந்தியாவில் மாமாவின் மகளையும், அத்தை மகளையும் சகோதரியாகக் கருதுகின்றனர்; ஆனால் குஜராத்தையும், ஓரிஸாவையும் தாண்டி தென் இந்தியாவில் திருமணம் செய்து கொள்ளுவதில் மாமாவின் மகளுக்கும், அத்தை மகளுக்கும் முதலிடம் வழங்குகின்றனர். புராதன இந்தியாவில் நன்னெறியைத் தெரிந்து கொள்ள வேண்டுமாயின், பழைய நூல்களைப் புரட்டிப் பாருங்கள்! நான் எனது மற்றொரு நூலான "மனித சமுதாய"த்தில் விரிவாக எழுதியிருக்கிறேன். அதிலிருந்து சில பகுதிகளை இங்கே தருகிறேன்:

"ஆற்றைப் படகில் கடக்கும்போது பராசரர் படகோட்டியின் மகளான சத்தியவதியுடன் உடலுறவு கொண்ட கதை பிரசித்தி பெற்றதாகும். (மகாபாரதம், ஆதிபர்வம்) இங்கேயாவது நூலாசிரியர் பராசரரின் தெய்வீக சக்தியால் பனித்திரையை உண்டாக்கி மறைப்பை ஏற்படுத்தினார். ஆனால் ரிக்வேதத்தின் பல ஸுக்தங்களை இயற்றியவரும், பிற்காலத்தில் 'கோதமர்' என்ற பெயரில் புகழ் பெற்ற கவுதம கோத்திரத்தைச் சேர்ந்தவர்களின் மூல புருஷரான, உத்தத்ய புத்திரர் தீர்க்கதமா மற்றவர்களின் முன்னாலேயே பெண்ணைப் புணர்ந்தார் (மகாபாரதம், ஆதிபர்வம்).

"அப்புராதன காலத்தில் மாதவிடாயின்போது ஒரு பெண் எந்த ஆணையும் உடலுறவு கொள்ள அழைக்கலாம். ஷர்மிஷ்டா இதே போல் யயாதியை உடலுறவு கொள்ள வேண்டினாள். (மகாபாரதம், ஆதிபர்வம்). அது மட்டுமல்ல; ஒரு பெண்ணின் இந்தக் கோரிக்கையை மறுப்பவன் கருச்சிதைவு செய்த பாவத்திற்குள்ளாவானென்றும் எச்சரிக்கப்பட்டுள்ளது. (மகாபாரதம், ஆதிபர்வம்). அர்ஜுனனை உடலுறவு கொள்ளுமாறு வேண்டும் போது உலூபியும், 'ஒரு பெண்ணின் விருப்பத்திற்கிணங்கி அவளுடன் ஒரு இரவைக் கழிப்பது அதர்மமல்ல' என்று, 'அறிவுறுத்துகிறாள்' (மகாபாரதம், அனுசாஸன பர்வம்.) உத்தங்கன் மாதவிடாயின் போது தனது குருவின்

மனைவியுடனேயே உடலுறவு கொண்டான்; ஆனால் அது குற்றமாகக் கருதப்படவில்லை. (மகாபாரதம், அனுசாஸன பர்வம்) சந்திரன் தனது குரு பிரகஸ்பதியின் மனைவி தாராவைக் கலந்தான். அவர் களிருவருக்கும் புதன் பிறந்தான். கவுதமரின் மனைவி அகலிகை இந்திரனுடன் தொடர்பு கொண்டாளென்னும் கதை புகழ்பெற்றது. எனினும் கவுதமர் தமது மனைவியை எப்போதைக்கும் விலக்கத் தகுந்தவளாகக் கருதவில்லை.

“மகாபாரதக் காலத்தில் திருமண அமைப்பு மிகவும் சீரழிந் திருந்தது என்பதற்குக் கல்யாணமாகாமலேயே பிறந்து புகழ் பெற்றவர்களைக் குறிப்பிடலாம். பாண்டவர்களின் தாயான குந்தி தேவி குமரியாக இருந்தபோதே கர்ணனைப் பெற்றெடுத்தாள். குமரியான கங்கைக்கும், சந்தனுவுக்கும் பீஷ்மர் பிறந்தார். பராசரருக்கும், குமரியான சத்தியவதிக்கும் வியாசர் பிறந்தார். பின்னால் இதே சத்தியவதி சந்தனுவின் ராணியானாள். குந்தியின் சக்களத்தியான மாத்ரியின் பிறந்த நாடான ‘மத்ர’ தேசத்தில் ஆண்- பெண்களின் கட்டுப்பாடற்ற உடலுறவுகளை கர்ணன் வன்மையாகக் கண்டித்தான். மத்ர தேசத்தில் தந்தை, மகன், தாய், மாமனார், மாமியார், மருமகன், மகள், சகோதரன், விருந்தாளி, அடிமை ஆகிய அனைவருமே உடலுறவு கொள்வதில் இரண்டறக் கலந்திருந்தனர். அங்கிருந்த பெண்கள் தம்மிச்சையாக ஆண்களுடன் தொடர்பு கொண்டிருந்தனர். முன் பின் அறிமுகமில்லாதவனுடனும் கூட காதல் கீதங்கள் இசைத்தனர். காந்தாரப் பெண்களைப் போலவே மத்ரிப் பெண்களும் மது அருந்தினர்; நாட்டியமாடினர். அங்கே திருமணம் செய்து கொள்வது கட்டாயமாக்கப்பட்டிருக்கவில்லை. அதனால் பெண்கள் தாம் விரும்பிய ஆணுடன் போய்க் கொண்டிருந்தனர். ஒரு பெண்ணுக்கு பல கணவர்கள் இருந்தார்களென்பதற்கு, ‘வழிபாட்டிற்குரிய’ திரௌபதியின் வரலாறே சான்று பகர்கிறது.

“சகோதரியையும், மகளையும், பேத்தியையும் கல்யாணம் செய்து கொண்ட எத்தனையோ உதாரணங்கள் நமக்கு இந்தப் பழைய நூல்களில் காணக்கிடக்கின்றன. ‘இக்ஷ் வாகு’ அரசனால் நாடு கடத்தப்பட்டு இளவரசர்கள் தமது சகோதரிகளைத் திருமணம் செய்து கொண்டு, ‘சாக்கிய’வம்சத்திற்கு அடிகோலினர் (புத்த சர்யா’ நூல்). ‘தசரத ஜாதகக் கதைகளி’ன் படி சீதை ராமனுக்கு சகோதரியும், மனைவியுமாவாள். பிரம்மா தமது மகளான சரஸ்வதியின்பால் கவரப்பட்டாரென்பது புராணப் பிரசித்தமானது. பிரம்மாவின் மகனான தட்சனின் மகள் தனது தாத்தாவான பிரம்மாவையே திருமணம் செய்து கொண்டாள். கல்யாணம் செய்து கொள்ளாமலேயே

தான்தோன்றித்தனமாக இருந்த ஆண்- பெண் உறவுகளைப் பார்க்கும் எவரும் இந்தியாவில் நன்னெறி என்பது எல்லா காலங்களிலும், எல்லாவிடங்களிலும் ஒரே மாதிரியாக இருந்ததென்று கூற முடியாது. இந்தியாவைப் போன்றதே மற்ற நாடுகளின் விஷயமும். உடலுறவு முறைகள் மட்டுமல்ல; மற்றெல்லா நன்னெறிகளும் எப்பொழுதும் மாறிக்கொண்டே வருகின்றன. ஏங்கெல்ஸ் இது குறித்தே கூறுகிறார்:

"நாம் உண்மையையும், பொய்யையும் குறித்து போதுமான வளர்ச்சியடையவில்லை என்பதுடன், நல்லதும்-கெட்டதும் பற்றி இன்னும் பின் தங்கியிருக்கிறோம். நல்லது-கெட்டது என்னும் எண்ணம் நாட்டிற்கு நாடும், காலத்திற்கு காலமும் எவ்வளவோ மாறுதலடைந்திருக்கிறது. பெரும்பாலும் அவ்வெண்ணம் நேர் எதிராகவுமிருக்கிறது."

இன்று இங்கிலாந்திலும், இந்தியாவிலும் நிலவிவரும் நீதி முறையைப் போன்ற நீதிமுறை ஏதென்ஸ் நகரில் இருந்ததில்லை. இந்தியாவின் யாக்ஞ்யவல்கியரைப்போலவே, கிரேக்க சாக்ரடீஸின் சீடர்களும் அடிமைமுறையை அநீதியானதென்று கருதவில்லை. இருபதாம் நூற்றாண்டு இந்தியா நியாயமானவை என்று கருதும் எத்தனையோ விஷயங்களை இருபத்திரண்டாம் நூற்றாண்டு இந்தியா அப்படிக் கருதப்போவதில்லை. அவைகள் இன்றே பொதுவுடைமை நாடுகளில் அநியாயமானவை என்று எண்ணப்படுகின்றன.

3. நமது நன்னெறியும், முதலாளித்துவ நன்னெறியும்

இதனாலேயே விஞ்ஞான லோகாயத வாதிகள் 'எந்த ஒரு நன்னெறியும் நிலையானதென்றும், அழிவில்லாததென்றும் இறுதியான தென்றும் ஒப்புக்கொள்ள மறுக்கிறார்கள்.' அதிலும் குறிப்பாக ஒவ்வொரு நன்னெறியின் பின்னாலும் சுரண்டும் வர்க்கத்தின் சுயநலம் மறைந்துள்ளதென்பதை அவர்கள் காணும்போது, அப்படிப்பட்ட நன்னெறியை ஒப்புக்கொள்ள மறுப்பதில் வியப்பேதுமில்லை.

விஞ்ஞான லோகாயத வாதம் எந்த ஒரு நன்னெறியையும் நிலையானதென்றும், அழிவில்லாததென்றும், இறுதியானதென்றும் ஒப்புக்கொள்ளாது என்பதன் பொருள், அது எந்த நன்னெறியையுமே ஒப்புக்கொள்ளாது என்பதல்ல. இன்னும் சொன்னால் அது புரட்சியாளர்களின் நன்னெறியை ஏற்றுக் கொள்கிறது. அந்த நன்னெறி இல்லாமல் எந்த ஒரு உயர்ந்த லட்சியத்தையும் அடைய முடியாது. விஞ்ஞான லோகாயத வாதம் அமைக்க விரும்பும் பொருளாதார, சமூக ஏற்றத்தாழ்வுகளற்ற சமுதாயத்தில் தனிச் சொத்துரிமைக்கு எவ்விதத்திலும் வாய்ப்பிருக்காது. இதன் விளைவாக உலகத்தின் மிகப்

பழைமையான மதம் அங்கீகரித்த தொழில் முறை விபசாரம் பெயரளவுக்குக் கூட இருக்காது. இன்று நாம் கொண்டிருக்கிற குறுகிய குடும்ப அமைப்பும் இருக்காது; நமது குடும்பம் கிராமம் தழுவி, நாடு தழுவி பரந்திருக்கும். நமது சொந்தமும், சுற்றமும் மிக விரிந்திருக்கும். இன்று மனைவி என்பவள் உணவு, உடை மட்டுமே அளிக்கப்பட்டு அடிமையாக நடத்தப்படுகிறாள்; கருதப்படுகிறாள். பொதுவுடைமைச் சமுதாயத்தில் எந்த ஒரு பெண்ணும் எந்த ஒரு ஆணின் சம்பாத்தியத் திலும்- அவன் அவளுடைய கணவனாகவே இருப்பினும்- வாழக் கூடியவளாக இருக்க மாட்டாள். ஆணும், பெண்ணும் பொருளாதார வகையில் சம அந்தஸ்துள்ளவர்களாக இருப்பார்கள். இன்று நாம் ‘குடும்பம்’ என்று கருதிக் கொண்டிருப்பதில் பல அம்சங்களும் அன்று இருக்கப் போவதில்லை என்பது திண்ணம்.

விஞ்ஞான லோகாயத வாதிகள் தனிச் சொத்தை வைக்க விரும்பவில்லை. ஆனால் திருட்டுத் தனத்தைத் தனிச் சொத்தை ஒழிக்கும் சாதனமென்று எண்ணுகிறார்களென்று இதன் பொருளல்ல. தனிச் சொத்தை வைத்திருக்க விரும்புபவர்கள் தான், ஊதாரித்தனமான வாழ்க்கை நடத்த விரும்புவார்கள்.

இனி உண்மை பேசுவது பற்றி ஆராய்வோம். தனிச் சொத்துடைமை திருட்டைத் தோற்றுவித்தது. தனிச் சொத்துடைமை எப்படித் தோன்றியது, அது எப்படிக் குழப்பத்திற்கும், கலகத்திற்கும் காரணமானதென்பதை புத்தர் தம்முடைய உபதேசமொன்றில் அழகாக விளக்கியிருக்கிறார். இவ்விஷயத்தில் புத்தர் காந்திஜியைக் காட்டிலும் எவ்வளவோ முற்போக்குக் கருத்தைக் கொண்டிருந்தார். காந்திஜியோ பணக்காரர்களிடம் எத்தனையோ அனுபவம் பெற்றும் ‘தர்மகர்த்தா’ சித்தாந்தத்தை விடவில்லை. அந்தத் தனிச் சொத்துரிமையே மனிதனைப் பொய் பேசக் கட்டாயப்படுத்திற்று. மனிதன் நாகரீகத்தில் எவ்வளவு முன்னேறுகிறானோ, அந்த அளவுக்குப் பொய்யிலும், புனை சுருட்டிலும் முன்னேறுகிறானென்று சொல்லத் தேவையில்லை. காடுகளிலும் மலைகளிலும் வாழும் ஆதிவாசிகள் மிகக் குறைவாகவே பொய் பேசுகிறார்களென்பதைக் கவனிக்கலாம். இங்கே நாகரீகம் என்று நாம் குறிப்பிடுவது, தனியுடைமையிலிருந்து தோன்றிய நாகரீகத்தையேயாகும். இந்த நாகரீகத்திலிருந்தே நாம் உயர்ந்த, ‘மானுடம்’ என்னும் நிலையை அடைய விரும்புகிறோம்.

முதலாளித்துவப் பழக்க வழக்கங்கள் பழைய பழக்கங்களோடு நின்று விடுவதில்லை. விருந்துக்குப் போகும்போது இப்படிப்பட்ட உடை உடுத்திச் செல்ல வேண்டும், நாட்டியத்திற்குப் போகும்போது, இப்படிப்பட்ட உடையில் போகவேண்டும், அலுவலகத்திற்குச்

செல்லும் போது இப்படிப்பட்ட அலங்காரத்துடன் செல்ல வேண்டும் என்றெல்லாம் பழக்க வழக்கம் இருக்கிறது. இப்பழக்க வழக்கங்க ளெல்லாம் தற்போதைய முதலாளித்துவ வர்க்கம் சமுதாயத்தின் மீது சுமத்தியவையாகும். இந்தப் பழக்க வழக்கங்கள் வெறும் உடையலங் காரங்களுடன் மட்டுமே நின்றுவிட்டால் பரவாயில்லை; ஆனால் தமது வர்க்கத்தினரைச் சுரண்டப்பட்ட ஏழைகளிடமிருந்து தனியாகக் காட்டிக் கொள்வதற்காகவும் பயன்படுத்தப்படுகின்றன. பொதுவுடைமையாளர்கள் வர்க்க பேதத்தைப் பரப்புகிறார்களென்று முதலாளிகள் மேலெழுந்த வாரியாகக் குற்றஞ்சாட்டுகின்றனர். ஆனால் நமது சமுதாயத்திற்குள் முதலாளிகளும், நிலச்சுவாந்தர்களும் தமது உணவு, உடைகளில் மிகப் பெரும் அளவுக்கு வேறுபட்டிருக் கின்றனர். அவர்கள் நடத்தும் ஆடம்பர வாழ்க்கையாலும், செய்யும் ஊதாரிச் செலவாலும் சாதாரண மக்கள் அவர்களை நெருங்கவும் முடிவதில்லை. வர்க்க வேற்றுமைகளை உண்டாக்கி, அவற்றை வலுப்படுத்திக் கொண்டிருப்பவர்களே, பொதுவுடைமையாளர்கள் அதற்குக் காரணமென்று வீண்பழி சுமத்துகின்றனர். முதலாளிகள் பயங்கரமான வன்முறையைப் பயன்படுத்தி மக்களைத் தாக்கிக் கொண்டிருக்கின்றனர். இப்படித் தாக்குங்களென்று பொதுவுடைமை வாதிகள் அவர்களுக்கென்றும் யோசனை சொல்லவில்லை. அவர்கள் செய்த குற்றமெல்லாம், முதலாளிகள் எந்த உருவத்தில் தாக்குகிறார் களோ, அதே முறையில் திருப்பித் தாக்குங்கள் என்று மக்களுக்குக் கூறியதுதான்! இதையே அவர்கள் 'வர்க்கப் பகைமை'யைப் பரப்பு வதாகச் சொல்கின்றனர். எத்தனையோ நூற்றாண்டுகளாக பணக்கார வர்க்கத்தினர் கொடிய வன்முறையாலும், மிருக பலத்தாலும் சாதாரண மக்களைச் சுரண்டியும்,. அடிமைத்தனத்தை நிலை நிறுத்தியும் வந்துள்ளனர். சுரண்டப்பட்ட மக்கள் சற்றாவது தமது மோசமான நிலையிலிருந்து விடுபட முயற்சிக்கும்போது, சுரண்டும் கூட்டம் அம் முயற்சிக்கு 'வன்முறை' என்று பட்டம் சூட்டுகிறது.

4. சமுதாயத்திற்கு நலன் பயக்கும் நன்னெறியின் உரைகல்

விஞ்ஞான லோகாயத வாதம் இவ்வுலகத்தை மாற்றிக் கொண்டே யிருக்கும் ஒன்றாகக் கருதுவதால், உலகத்தின் அவ்வப்போதைய சூழ்நிலைக்கேற்ற நன்னெறியையே ஆதரிக்கிறது. "எல்லோரும் இன்புற்றிருக்கவேயல்லாது" என்பது முதலாளிகளின்- நிலச்சுவாந்தர் களின் நன்னெறியை விட எப்படிச் சிறந்ததோ, அப்படியே காலத்தைப் பொறுத்தும், நாட்டைப் பொறுத்தும் மாறிக்கொண்டே இருக்கும் நன்னெறியும் சிறந்ததாகும். சமுதாய நலனே நன்னெறியின் உரை கல்லாகக் கருதுங்கள். இதை உரைகல்லில் உரைக்கப்பட்டு சிறந்ததாக வெளிவருவதே உயர்ந்த நன்னெறியும், நடத்தையுமாகும்.

(சமுதாயம்): சமுதாயத்தை கடவுளும் உண்டாக்கவில்லை; மனிதர்களும் நாம் இவ்வளவு சுதந்திரத்தை வைத்துக்கொண்டு, மற்றதைப் பொது நலத்துக்காக விட்டுக்கொடுத்து, கூட்டமாக வாழ்வோமென்று முடிவெடுக்கவுமில்லை. உண்மை என்னவெனில், இயற்கை புராதன மனிதனை 'நீ உயிருடனிருக்க வேண்டுமானால் சமூக வாழ்க்கையை ஏற்றுக்கொண்டுதான் ஆக வேண்டும்' என்று நிர்ப்பந்தித்தது. மனிதன் சமூகத்தில் இருந்து கொண்டுதான் இயற்கையின் சவாலைச் சமாளிக்க முடியும். இப்படி உட்புற மன நிலையல்லாமல், வெளிப்புறச் சூழ்நிலையே மனிதனை சமுதாயத்தில் இணைந்து நிற்கும்படி கட்டாயப்படுத்தியது. தனிநபர் சுதந்திரத்தையும் அவன் ஓரளவுக்கு இழந்துவிட்டானென்பதும் சரியல்ல. மனிதன் கூட்டு உழைப்பாலேயே சமுதாயத்தை உருவாக்கினான். அந்தக்காலம் அடிமை- எஜமானர் யுகமல்ல; சுதந்திரமான காட்டு மனிதர்களின் யுகமாகும். இதற்கு முன் தனித்தனியாக உழைத்துக் கொண்டிருந்த வர்கள், இப்பொழுது சமூக உழைப்பை- கூட்டு உழைப்பை- உருவாக்கினார்கள். இப்படி மனிதர்கள் சமுதாயத்தில் இணைந்திருந் தாலும், கூட்டாக உழைத்தாலுமே மொழியிலிருந்து மற்றெல்லா வளர்ச்சிகளையும் அவர்களால் அடையமுடிந்தது. கூட்டு உழைப்பினால் இப்பொழுது மனிதன் தனது உற்பத்தித் திறனைப் பெருக்கிக் கொண்டதுடன், இயற்கையையும், மற்ற காட்டு விலங்குகளை எதிர்ப்பதிலும் முன்னைவிட அதிக வல்லமையுள்ளவனானான். அப்போதிலிருந்து விலங்கு மனிதனாக இருந்தவன் மனித மனிதனானான். மனிதனின் பிற்கால வளர்ச்சி குறித்து நாம் "மனித சமுதாயம்" என்னும் வேறொரு நூலில் விவரித்துள்ளதால், இங்கே அதை மீண்டும் விளக்கத் தேவையில்லை.

முதலில் மனிதன் தன்னந்தனியாகவே இயற்கையை எதிர்கொள்ள வேண்டி இருந்தது; இப்பொழுது அவனுக்குச் சமுதாயத்தின் மாபெரும் பலம் கிடைத்துவிட்டது. முதலில் மனிதனுக்கு இயற்கை புரியாததாகவும், ரகசியமானதாகவும் இருந்தது; இப்பொழுது சமுதாயம், இயற்கையின் ரகசியத் தன்மையைக் குறைக்கத் தொடங்கிற்று. மனிதனுடைய கால் நிலையாக நிலத்தில் பதிந்தது. சமுதாயம் என்பது தன்னுள் இருக்கும் தனிநபர்களின் தொகுப்பு மட்டுமல்ல; அது மனிதர்களின் செயல் பூர்வமான பரஸ்பரத் தொடர்பும், இயற்கை யுடன் அதன் செயல் பூர்வமான சமூகச் செயலும், எதிர்ச் செயலுமாகும் என்பதை நினைவில் கொள்ளவேண்டும். ஆகவே சமுதாயம் என்பது மனிதர்கள் + மனிதர்கள் + மனிதர்கள் மட்டும் அல்ல; அது மனிதர்கள் X மனிதர்கள் X மனிதர்கள் ஆகும். (The Logic of Marxism by

T.A. Jackson, pp. 123-4) மனிதர்களின் சாதாரண கூட்டு மொத்தத்தைக் காட்டிலும் அவர்களுடைய மானசீக, நடைமுறைச் செயல்களும், எதிர்ச் செயல்களும், அவற்றுடன் பரிமாணம் இணைவதால் உண்டாகும் குணாம்ச மாறுதலும் சமுதாயத்தின் மதிப்பை எவ்வளவோ உயர்த்திவிடுகின்றன. இதனாலேயே நாம் சமுதாயத்தின் மதிப்பை எடைபோட்டு விட முடியாது; ஏனெனில் இன்றைய மனிதன், சமுதாயம் தயார் செய்த உற்பத்திப் பண்டமாகும். குழந்தைப் பருவத்திலிருந்தே மனிதனுக்கு சமுதாயத்தின் மிகப்பெரும் கொடையான மொழி கிடைப்பதோடல்லாமல், அதனுடைய எண்ணங்களை உருவாக்குவதிலும் சமுதாயத்திற்கு முக்கியப் பங்குண்டு. சமுதாயத்தின் தாலாட்டுப் பாடலிலிருந்து சட்டம், நன்னெறி, பகுத்தறிவுப் பிரசாரம் ஆகிய அனைத்தும் சேர்ந்து இன்றைய மனிதனை உருவாக்குகின்றன. உண்மையைச் சொல்வதென்றால், இன்றைய மனிதனை இயற்கையின் புத்திரன் என்பதைக் காட்டிலும், சமுதாயத்தின் புத்திரன் என்பதே சரியானதாக இருக்கும்.

1920-ம் ஆண்டில் ஜே.ஏ.எல். சிங் என்னும் பாதிரியார் மேதினிபூர் (வங்காளம்) காட்டில் ஒரு ஓநாயின் வளையிலிருந்து இரண்டு சிறுமிகளைக் காப்பாற்றி வெளியே கொண்டுவந்தார். அச்சிறுமி களைக் காப்பாற்றும்போது அதுவரை அவர்களை வளர்த்து வந்த தாய் ஓநாய் சாகடிக்கப்பட்டது. சிங் பாதிரியார் இச்சிறுமிகளுக்குக் கமலா (வயது எட்டு), அமலா என்று பெயரிட்டார். இளையவளான அமல் ஒரு ஆண்டானதுமே இறந்துவிட்டாள்; ஆனால் மூத்தவளான கமலா மேலும் ஒன்பதாண்டுகள் வாழ்ந்திருந்து, தனது பதினேழாவது வயதில், 1929-ல் காலமானாள். பாதிரியார் கமலா ஓநாய்ச் சிறுமியி லிருந்து மனிதச் சிறுமியாக மாறியதைத் தனது நாட்குறிப்பில் எழுதி வந்தார். ("Wolf Child and Human Child, Methuen, London", "Statesman", Calcutta, 23-3-42). அதனால் நமக்கு பல விஷயங்கள் தெரிய வருகின்றன. கமலா மனித சமுதாயத்திற்குள் வந்து சேர்ந்த இரண்டு வருடங்களுக்குப் பிறகு மற்றவர்களின் உதவியைக் கொண்டு நிற்கத் தொடங்கினாள். நான்கு வருடங்களுக்குப் பிறகு அவள் தனது கைகளாலேயே தம்ளரை எடுத்துத் தண்ணீர் குடிக்க ஆரம்பித்தாள். ஆறாண்டுகளுக்குப்பிறகு மனித மொழியின் முப்பது சொற்களைக் கற்றுக்கொண்டாள் முதலாண்டுகளில் ஆடைகளை அணிவித்தால் நார் நாராகக் கிழித்துக் கொண்டிருந்தவள், இப்பொழுது ஆடையணிந்து கொள்ளாவிட்டால் மானக்கேடு என்பதை உணரத் தலைப்பட்டாள். பதினேழு வயதைக்

கடந்ததும் கமலாவின் ஓநாய்த் தன்மைக்கும், மனிதத் தன்மைக்கும் நிகழ்ந்துவந்த போர் முடிந்து, அவள் ஒரு கள்ளடங்கபடமற்ற அழகுச் சிறுமியாகத் திகழத் தொடங்கினாள்.

'ஓநாய் மகளான' கமலா நம்முன் ஒன்பதாண்டுகள் மட்டுமே வாழ்ந்திருந்தாள். அதுவும் மானிட இயல் நிபுணர்களின் மேற் பார்வையில் அவள் வளர்க்கப்படவில்லை. இல்லாவிட்டால் எத்தனையோ தகவல்கள் நமக்குத் தெரிந்திருக்கும். இருந்தாலும் கூட, மனிதத்துவம் என்பது தனிநபர் தோற்றுவிப்பதல்ல; சமுதாயம் உண்டாக்குவதுதான் என்னும் விஷயத்தை கமலா நிரூபித்துவிட்டாள். மனித தத்துவத்தைச் சமுதாயத்திடமிருந்து கற்றுக்கொள்ளும் திறன் தனிநபருக்கு இருக்கிறது. அந்தத் திறன், சிறுவயதில் தீவிரமான தாகவும், வயது செல்லச் செல்லக் குறைந்தும் இருக்கும் கமலா ஓநாய்ச் சிறுமியாக இருந்து ஆறாண்டுகளில் முப்பது சொற்களைக் கற்றுக் கொண்டது இதையே புலப்படுத்துகிறது. நாலாண்டுகளில் அவள் தானாகவே நிற்கத் தொடங்கினாள் என்பதும் மனித உடலின் வளர்ச்சியில் சமுதாயத்திற்குள்ள பங்கை எடுத்துக் காட்டுகிறது. மதம், கடவுள் நம்பிக்கை, சம்பிரதாயங்கள், பழக்கவழக்கங்கள் எல்லாம் இயற்கையானவை என்பது பொய்யென்று கமலா நிரூபித்து விட்டாள்.

விஞ்ஞான லோகாயதவாதிகள் நல்லது- கெட்டது, நன்னெறி துர்நெறி ஆகியவற்றில் மனிதத்துவத்தின் சின்னமான இந்த சமூக நலனையே உரைகல்லாகக் கருதுகின்றனர். அவர்கள் கடவுள், மதம் ஆகிய மோசடிகள் குறித்து எச்சரிக்கையாக இருக்குமாறு சுரண்டப் பட்ட மக்களையும், தொழிலாளர்களையும் விழிப்படையச் செய்கின்றனர். சமுதாயம் மாறிக்கொண்டே இருப்பதாகையால், நன்னெறியும் மாறிக்கொண்டே இருப்பதாக இருக்க வேண்டும்.

(ச) தவறான கண்ணோட்டங்கள்

நமது பார்வையின் மேல் ஏதாவது திரை விழுந்தாலும், இருள் சூழ்ந்துவிட்டாலும் அது வீணாகிவிடும். பார்வைக்கு அதிக ஒளியும், கண் கண்ணாடியின் உதவி கிடைத்தால், அதனால் பார்க்க முடிந்தாலும் எதார்த்தத்தைத் தவிர இன்னும் கொஞ்சம் அதிகமாகவே பார்க்கும், வெண்மை அதற்கு மஞ்சளாகத் தென்படும். உருண்டையான பொருள் நீண்டதாகக் காணப்படும். ஆகவே உதவிகள் ஏற்றுக் கொள்ளும்போது, அவை நம்மைத் தவறான கருத்துக்கள் கொள்ளச் செய்யாமல் எச்சரிக்கையாக இருக்கவேண்டும். சமஸ்கிருதச் சொற்களான 'தத்துவ இயலும்' 'பார்வை'யும் ஒரே பொருளைக் கொண்டவை. நாம் 'தவறான கண்ணோட்டங்கள்' என்று சொல்லும் போது "தவறான தத்துவ இயல்" என்பதையே குறிப்பிட விரும்புகிறோம்.

இதனால் பல அனர்த்தங்கள் விளையலாம். இதற்கான பல உதாரணங்கள் நமக்கு இதுவரை கிடைத்துள்ளன. தத்துவங்களில் ஏற்பட்ட தவறான கருத்துக்களை நாம் "தத்துவத் திசைகாட்டி" என்னும் நூலில் விரிவாக எடுத்துக் கூறியுள்ளோம். ஆகவே அவற்றை மீண்டும் இங்கே கூறப் போவதில்லை. ஆனாலும் தவறான தத்துவக் கண்ணோட்டங்கள் குறித்து- தத்துவ அழுக்குகள் குறித்து- இங்கேயும் சில விஷயங்கள் கூற ஆசைப்படுகிறோம். இதனால் தத்துவ அழுக்குகளை அகற்றிக் கொள்வதில் வாசகர்களுக்கு உதவி கிடைக்கலாம். இங்கே குறிப்பிடப் படும் தவறான தத்துவக் கருத்துக்களிடம் மட்டுமல்லாமல், எல்லா பழைய - புதிய, கிழக்கத்திய- மேற்கத்திய தவறான தத்துவக் கருத்துக் களிடமும் எச்சரிக்கையாக இருக்கலாம். இயக்க இயல் தத்துவத்தின் துணையைக் கொண்டு புத்தர் கூறியது போல "பார்வையின் தளை"யை அறுத்தெறியாவிட்டால், அது மிகப்பெரும் தளையாக இருக்கு மென்பதை நினைவில் கொள்ள வேண்டும். அதுவரை நீங்கள் உங்கள் "தத்துவ பல"த்தைச் சரியாகப் பயன்படுத்திக் கொள்ள இயலாது.

1. உதயணரின் கடவுள் தத்துவம்

வர்க்க நலனை வலுப்படுத்தவே மதம் கற்பனை செய்யப்பட்டது. காலம் செல்லச் செல்ல மதத்தின் பிடிப்பு தளராமல் இருக்கவும், சுரண்டும் கூட்டத்தைப் பாதுகாக்கவும் மதத்திற்குப் புதிய- புதிய விளக்கங்களும், புதிய - புதிய அவதாரங்களும் தேவைப்பட்டன. ஏனெனில் கவிஞர் ஸோஃபோகல் கூறியபடி "மதம் அழிந்துவிட்டால் சுரண்டும் கூட்டம் அனைத்துமே அழிந்துவிடும்". மதம், கடவுள் ஆகியவற்றின் செல்வாக்கை அப்படியே நிலை நிறுத்தச் செய்ய இதற்கு முன்பும் தீவிர முயற்சி செய்யப்பட்டது; இப்பொழுதும் செய்யப் படுகிறது. இன்றும் இட்லர், "நாம் நாஸ்திகர்களான போல்ஷிவிக்கு களுக்கு எதிராக வாளை எடுத்திருப்பதால், தர்ம யுத்தம் (மதப்போர்) செய்து கொண்டிருக்கிறேன்," என்று கொக்கரித்தான். ஏறக்குறைய ஓராயிரம் ஆண்டுகளுக்கு முன்பு உதயணாசாரியாரும் (கி.பி. 984) கடவுளை நிரூபிக்க பகீரத முயற்சி செய்தார். கடவுள் இருக்கிறார் என்பதற்கு உதயணாசாரியார் அளித்த காரணங்கள் அனைத்தும் இன்று மிகப் பழசாகிவிட்டன. தற்காலச் சுயநலமிகள் கடவுளை நிரூபிக்கப் புதிய- புதிய வழிமுறைகளைக் கண்டுபிடிக்க முயற்சித்துக் கொண்டிருக்கின்றனர். எனினும் உதயணாரின் தத்துவம் புராதன இந்தியாவில் குறிப்பிட்ட முக்கியத்துவம் வகித்ததால், அதை நாம் ஆராயவேண்டும். இன்றும் கண்மூடிகள் சிலர் உதயணாரின் "நியாய குசுமாஞ்சலி" என்னும் சமஸ்கிருத நூல் கடவுளை நிரூபிக்க திறன் படைத்ததென்று எண்ணிக்கொண்டிருக்கின்றனர். உதயணர் கடவுள் இருக்கிறார் என்பதற்குக் கீழ்க்கண்ட காரணங்களைக் கூறியுள்ளார்:

(1) ஒவ்வொரு காரியத்திற்கும் ஒரு காரணம் இருக்கிறது. ஆகவே 'உலகம்' என்னும் காரியத்திற்கும் ஒரு காரணம் இருக்க வேண்டும்.

(2) அடிப்படை பரமாணுக்களை ஒன்றுபடுத்தாமல், ஸ்தூலமான உலகை உருவாக்கிட முடியாது. ஆகவே ஒன்றுபடுத்துபவன் ஒருவன் இருக்கவேண்டும்.

(3) சுமப்பவன் இல்லாமல் உலகம் நிற்க முடியாது. ஆகவே சுமப்பவன் ஒருவன் இருக்கவேண்டும்.

(4) கலைகளும், கல்வி ஞானமும் பரம்பரையாகக் கிடைக்கின்றன. ஆகவே அனாதியான குரு ஒருவர் இருக்க வேண்டும்.

(5) வேத வாக்கியங்களே பிரமாணங்களாக (அத்தாட்சிகளாக) கருதப்படுகின்றன. ஆகவே பிரமாணகர்த்தா ஒருவர் இருக்க வேண்டும்.

(6) வேதங்களும் கடவுள் இருக்கிறார் என்று தெரிவிக்கின்றன.

(7) வேத வாக்கியங்களை இயற்றியவர் ஒருவர் இருக்க வேண்டும்.

(8) இரண்டு, மூன்று, நான்கு என்று கற்பனை செய்யக்கூடிய முதல்வர் ஒருவர் இருக்கவேண்டும்:

(க) அவர் எல்லாம் அறிந்தவராக இருக்கவேண்டும்;

(ங) அவர் அழிவில்லாதவராக இருக்கவேண்டும்.

உதயணர் எட்டு வாதங்களாலும், இரண்டு சொற்களாலும் கடவுள் இருக்கிறார் என்று நிரூபிக்க விரும்பினார். இவற்றைக் கண்டிப்பதற்காகக் கீழ்க்காணும் வாதங்களைக் கூறலாம்.

(1) காரியம் என்பது ஒரு காரணத்தால் அல்லாமல், பல் காரணங்களால் நிகழ்கிறது. ஆகவே ஒரே ஒரு காரணத்தால் கடவுள் நிரூபிக்கப்படவில்லை.

(2) பவுதீக சக்திகள் நிகழ்ச்சிப் பிரவாகங்களாகவும், முரண்பாடு களின் இணைப்புக்களாகவும் இருக்கின்றன. ஆகவே இயற்கையான இணைப்புக் காரணங்களும், பிரியும் காரணங்களும் அவைகளுக் குள்ளேயே இருக்கின்றன.

(3) உலகத்தைச் சுமந்திருக்கும் ஸ்திரத்தன்மை பார்வையற்ற குருடர்களுக்குத்தான் தென்படும்.

(4) கலைகளும், கல்வி ஞானமும் தொடர்ந்த பரம்பரையால் அல்லாமல், தொடர்பற்ற பரம்பரையால் (தொடர்பற்ற சந்ததி யினரால்) கிடைக்கின்றன. ஒரு தடவை அவை புத்தம் புதியனவாகவே தோன்றுகின்றன. பின்னர் அவை தொடருகின்றன.

(5-7) வேதங்கள் தானாகவே தோன்றியவை என்பதெல்லாம் கட்டுக் கதைகளே! அவை மனிதர்களின் கற்பனையில் பிறந்தவை; அவை மனிதர்களால் படைக்கப்பட்டவை. சரித்திர விரும்பிகளுக்கும், புராதன மனித நாகரீகத்தைத் தெரிந்துகொள்ள வேண்டுமென்னும் ஆர்வமுடையவர்களுக்கும் வேதங்கள் நிறைய விஷயங்களைத் தருகின்றன.

(8) இரண்டு, மூன்று, நான்கு என்னும் எண்ணிக்கைகளை மனிதன் கற்பனை செய்தான். உதயணர் காலத்தில் இருந்ததைக் காட்டிலும் இன்று கணிதம் எவ்வளவோ முன்னேறியிருக்கிறது.

(9) எல்லாம் தெரிந்தவராக எவருமே இல்லை. இன்றிலிருந்து கோடிக்கணக்கான ஆண்டுகள் வரையிலும் புல்லிலிருந்து மனித மூளையில் ஏற்படும் மாற்றங்கள் வரை அனைத்தும் 'எல்லாம் தெரிந்தவர்' எண்ணும்படியே நடக்கவேண்டும். இப்படிப்பட்ட தலைவிதி தத்துவத்தை நாம் குணாம்ச மாறுதலின் மூலம் ஏற்கனவே கண்டித்திருக்கிறோம்.

(10) அழியாதவர் எதற்குமே காரணகர்த்தாவாக முடியாது. ஏனெனில் அவர் காரண கர்த்தா ஆவதற்குச் செயல்படுபவராக இருக்கவேண்டும். செயல்படுபவர் உருவத்திலும், சுபாவத்திலும் மாற்றமில்லாதவராக இருக்கமுடியாது. ஆகவே அழிவில்லாதவர், காரணம்- இவ்விரண்டும் இருள், ஒளியைப் போல நேர் எதிரிடை யானவை.

உதயணர் கடவுள் இருக்கிறார் என்பதை நிரூபிக்க, சொன்ன வாதங்களை அவருக்கு முன்னூற்றி எழுபத்தைந்து ஆண்டுகளுக்கு முன்பே பவுத்த தத்துவாசிரியரான தர்மகீர்த்தி (கி.பி. 600) பலமாகக் கண்டித்திருந்தார் (என்னுடைய "பவுத்த தத்துவ இயல்" நூலில் தர்மகீர்த்தி பகுதியைப் பாருங்கள்). அதை உதயணரும் நன்றாக அறிந்திருந்தார். ஆனால் சொன்னதையே திருப்பித் திருப்பிச் சொல்லிக்கொண்டிருப்பது பிரசாரத் தந்திரமாகும். இதையும் அவர் அறிந்திருந்தார். ஆகவே அதை அவர் தவறாகக் கருதாமல், சிறப்பானதென்றே கருதிச் செய்து வந்தார்.

2. பயன் என்னும் தத்துவம்

நாம் ஒரு வீட்டைப் பார்க்கும் போது அதை ஒரு மனிதன் கட்டினான் என்பதைத் தெரிந்து கொள்கிறோம். அதை அவன் ஒரு பயன் கருதியும், ஒரு திட்டம் போட்டும் கட்டினான் என்பதையும் புரிந்து கொள்கிறோம். ஆகவே இயற்கை ஒரு பயங்கர விலங்கையோ,

ஒரு புயலையோ, அல்லது புலியின் உடலில் கருப்பு வரிகளையோ, மஞ்சள் வரிகளையோ தோற்றுவிக்கிறதென்றால், அது ஏதாவது ஒரு பயன் கருதியேயாகும்- இதுதான் இருபதாம் நூற்றாண்டு ஐரோப்பாவைச் சேர்ந்த வைட்ஹெட் போன்ற சில தத்துவாளர்களின் "மகத்தான தத்துவச் சிந்தனை"யாகும். பிரம்மஞான சபையினரின் நவீன மதத்தைப் போன்றே இதுவும் மிகப்பழைய தத்துவமென்பதை நாமறிவோம். இருபதாம் நூற்றாண்டு 'பயன் தத்துவாளர்கள்' பழைய சித்தாந்தத்தையே மீண்டும் உயிர்பெறச் செய்ய முயன்றிருக்கின்றனர். இதன்பொருள், பழங்காலத்து ஸோஃபோகல், இக்காலத்து வைட் ஹெட்டாக 'அவதாரமெடுத்து'ள்ளார் என்பதுதான்!

அறியாததை அறிந்ததைக் கொண்டு விளங்க வைப்பதுதான் கல்வியின் பணியாகும். ஆனால் பயன் தத்துவாளர்கள் தமது தத்துவஞானத்தைத் தவறாகப் பயன்படுத்திக் கொண்டிருக்கிறார்கள். அவர்கள் அறிந்த உலகத்தை அறியாததைக் கொண்டு விளக்க முயல்கிறார்கள். அவர்கள் புலியின் கருப்பு வரிகளும், மஞ்சள் வரிகளும் குறிப்பிட்டதொரு பயன் கருதி சிருஷ்டிக்கப்பட்டன வென்று கூறுவதைப் போலவே, நாமும் நரிவேட்டையாடும் பயன் கருதியும், ஆடு- மாடுகள் உண்ணும் பயன் கருதியும் பிறந்திருக்கின்றன என்று கூறலாமல்லவா! இதே போல் இந்தியர்களும், மற்ற கருப்பர்களும் அடிமைகளாகவே இருப்பதற்கும், ஜெர்மனியிலுள்ள ஆரிய இனத்தவர் உலகத்தை ஆளவே பிறந்திருக்கிறார்களென்றும் கூறலாமல்லவா! *இந்துக்களின் 'பகவத்கீதை'யோ, "கடவுளாகிய நான், நான்கு வர்ணங்களை (பிராமண, க்ஷத்திரிய, வைசிய, சூத்திரர்களை) குணங்களிலிருந்தும், கர்மங்களிலிருந்தும் விலக்கி தோற்றுவித்தேன்" என்று கடவுளே கூறியதாக வாய் கிழியக் கத்துகிறது. 'கடவுள்' அமைத்த வர்ணஅமைப்பில் மற்ற மூன்று 'வர்ணத்தவருக்கு' பணிவிடை செய்துகிடைப்பதே சூத்திரர்களுக்கு விதிக்கப்பட்டுள்ளது. 'அவனன்றி அணுவும் அசையாது' என்னும் கிழவர்களின் வாதத்தையே இருபதாம் நூற்றாண்டின் 'பயன் தத்துவம்' எதிரொலிக்கிறது. இத்தத்துவம் சுரண்டும் வர்க்கத்திற்கும், சோம்பேறிகளுக்கும் நல்ல 'பயன்' தரும் தத்துவமாகும்.

தத்துவ மேதைகளின் 'பயன் என்னும் தத்துவம்' மனித அறிவைக் கட்டிப் பிணைத்தவரையிலும் நாம் அறிந்த ஒவ்வொரு பொருளையும்

---

* ஜெர்மனியின் பாசிஸ்ட் இட்லர் ஆரியர்கள் சிறந்த இனத்தவரென்றும், அவர்கள் உலகை ஆளவே பிறந்திருக்கிறார்களென்றும் கூறியே இரண்டாம் உலகப் போரைத் துவக்கினான் - மொ-ர்.

அறிந்திராத ஒன்றுடன் இணைத்து விளக்கிக் கொண்டிருந்த வரையிலும் விஞ்ஞானம் முன்னேறவில்லை என்பது நமக்குத் தெரியும். மனித அறிவு பயன் தத்துவத் தளையிலிருந்து விடுதலை பெற்றதுமே, சோதனைகளின் மூலம் விஞ்ஞானத்தை முன்கொண்டு செல்வதில் அது வெற்றிகண்டது. பயன் தத்துவம் விஞ்ஞானத்தின் மிகப்பெரும் எதிரியாகும். அது விஞ்ஞானத்திற்கு எதிரான வழியை நமக்குக் காட்டுகிறது. புலியின் மஞ்சள் நிற உடலில் கருநிற வரிகளையே எடுத்துக் கொள்ளுங்களேன்! பயன் சித்தாந்தவாதிகள், தம்மைப் பகைவர்களின் தாக்குதலிலிருந்து பாதுகாத்துக் கொள்ளவே இயற்கை புலிக்கு மஞ்சள், கரு நிறங்களை வழங்கியுள்ளதென்று கூறுவார்கள். (உண்மையில் அவர்கள் கடவுளை 'இயற்கை' என்னும் பெயரில் மறைக்க விரும்புகிறார்கள். ஏனெனில் ஜட இயற்கையை பயனும், உயிருமுள்ளதாக ஒப்புக் கொள்ளும் அளவிற்கு அவர்கள் முன்னேறி விடவில்லை.) விஞ்ஞானிகள் இந்த மஞ்சள், கருநிற வரிகளைக் கொண்டே 'இயற்கையின் தேர்வு', 'இன மாறுதல்' என்னும் மகத்தான சித்தாந்தங்களைக் கண்டுபிடிப்பதில் வெற்றியடைந்தார்கள். இவையிரண்டும் பயன் என்னும் சித்தாந்தத்திற்கு நேர் எதிரானவை யாகும்; "குறிப்பிட்ட சிறப்புகளுடைய பொருள் (நிகழ்ச்சிப் பிரவாகம்) நிலையானதாக இருக்கும். சிலர் புதிய மாறுதல்களின் மூலமாக தம்முள் புதிய சிறப்புகளைக் கொண்டு வருகிறார்கள். தமது உணவிற் காகவும், பகைவர்களிடமிருந்து தம்மைப் பாதுகாத்துக் கொள்வதற் காகவும் பயனுள்ள சிறப்புகள் தம்மகத்தில் கொண்டவை எஞ்சியிருக்கும். இச்சிறப்புகள் தம்மகத்தே இல்லாதவை நிச்சயம் அழிந்துவிடும். மழைக்காலத்தில் பல்வேறு புழுக்கள் தோன்றுகின்றன. சில உருவத்திலும், நிறத்திலும் செடிகளின் இலைகளைப் போன்றே இருக்கும். வேறு சில அங்குள்ள மண்ணின் நிறத்தைப்போல இருக்கும். மற்றும் சில அங்குள்ள மரங்களின் உரியைப் போன்றிருக்கும். நாம் உன்னிப்பாகக் கவனித்தால் அப்புழுக்கள் பகைவர்களிடமிருந்து தம்மைப் பாதுகாத்துக் கொள்ளவே இப்படிப்பட்ட உருவங்களையும் நிறங்களையும் கொண்டிருக்கின்றன என்பது புரியும். உண்மையில் அவை அப்புழுக்களுக்கு பாதுகாப்புக் கவசங்களாகும். ஒரு புழு கருமையான இடத்தில் பல தலைமுறைகளாக இருந்து வந்தது. காலம் மாறியது. இப்பொழுது அந்த இடம் செடி, கொடிகளுடன் பசுமை நிறைந்ததாகிவிட்டது. இப்பொழுது அப்புழு பச்சை இலைகளிலும், பச்சைக் கொடிகளிலும் இருக்கிறது. அப்புழுவின் சந்ததியில் பெரும்பாலான புழுக்கள் வெண்மையாகவும், சிவப்பாகவும், கருப்பாகவும் இருக்கின்றன; ஆனால் ஒரு சில இன மாற்றத்தின் காரணத்தால் பச்சை நிறமாகவும் இருக்கின்றன; இப்புழுக்களை விழுங்க

எத்தனையோ மற்ற பெரிய புழுக்களும், பறவைகளும் வாயைப் பிளந்து தயாராக இருக்கின்றன. தனது சுற்றுப்புறச் சூழ்நிலைக்கு மாறாக இருக்கும் புழு அப்பறவைகளின் வாய்க்குள் விழுந்து அழிந்தே போகும்... அந்த புழுக்களில் பச்சை நிறப் புழுக்கள் மட்டுமே பகைவர்களிடம் இருந்து தப்பித்து இனவிருத்தி செய்து கொள்ளும். அதாவது பச்சைநிறப் புழுக்களை மட்டுமே இயற்கை வாழ்வதற்குத் தேர்ந்தெடுத்தது போலிருக்கும். இதுவே “இயற்கையின் தேர்வு” எனப்படுகிறது.

பயன் சித்தாந்தத்தின் உண்மையான நோக்கம் என்னவென்றால், நீங்கள் உலகத்தை மாற்ற முயலாதீர்கள்; அது எப்படிப் போய்க் கொண்டிருக்கிறதோ அப்படியே போக விடுங்கள் என்பதுதான்! வாசல் வழியாக வெளியேற்றப்பட்ட கடவுளை ஜன்னல் வழியாக மீண்டும் வீட்டுக்குள் கொண்டு வந்து அரியாசனத்தில் அமர்த்துவது தான் அதன் லட்சியம். ஐரோப்பிய பயன் தத்துவாளர்கள் தமது உள்நோக்கத்தை மறைக்கப் பார்க்கிறார்கள்.

3. ஆன்மீக வாதம்

ஆன்மீக வாதம் குறித்து ஏற்கனவே கூறியிருக்கிறோம். ஆன்மீக வாதம் மக்களை ஏமாற்றிய அளவுக்கு வேறெந்த தத்துவ இயலுமே ஏமாற்றியதில்லை. சர் ராதாகிருஷ்ணன் ஆதி சங்கராச்சாரியாரை ஆதரிப்பவராகையால், ஆன்மீகவாதத்தை ஆதரிப்பது தமது கடமை யாகக் கருதுவார். ஆனால் ராதாகிருஷ்ணன் ஓட்டை விழுந்த படகைப் போன்றவராவார். அவரை நம்பியவர்கள் நட்டாற்றில் மூழ்க வேண்டியதுதான்! அவர் பகுத்தறிவை சங்கரரின் ஞான மார்க்கத்திலிருந்து வெளியேறி பக்தியைச் சரணடைய அறிவுறுத்தியதை ஏற்கனவே குறிப்பிட்டுள்ளோம். அவர் பவுத்த மதத்தைத் தவறாகச் சித்திரித்து ஆன்மீக வாதத்தைப் பற்றி ஓரிடத்தில் கீழ்க்காணுமாறு கூறுகிறார். பஞ்ச பூதங்களாலான இந்த பவுதீக உலகம் பொய்யானது. உணர்ச்சி மயமான பிரம்மமே (மனம் அல்லது ஆன்மாவே) உண்மையானதென்று சொல்கிறார்.

“உண்மையான (பிரம்மத்தின்) ஒளி இல்லாவிட்டால் இந்த உலகமே வீணானதாகவும், பொய்யானதாகவும் ஆகிவிட்டிருக்கும் பிறப்பும், இறப்பும் உடைய உலகம் சிரஞ்சீவித் தன்மையின் (பிரம்மத்தின்) வெளிப்பாடேயாகும். பரம உண்மையான **“சர்வ சத்துவம்”** எல்லா உண்மை, கற்பனைப் பொருள்களின் ஆத்மாவாகும்.”

ராதாகிருஷ்ணனின் ஆங்கில நூலிலும் **“சர்வ சத்துவம்”** என்னும் இச்சமஸ்கிருதச் சொல்லே பயன்படுத்தப்பட்டிருக்கிறது.

(Indian Philosophy, Vol. I. p. 596) ஆனால் இச்சொல் ராதாகிருஷ்ணனின் சொந்தச் சரக்கல்ல; அதை, முதலில் புத்தர் பயன்படுத்தினார். ஆனால் அவர் அதை 'பிரம'த்தையோ, 'ஆத்மா'வையோ குறிக்கப் பயன்படுத்தவில்லை. புத்தர் அனாத்ம வாதத்தையும், வினாடிக்கு வினாடி மாறும் தத்துவத்தையும் அல்லவா உபதேசித்தார்! ராதாகிருஷ்ணன் எவ்வளவுதான் "உண்மையான", "சிரஞ்சீவித் தன்மையான", "சர்வ சத்துவம்" என்னும் பெயர்களில் பிரம்ம தத்துவத்தைப் புகுத்த முயன்றாலும், சங்கரரின் "பிரம்மம்" பாவம், புத்தரின் க்ஷணிக வாதத்திற்கு முன் (வினாடிக்கு வினாடி மாறும் தத்துவத்தின் முன்) நிற்பதற்குத் திராணியில்லாமல் திரும்பிப் பார்க்காமல் ஓட்டம்பிடிக்கும். தமக்கு ஏமாற்றமளிக்கும் சூழ்நிலை யிலும் ராதாகிருஷ்ணன் இப்படியெல்லாம் எழுதுவதற்காக அவரைப் பாராட்டத்தான் வேண்டும். அவர் "பிறப்பும் இறப்பும் உடைய உலக"த்தின் பின்னால் ஒரு "சிரஞ்சீவித் தத்துவம்" இருக்கிறதென்று நிரூபிக்க முனைந்துள்ளாரென்பது தெளிவாகிறது அவருக்கு நாமும் சற்று உதவி புரிவோம்:

இங்கிலாந்தில் ஒரு தத்துவ மேதையாக விளங்கிய பர்க்லே (கி.பி. 1685-1753) லார்ட் கிளைவ் காலத்திய பிரபல ஆன்மீக வாத ஆதரவாளராவார். அவர் கூறியதாவது:

"சொர்க்கத்திலும், பூமியிலும் உள்ள எல்லாப்பொருள்களும் சுருக்கமாக எல்லாக் கருக்களும் வேறெதிலிருந்தும் அல்லாமல், மனத்திலிருந்தே தோன்றியவையாகும். உலகத்திலுள்ள பொருள்கள் நான் அறியாதவரையிலும் அவை எனது மனத்திலோ, மற்றவர்களின் மனத்திலோ இடம் பெறாதவரையிலும் அவை ஒன்று, இல்லவே இல்லை; அல்லது நிரந்தர ஆத்மாவில் அடங்கியிருக்கின்றன." (நான் எழுதிய "ஐரோப்பிய தத்துவ இயலை"ப் பாருங்கள்).

பர்க்லே தத்துவாளராக இருந்தாலும், தலைமைப் பாதிரியாராகவும் இருந்தவர். ஆகவே சிலர் பாதிரியாரின் வார்த்தைக்கு மதிப்பளிக்காமலும் போகலாம். அப்படியானால் புகழ்பெற்ற விஞ்ஞானியான சர் ஜேம்ஸ் ஜீன்ஸிடம் செல்வோம்! அவருக்கு 'சர்' என்று பட்டம் இருப்பதால் உங்களுக்கு ஐயம் ஏற்படலாம். அது இயற்கையும் கூட! முதலாளித்துவ அரசுகளின் தலைவனான பிரிட்டிஷ் அரசு எப்படிப்பட்டவர்களுக்கு 'சர்' பட்டம் வழங்குமென்று நமக்குத் தெரிந்ததுதான்! ஆனால் ஜீன்ஸ் ஒரு சிறந்த கணித வல்லுநரும், ஜோதிட அறிஞருமாவார். அவர் சொல்வதைக் கேளுங்கள்.

"நவீன விஞ்ஞானம் நம்மை மிகவும் வேறுபட்ட வழியில் (பர்க்லேயின் வழியில்) சமமான வழியில் கொண்டு செல்லவில்லை என்று தோன்றுகிறது...

"இதனால் வேறு எந்த விளைவும் ஏற்படுவதில்லை. ஒரு பொருள் என்னுடைய மனத்தில் அல்லது வேறு ஒரு ஜீவனின் மனத்தில் இருந்தாலும், இல்லாவிட்டாலும், அது ஒரு சாஸ்வத மனத்தில் இருந்தால்தான் தெரியவரும்.

"பொருள்களின் உண்மை சாரம் நமது அறிவைக் கடந்தது என்பது உண்மையானால், பொருள்முதல்வாதத்தையும், ஆன்மீக வாதத்தையும் பிரிக்கும் கோடு மிகவும் தெளிவற்றதாகி விடுகிறது. விஷயமுடைய உண்மை நிலை தன்னை நிலை நிறுத்திக் கொள்கிறது. ஏனெனில் சில பொருட்கள் என்னிலும், உங்களிலும் ஒரே மாதிரியாகப் பாதிப்பை ஏற்படுத்துகின்றன, ஆனால் நாம் இப்படி ஒரு பொருளை ஒப்புக் கொள்கிறோம், எனினும் அதை நாம் அதற்குப் 'பொருள் உருவானது' அல்லது 'ஆத்மா உருவானது' என்று பெயரிட்டால், அதை ஒப்புக்கொள்ளும் உரிமை நமக்கில்லை. அதற்குச் சரியான பெயர் சூட்டவேண்டுமானால், 'கணித மயமானது' என்று கூற வேண்டும்.

சர் ஜேம்ஸ் ஜீன்ஸ் பிஷப் பர்க்லேயுடன் கலந்து கற்பனை வானத்தில் பறந்து கொண்டிருந்தபோது, அவருக்கு டாக்டர் ஜான்சனின் நினைவு வந்துவிட்டது. டாக்டர் ஜான்சன் பர்க்லேயின் ஆன்மீக வாதத்தைக் கேட்டு, பவுதீக வாதத்தை நிருபிக்கும் வகையில் தமது காலால் தரையை உதைத்துக் காட்டி, "நான் இப்படி ஆன்மீக வாதம் பொய்யானதென்பதை நிரூபிக்கிறேன்," என்று சொல்லி யிருந்தார்.

சர் ஜேம்ஸ் ஜீன்ஸ் டாக்டர் ஜான்சனின் கண்டனத்திற்கு அதிக மதிப்பளிக்க விரும்பவில்லை. தாம் தரையை உதைத்து சுரண்டல் கூட்டத்திற்கும், அதன் நாகரீகத்திற்கும், பண்பாட்டிற்கும், மதத்திற்கும் எதிரான பொருள்முதல்வாதத்தைத்தான் ஆதரிக்கிறோமென்று டாக்டர் ஜான்சனுக்கு தெரிந்திருந்தால் அவர் அப்படிச் செய்திருக்க மாட்டார். ஆளும் வர்க்கத்திற்குத் தான் செய்யும் சேவையை உணர்ந்து அது நன்றியுடன் நினைவு கொள்ளும் என்பதைத் தெரிந்து சர் ஜேம்ஸ் ஜீன்ஸ் மேலும் கூறுகிறார்:

"இன்று அறிவு வெள்ளம் ஒரு இயந்திரமல்லாத உண்மை நிலையை நோக்கிப் பாய்ந்து கொண்டிருக்கிறது. உலகம் ஒரு பெரிய இயந்திரத்தைப் போன்றதைக் காட்டிலும், ஒரு பெரிய கற்பனை போல்

காணப்படுகிறது. மனம் இப்பொழுது பவுதீக உலகத்தில் திடீரென்று தோன்றிய பயணியைப் போல் தென்படவில்லை. முதல் கருத்தை விலக்கி நாம் பவுதீக உலகத்தைப் படைத்து, அதை ஆட்டிப்படைக்கும் மனத்தை வரவேற்க வேண்டும் போல் தெரிகிறது. ஆனால் நமது தனி மனித மனங்களையல்லாமல், பரமாணு கருத்துக்களைக் கற்பனை உருவத்தில் தன் முன் வைத்திருக்கும் மனங்களையே நாம் வரவேற்க வேண்டும். பவுதீகப் பொருட்கள் மனத்தின் படைப்புகளும், வெளிப்பாடுகளுமேயாகும். உலகத்தை திட்டமிட்டுப் படைத்து, அதைக் கட்டுப்படுத்தும் நமது மனங்களைப் போன்றதொரு மகத்தான மனத்தை உலகம் நமக்கு அறிவிக்கிறதென்று தெளிவாகிறது.

சர்ஜேம்ஸ் ஜீன்ஸ் சந்தடியில்லாமல் எப்படி பயன் சித்தாந்த வாதியான வைட் ஹெட்டிடம் போய்ச் சேர்ந்துவிட்டார் என்பதைப் பார்த்தீர்களா? இந்தக் கிழவர்கள் குழுவில் நமது சர் ராதா கிருஷ்ணனும் அமர்ந்திருக்கிறார். இவர்களுடைய 'பொன்மொழி'களை உங்கள் அறையில் சட்டமிட்டு மாட்டி வைத்துக் கொள்ளுங்கள்:

"உலகின் பின்னால் உண்மையான, சிரஞ்சீவித் தன்மை கொண்ட 'சர்வ சத்துவம்' இருக்கிறது" - சர் ராதாகிருஷ்ணன்.

"உலகின் பின்னால் ஒரு குறிப்பிட்ட பயன் வேலை செய்து கொண்டிருக்கிறது"- வைட் ஹெட்.

"ஒரு மனம் உலகைத் திட்டமிட்டுப் படைத்து, கட்டுப்படுத்திக் கொண்டிருக்கிறது" - சர் ஜேம்ஸ் ஜீன்ஸ்.

அவற்றுடன் இதையும் சேர்த்துக் கொள்ளுங்கள்: "தத்துவ மேதைகள் என்று சொல்லப்படும் இப்பெரிய மனிதர்கள் மக்களை அறியாமையில் ஆழ்த்துவதற்காகப் பொய்யான ஆன்மீக வாதத்தைப் பயன்படுத்திக் கொண்டிருக்கின்றனர்."- ஜெர்மானியத் தொழிலாளி தியேத்ஜென் (Lenin - Materialism and Empirio criticism)

புதிய தலைமுறையைச் சேர்ந்த தத்துவாளர் ஜான் லேஷஸ் கூறுகிறார்:

"கற்பனையின் உதவியில்லாமல் எந்த ஒரு பொருளையும் அறிய முடியாதென்பதின் பொருள், நாம் கற்பனையை மட்டுமே அறிகிறோமென்பதல்ல. அறிபவனையும், அறியப்படுவதையும் அறிவே நிரூபிக்கிறது. அறியப்படுவதை ஊகிக்காமல் நாம் உலகத்தைச் சிந்திக்கவே முடியாது. நாம் உணர்வதெல்லாம் கற்பனையினால் மட்டுமே உணர்கிறோமென்பது இதன் அர்த்தமல்ல. நாம் நமது முதல்

புலனறிவில் இயற்கையைத் தான் (பவுதீகப் பொருள்களைத்தான்) அறிகிறோம். நாம் இயற்கையைப் பூரணமாக அறியவில்லை. என்பதும், அதைப்பற்றி எல்லாமும் அறியவில்லை என்பதும் உண்மையே யாயினும், அது இருக்கிறது என்பது மட்டும் நன்கு அறிவோம்."

தற்பொழுது விஞ்ஞானத்தால் கிடைக்கும் அறிவைச் சந்தேகிப்பதே ஆன்மீகவாதத்தின் முக்கிய வேலையாக இருக்கிறது என்பது உன்னிப்பாகக் கவனித்தால் தெரியவரும். அதனுடைய இரண்டாவது வேலை, நேரிடையாகவும், மறைமுகமாகவும் மதத்தைக் கை தூக்கி விடுவதாகும். இதை நாம் சர் ஜேம்ஸ் ஜீன்ஸ் 'மனத்தி'ல் இப்பொழுது பார்த்தோம்.

3
பூதங்களும் இயக்க இயலும்

விஞ்ஞான லோகாயத வாதம் குறித்து (இயக்க இயல் குறித்து) அதிகமாகத் தெரிந்து கொள்வதற்கு முன்னால், லோகாயத வாதம் என்றால் என்னவென்பதைத் தெரிந்து கொள்வதவசியம். லோகாயத வாதத்தைப் புரிந்து கொள்வதற்குப் பஞ்ச பூதங்களை (பவுதீக சக்திகளை) புரிந்து கொள்வது அவசியம்.

(க) பூதங்கள் அல்லது பவுதீக சக்திகள்
1. பூதங்களின் விளக்கம்

நாம் நமது புலன்களால் பார்வையையும், புரிந்து கொள்பவையும், புலன்களுக்குப் புலப்படும் பொருள்களின் அடிப்படை உருவங்களும், நீளம், அகலம், பருமன் ஆகியவைகளில் பரவியிருப்பவையும், குறைந்த அளவிலோ அல்லது அதிக அளவிலோ அழுத்தத்தைத் தடுத்து நிறுத்துபவையும், புலன்களால் அறியக்கூடிய அசைவு உள்ளவையும் பூதங்களாகும்.

'புலன்கள்' என்றால் இங்கே மனிதனுக்குப் பிறப்பால் கிடைத்த புலன்களை மட்டுமேயல்லாமல், அவனுக்குத் துணை புரியும் இயந்திரங்களான தொலை நோக்கி, ஒலி பெருக்கி ஆகியவை களிலிருந்து கிடைக்கும் பெருகிய சக்தியையும் குறிக்கும்.

நீளம், அகலம், பருமன், நிறை ஆகியவைகளின் பரிமாணத்தில் நமது புலன்களுக்குத் தெரியும் **பூதங்களின்** உருவமே உண்மை யானதாகுமென்றும், குணாம்ச உருவத்தில் காணப்படும் உருவம் பொய்யானதும், கற்பனையானதும், பிரமையை உண்டுபண்ணு வதாகும் என்றும் தத்துவாளரான லாக் (1632-1704) கூறினார். இந்தியத் தத்துவ இயலாளர்களில் ஒரு பிரிவினரான 'வைசேஷிகர்கள்' உருவம், ரசம் ஆகிய குணங்களின் மூலமாகவே உண்மை நிலையை ஏற்றுக்

கொள்கின்றனர். வாசமுடன் குணமுடையதுவே பூமியாகும். குணத்தின் எதார்த்தத்தை ஏற்றுக்கொண்டதனாலேயே 'வைசேஷிகம்' மேலும் வளர்ந்து பொருள் விஞ்ஞானமாக (சயன்ஸாக) மாறமுடியவில்லை. வளர்ச்சியையும் நிறையையும் **பூதத்தின்** உண்மை உருவமாக ஏற்றுக் கொண்ட ஐரோப்பியச் சிந்தனை புதிய விஞ்ஞானமாக உருப்பெற்றது.

விஞ்ஞான வளர்ச்சி, நிறையின் உருவத்திலேயே பூதத்தைப் பார்த்தாலும், அவ்விரண்டிலும் புலன்களைப் பொறுத்தவரை நிறைக்கு முக்கியத்துவம் அளிக்கிறது:

"வெளியுலகத்தின் (பவுதீக சக்திகளின்) அறிவு அதிர்ச்சிகளால் ஏற்படுகிறது அவ்வதிர்ச்சிகளை வாங்கிக் கொள்ளும்போது பத்து லட்சத்திற்கும் மேற்பட்ட அறிவுக் கதிர்கள் நமது மூளையிலும், முதுகுத் தண்டிலும் போய்ச் சேருகின்றன. அந்தக் குணாம்ச 'அதிர்ச்சி களை' அறிவு சார்ந்திருப்பதில்லை. பரிமாணம் குணமாகவும், குணம் பரிமாணமாகவும் மூளையில் மாறுகின்றன. (இம்மாறுதலாலேயே நாம் ஒரு பொருளை புலன்களால் அறிகிறோம்) உலகத்தை நாம் அறிவதற்கு இந்த மாறுதலே முக்கிய சாதனமாகிறது. ('The Marxist Philosophy and the Sciences' by J.B.S. Haldane, 1938, p. 32-33).

குணம் (வாசமும், உருவமும்) எப்படிப் பரிமாணமாக (நிறை முதலியவையாக) மாறுகிறது? இயற்கையின் தன்மையே அதில் குணாம்ச மாறுதல்- உருவத்தில் அடிப்படை மாறுதல்- தொடர்ந்து காணப்படுவதாகும். இது குறித்து மேலே விவரிக்கப் போகிறோம். விஞ்ஞான லோகாயதவாதம் குணம், பரிமாணம் இரண்டையுமே எதார்த்த உலகின் சுபாவமாக (இதைக் குணம் என்றும் கூறலாம்) ஒப்புக் கொள்கிறது.

பூதத்தை விளக்குகையில் லெனின் கூறினார்:

"**பூதத்தின்** தனித்தன்மை என்னவென்றால், நாம் அறிவதற்கும் அது வெளியே தன்னை நிலைநிறுத்திக் கொண்டிருக்கிறது. அது தன்னைப் புலன்களால் அறியப்படும் எதார்த்தத்தின் உருவத்தில் வைத்துக் கொண்டிருக்கிறது." (Materialism and Empirio criticism- p. 200)

"மனிதனுக்குப் புலன்களால் கிடைக்கும் அறிவின் ஸ்தூலமான எதார்த்தத்தையே தத்துவ பரிபாஷையில் '**பூதம்**' என்கின்றனர். அவ்வெதார்த்தம் மீண்டும் நிகழ்த்தப்படக்கூடியதாகும். அதை புகைப்படமாக்கலாம். அதை நமது உணர்வுகளின் மூலம் மூளையில் பிரதிபலிக்கச் செய்யலாம்; ஆனால் அது இவ்வுணர்வுகளைச் சார்ந்திருக்கவில்லை." (அதே நூலில், பக்கம் 102).

"நமது புலன்களை இயக்கி மூளையில், உணர்வுகளைத் தோற்றுவிப்பதுதான் பூதமாகும். நமது உணர்வுகளில் தோன்றும் 'உருவமுடைய' எதார்த்தம்தான் பூதமாகும்" (அதே நூலில், பக்கம் 116).

இங்கே 'உருவமுடையது' என்று சொல்லப்படுவது 'உருவ மில்லாதது' என்பதற்கு நேர் எதிரிடையானதாகும். இந்த 'உருவ மில்லாதது' வெளியுலகத்தில் எங்கேயுமே இருப்பதில்லை. அது மூளையின் கற்பனை மட்டுமே!

2. எதிரிகளின் ஆட்சேபணைகளுக்குப் பதில்

லோகாயதவாதத்தின் எதிர்ப்பாளர்கள் இன்று புதிதாக முளைத்துவிடவில்லை. தத்துவ இயலின் வரலாறு தொடங்கிய காலத்திலிருந்தே அவர்கள் இருந்து வருகிறார்கள். உண்மையில், லோகாயத வாதத்தின் (பவுதீக தத்துவத்தின்) எதார்த்த உலகை அதற்கெதிரான கருத்துக்களால் அழித்தொழிக்கவே தத்துவ இயல் பிறந்ததென்று கூறலாம். இந்திய உபநிஷத்துக்களை இயற்றிய தத்துவாளர்கள் 'இங்கே பலவானவை இல்லை' என்றனர். கிரேக்க நாட்டு பிளாட்டோ. 'பொய்யான', பவுதீக உலகிற்குப் பதிலாக, 'உண்மையான' அபவுதீக (ஆன்மீக) உலகை 'சிருஷ்டி' செய்தார். பவுத்த தத்துவாசிரியரான நாகார்ஜுனர் உலகமும், அதன் பொருட்களும் ஒன்றையொன்று சார்ந்திருப்பதால், உலகத்தையே மறுத்து சூனிய வாதத்தைத் (இல்லாமையை) தொடங்கி வைத்தார். மற்றொரு பவுத்த தத்துவாசிரியரான அஸங்கர் பிளாட்டோவின் ஆன்மீக சித்தாந்தத்தில் வினாடிக்கு வினாடி மாறும் தத்துவத்தைக் கலந்து, பவுதீக உலகின் எதார்த்தத்தை நிராகரித்தார். ஆதிசங்கரரும், இஸ்லாமிய தத்துவாளர் ரோஷ்தும் பழைய லோகாயத எதிர்ப் பாளர்கள் கூறியதையே மீண்டும் கூறினர். ஆனால் இம்மாபெரும் மேதாவிகள் இரண்டாயிரத்தி அறுநூறு ஆண்டுகள் செய்த முயற்சிகளினால் 'எதார்த்த' உலகம் மறைந்துபோய்விட்டதா? இல்லை. யாக்ஞவல்கிரியர், நாகார்ஜுனர், அஸங்கர், சங்கரர், ரோஷ்த் ஆகிய அனைவருமே தமது கருத்தைத் தம்முடைய நடைமுறையினால் பொய்யாக்கிவிட்டனர். எதார்த்த உலகு உண்மையில் இல்லையெனில், 'பசி' என்று ஒன்று இருக்கக்கூடாதல்லவா! எனினும் தம்முடைய பசியைப் போக்கிக் கொள்ள பிளாட்டோவும், சங்கரரும் உணவுத் தட்டின் பக்கம் கை நீட்டினர் என்றால், அவர்கள் தமது நடைமுறை யினால் தமது கருத்தை மறுத்தார்கள் என்றுதானே பொருள்!

இந்தப் பழைய லோகாயத எதிர்ப்புத் தத்துவாளர்களையும், அவர்களுடைய இன்றைய வழித்தோன்றல்களையும் விட்டுத் தள்ளுங்கள்! இன்று இப்படிப்பட்ட வறட்டுத் தத்துவங்களுக்கு எவ்வித

முக்கியத்துவமும் இல்லை. ஆனால் இன்னொரு விதமான லோகாயத எதிர்ப்பாளர்கள் புறப்பட்டிருக்கின்றனர். இவர்கள்தான் விஞ்ஞானிகள்! **பூதங்களை** அடிப்படையாகக் கொண்ட விஞ்ஞான ஆராய்ச்சிகளில் இவர்கள் ஈடுபட்டிருக்கின்றனர். **பூதங்களை** மறுத்துவிட்டால், பிறகு எதை அளப்பது, நிறுப்பது? எதை தொலைநோக்கியில் காண்பது? சூரிய கிரணங்களையும், நிறங்களையும் ஏன் பாகுபடுத்திப் பார்ப்பது? ஆனால் இதுவும் புதிய விஷயமல்ல. தத்துவ வரலாற்றில் தத்துவ இயலின்துணையைக் கொண்டு, தத்துவ இயலையே அழிக்க விரும்பிய நாகார்ஜுனர், கஜாலி, ஸ்ரீஹர்ஷர் போன்றவர்களை அடிக்கடிப் பார்க்கிறோம். அவர்களைப் போலவே இன்றும் உடலாலும், உள்ளத்தாலும் கிழடு தட்டிப்போனவர்களைக் காண்கிறோம். அவர்கள் இப்படிச் செய்வதில் ஒரு பெரிய ரகசியமே அடங்கி யிருக்கிறது. அவர்களுடைய செய்கைக்கும், விஞ்ஞானத்திற்கும் எவ்விதத் தொடர்புமில்லை. அது அப்படி இருக்கட்டும்! **பூதங்களை** மறுக்க அவர்கள் எப்படி வாதிடுகிறார்கள் என்பதை இப்பொழுது கவனிப்போம்:

"**பூதங்கள்** இல்லையென்பது நிரூபிக்கப்பட்டுவிட்டது."

"எப்படி?"

"உயர்ந்த பவுதீக இயலான விஞ்ஞான **பூதம்** என்று ஒன்றுமில்லை; அது உண்மையில் ஒரு சக்தி மட்டுமே என்பதை நிரூபித்துவிட்டது"

"சக்தியா? அது பவுதீக சக்தியா, அபவுதீக சக்தியா! ஆன்மீக சக்தியா, தெய்வீக சக்தியா?"

"பவுதீக சக்தி அல்ல."

"அப்படியென்றால் அபவுதீக தெய்வீக சக்தியா? அந்த அபவுதீக தெய்வீக சக்தியை விஞ்ஞானமா நிரூபித்துக் கொண்டிருக்கிறது? அப்படி நிரூபித்த பிறகும் அது விஞ்ஞானமா?"

"ஆமாம், விஞ்ஞானிகள் அதை நிரூபித்துக் கொண்டிருப்பதால் அது விஞ்ஞானம்தான்!"

"வாயால் சொல்வது விஞ்ஞானத்தால் நிரூபிப்பது என்றால், பிறகு விஞ்ஞானிகளின் எல்லா முயற்சிகளுமே விஞ்ஞானமாகி விடுமே! சர் ஆலிவர் லாட்ஜின் பேய் - பிசாசுக்கலையும், மந்திர தந்திரமும், அதன் தற்கால அவதாரமான பிரம்மஞானமும் கூட விஞ்ஞானமாகிவிடுமே! வேத மந்திரங்களையும், தற்காலச் சமுதாய ஏற்றத் தாழ்வுகளையும் ஆதரித்து சர் சி.வி. ராமன் பேசிய பேச்சுக்களும் விஞ்ஞானமாகிவிடுமே! சர் ஜேம்ஸ் ஜீன்ஸின் கடவுள் ஆதரிப்பும்

சாலைகளாலும், இயந்திரங்களாலும் நிரூபிக்கப்பட்டவைகளை மட்டுமே நீங்கள் விஞ்ஞானமாக ஏற்றுக் கொள்ளலாம். அப்படி யென்றால் இவ்வாராய்ச்சி சாலைகள் **பூதங்கள்** இல்லையென்று சாட்சியமளித்தனவா? பிறகு **பூதங்கள்** இல்லை என்பதன் அர்த்தம் என்ன? மரமே இல்லையென்று உறுதியாக அறிவித்துவிட்ட பிறகு, மாம்பழம் இருக்கிறதென்று எவ்வாறு கூற இயலும்? பிறகு விஞ்ஞானம் எதை அளப்பது, ஆராய்வது?"

"பவுதீக இயலில், புதிய கண்டுபிடிப்புக்களில் **பூதங்கள்** இருப்ப தாகத் தெரியவில்லை. அங்கே சக்தி மட்டுமே இருக்கிறது."

"அந்தச் சக்தியே **பூதம்**."

"ஆனால் அது ஸ்தூலமானதாகவோ, உருவம் கொண்டோ இல்லை."

"கி.பி.150-ல் இருந்த இந்திய உபநிஷத் தத்துவாளர் கணாதரும், அவருக்கு அறுநூறு ஆண்டுகளுக்கு முன்பிருந்த பரமேனிதும் (கி.பி. 540-480) **பூதத்தின்** மிக சூட்சுமமான உருவமென்று பரமாணுவைக் கருதியது தவறென்பது இதனால் உறுதியாகிறதா? டால்மியின் தத்துவம் தவறானதாகையால், 'உலகமே இல்லை' என்பதும், 'சூரிய சந்திரர்களே இல்லை' என்பதும் நிரூபிக்கப்பட்டு விடுகிறதா? பரமேனிதும், அவருடைய இதர ஆசியத் தோழர்களும் உலகின் இயக்கம், அதன் மாறும் தன்மையால் அலைக்கழிக்கப் பட்டிருந்தனர். அவர்கள் ஆழ்ந்த கடலில் மூழ்குபவர்கள், உதவிக்காக அலைந்து கொண்டிருந்தனர். இதனாலேயே அவர்கள் உலகத்திற்கு அடிப்படையாகப் பரமாணுவைக் 'கண்டுபிடித்து' கொண்டு வந்தனர். பரமாணுக்கள் சிரஞ்சீவித்தன்மை கொண்டவையும், மாற்றமில்லாத வையும், இணையற்றவையும், ஒரே மாதிரியானவையும், பிரிக்க முடியாதவையும், எண்ணிலடங்கா சூட்சும அணுக்களாகும். பரமேனிதின் இந்திய சீடர்கள் பரமாணுக்களைத் தமது தத்துவ இயல்களில் இணைத்துக் கொண்டனர். பவுதீக விஞ்ஞானம் இவ்வணுக்கள் இல்லை என்பதை நிரூபித்துவிட்டதென்பது உண்மை தான்! மின்சார- காந்த அணுக்கள் உலகத்திற்கு அடிப்படை யானவை என்பதைப் பவுதீக விஞ்ஞானம் கண்டு கொண்டிருக்கிறது. பழங்காலத்தில் **பூதம்** மிக ஸ்தூலமானதாகவே விளக்கப்பட்டிருக்கிற தென்பது இதிலிருந்து நிரூபிக்கப்படவில்லை என்பது நிரூபண மாயிற்று என்று கூறுவது விஞ்ஞானத்தையே அவமானப்படுத்துவ தாகும்; நமது அறிவையே அவமானப்படுத்திக் கொள்வதாகும்; உலகத்தையே முட்டாளாக்குவதாகும்."

"ஆனால் உலகம் வெறுமையானதென்றும் - வானம் போன்று சூனியமானதென்றும் - விஞ்ஞானம் நிரூபித்திருக்கிறதே!

"அதில் சக்தி அல்லது மின்சார- காந்த அணுக்களும் இல்லையா?"

"இருக்கின்றன; ஆனால் அவை குறிப்பிடத்தக்க அளவில் இல்லை."

"இது எதை ஞாபகப்படுத்துகிறதென்றால், ஒருவன் ஒரு வலையைக் காட்டி 'இது என்ன'வென்று மற்றவனைக் கேட்டானாம் அவன் 'ஒன்றுமில்லை. நூலில் இணைக்கப்பட்ட பரந்த சூனிய வானம்' என்றானாம். நூலை அலட்சியப்படுத்தி, வானத்தின் மகிமையைப் புகழ்பாடுதல் விஞ்ஞானிகள் என்னும் பெயருடைய இந்த சோம்பேறிகளின் விஞ்ஞானமாகும். மனித அறிவு இந்தத் தில்லுமுல்லுகளையும், குழப்பத்தையும் ஒப்புக் கொள்ளாது, விஞ்ஞானம் வளர, வளர பவுதீகப் பொருட்களின் உள்ளடக்கத்தை அது மேலும் மேலும் அறிந்து கொண்டே போகும் பரமேனிதின் பரமாணு அல்ல. பத்தொன்பதாம் நூற்றாண்டு ரசாயன இயலாளர் களின் பரமாணு பிளக்கப்பட்டது. தாம்ஸன் அதற்குள் சென்று எலெக்ட்ரான், புரொட்டான் ஆகியவைகளைக் கண்டுபிடித்தார். இருபதாம் நூற்றாண்டில் சாதாரண அணுக்களும், ஹைட்ரஜன் அணுக்களும், புரொட்டான்களும் கூட பிரிக்கப்பட்டன. இப்பொழுது நாம் நியூட்ரானையும், மெஸோட்ரானையும் அடைந்திருக்கிறோம். **பூதத்தின்** இந்த உள்ளுருவமே அணுக்கள்- அலைகள் உருவத்தில்- முரண்பாடுகளின் உருவத்தில்- காணப்படுகிறது. பழைய விளக்கம் மிகவும் ஸ்தூலமாக இருந்தது; அறிவு வளர வளர நமக்கு அந்த விளக்கத்தை சூட்சுமமாக்க வேண்டிய அவசியமேற்படுகிறது என்பது இதனால் நிரூபணமாகிறது. இந்த விளக்க மாற்றத்தினால் **பூதம்** இல்லையென்று சாதிப்பது அறியாமையைத்தான் எடுத்துக் காட்டும். அல்லது இதன் பின்னால் ஏதாவது தவறான எண்ணமிருக்கும். அதைப் புரிந்து கொள்ள கொஞ்சம் இங்கேயே இருங்கள்!"

பூதம் இருப்பது பச்சை உண்மையாகும். நவீன விஞ்ஞானம் **பூதத்தின்** அற்புதமான உட்சக்தியையும், உருவத்தையும் தெளிவாக்கி அதன் முக்கியத்துவத்தைப் பெருக்கிக் கொண்டிருக்கிறதே தவிர, குறைத்துக் கொண்டிருக்கவில்லை.

(ங) லோகாயத வாதம்

1. விளக்கம்

பூதத்தை அறிந்து கொண்ட பிறகு, அதை ஒப்புக் கொண்ட பிறகு, இப்பொழுது லோகாயதவாதத்தை (பவுதீக இயலை) தெரிந்து

கொள்வோம். லோகாயதவாதம் என்றால் என்ன? லோகாயத வாதம் கற்பனை, சிந்தனை, அறிவு ஆகியவைகளை மனித மூளையில் ஒரு எதார்த்தமான பவுதீக உலகத்தின் மானசீக பிரதிபலிப்புகள் எனக் கருதுகிறது. அப்பிரதிபலிப்புகள் நமது உணர்விலிருந்தும், விருப்பத்தி லிருந்தும் வேறானவையாகும்.

ஏங்கெல்ஸ் கூறுகிறார்: "வெறும் உணர்ச்சியை அல்லாமல், உயிரும், ஜடமும் கலந்த உலகின் இயற்கையை அடிப்படையான விஷயமாகக் கருதுவதை லோகாயத வாதம் என்கின்றனர்." ('Ludwig Feurbach, p. 31)

அல்லது,

"எதார்த்த உலகை - இயற்கையையும் அதன் வரலாற்றையும் - அது எல்லோருக்கும் காணப்படுவதைப் போலவே ஏற்றுக் கொள்ளுதல், ஆன்மீக தத்துவாளர்களின் கற்பனைக் கருத்துக்களிலிருந்து விடுபட்டதாக அதை ஒப்புக் கொள்ளுதலும் லோகாயத வாதமாகும்" (அதே நூலில், பக்கம் 53).

2. எதிர்ப்பாளர் வாதங்களுக்குப் பதில்

ஆனால் சற்று நில்லுங்கள்! லோகாயத வாதத்தின் விளக்கம் அதன் எதிர்ப்பாளர்களின் வாயிலிருந்து கேளுங்கள்!

இந்திய மதாச்சாரியர்கள் கூறியதாவது:

"உயிர் வாழ்ந்திருக்கும் வரை மகிழ்ச்சியாக வாழவேண்டும். கடன் வாங்கியும், 'ஜல்ஸா' செய்ய வேண்டும், உடல் அழிந்து விட்ட பிறகு மீண்டும் வரப்போகிறோமா?"

அதாவது, லோகாயத வாதிகள் கடைந்தெடுக்க சுயநலக்காரர்கள், பேராசைக்காரர்கள், மனித உருவிலுள்ள மிருகங்கள்! ஐரோப்பிய மதாச்சாரியர்கள் லோகாயதவாதிகளைக் குடிகாரர்கள், விபசாரிகள், சமூக விரோதிகள், மண்டைக்கனம் உள்ளவர்கள் என்றெல்லாம் வைகின்றனர். அத்துடன் அவர்கள் ஆன்மீகவாதிகளைப் புனிதர்கள், மனக்கட்டுப்பாடுடையவர்கள், சமுதாயத்தின்மேல் நல்லெண்ணம் கொண்டவர்கள், அடக்கமானவர்கள், பொதுநலவாதிகள், மகான்கள் என்றெல்லாம் புகழ்பாடுகின்றனர்.

பழங்கால இந்தியாவில் லோகாயதவாதிகள் ஏன் இப்படி ஏசப்பட்டிருக்கிறார்கள் என்பதற்கு வரலாற்றில் பதில் கிடைக்க வில்லை. ராஜா- ராணிகளின் கதைகளை விரிவாகச் சொன்னதுடன்

இந்திய வரலாறு வேறு உருப்படியான வேலை செய்திருந்தால்தானே! ஆனால் சென்ற நூற்றாண்டில் ஐரோப்பிய லோகாயத வாதிகளை ஏசியது குறித்து விளக்க அப்பொழுது வாழ்ந்திருந்தவரும், புகழ்பெற்ற தத்துவ இயல் வரலாற்றாசிரியர்களில் ஒருவருமான ஜார்ஜ் லெவிஸ் (1817-74) நம்முன் இருக்கிறார். அவர் என்ன எழுதியிருக்கிறார் என்பதைப் பார்ப்போம். வரலாறு தனது சாதாரண உருவத்தை மீண்டும் மீண்டும் காட்டிக்கொள்கிறது. இதை நினைவில் கொண்டால் நமது நாட்டில் லோகாயதவாதிகள் ஏன் ஏசப்பட்டார்கள் என்பது புரிந்துவிடும். இதை ஜார்ஜ் ஹென்றி லெவிஸ் எழுதிய காலத்தில், தம்மைச் சுரண்டிக் கொழுத்த அக்கிரமக்காரர்களுக்கு எதிராகப் பிரெஞ்சுப் புரட்சி நடந்து முடிந்திருந்தது. அதைப் பார்த்தும், கேட்டுமிருந்த பிரெஞ்சு, பிரிட்டிஷ் செல்வந்த ஆட்சியாளர்கள் அதிர்ந்து போய்விட்டிருந்தனர். பிரெஞ்சுப் புரட்சி அருவமாகவே அவர்களைத் துரத்திக் கொண்டிருந்தது. ஜான் லெவிஸ் எழுதி யிருப்பதாவது:

"லோகாயத வாதம் ஒரு அருவருப்பான சொல்லாகும். அது சில குறிப்பிட்ட கருத்துக்களை வெளியிடுகிறது. இக்கருத்துக்கள் சில லோகாயத வாத எழுத்தாளர்களுடையவை என்று கூறப்பட்டாலும், அவற்றை அந்த எழுத்தாளர்கள் எழுதி இருப்பார்களென்பது சந்தேகம்தான்! இக்கருத்துகளில் அறியாமையும், அக்கிரமமும் நிறைந்துள்ளன. அந்தத் தவறான கருத்துக்களைச் சில பொறுப்பற்ற விரோதிகள் லோகாயத வாத எழுத்தாளர்களின் தலையில் கட்டி விட்டார்கள். லோகாயத வாதிகளுக்குக் குறைந்தது ஒரு வசதி இருக்கிறது. அவர்கள் எல்லா அலௌகீக விஷயங்களிலிருந்தும் விலகியிருக்க முயல்கின்றனர். இயற்கை உலகை இயற்கை உலகின் விதிகளாலேயே விளக்க விரும்புகின்றனர். லோகாயத வாதக் கருத்துக்கள் ஒரு வேளை தவறானவையாக இருப்பினும், அவை தவறானவையாக இருக்கும் அளவுக்கே கெடுதல் உண்டு பண்ணும். ஆனால் ஆளுங் கூட்டத்தினர் அக்கருத்துக்கள் தமது நலன்களுக்கு அபாயம் விளைவிக்குமென்று அஞ்சியே அவை தவறானவையென்று சித்தரிக்க முயற்சிக்கின்றனர்.

"பத்தொன்பதாம் நூற்றாண்டின் லோகாயத வாதத்தை முக்கிய மாகக் கொண்ட தத்துவ இயலை இத்தனை மூர்க்கமாக எதிர்ப்பதற்குக் காரணம், அது தகுதியற்றது என்பதால் அல்ல. அது சுரண்டல் கூட்டத்தின் செல்வத்தை அபகரிக்கும் எண்ணம் கொண்டிருப்பதா லேயே ஆகும். இந்த எதிர்ப்பு மிகத் தீவிரமாக இருந்தது; காரணம்

பிரெஞ்சுப் புரட்சியின்போது நிகழ்ந்த 'கொடுமைகள்'* (?) ஐரோப்பா முழுவதையுமே கதிகலங்க வைத்துக் கொண்டிருந்தன. லோகாயத தத்துவாளர்கள் புரட்சிக் குழுவினரின் குற்றங்களுக்கு பொறுப்பாளிகளாக்கப்பட்டு வந்தனர். லோகாயத வாதச் சாயல் தெரிந்த எல்லாக் கருத்துக்களுமே மதத்திற்கும், நன்னெறிக்கும், அரசாங்கத்திற்கும் விரோதமானவையாகக் கருதப்பட்டு வந்தன. ஆன்மீக வாதம் நோக்கிச் செல்லும் ஒவ்வொரு கருத்தும் மிகுந்த உற்சாகத்துடன் வரவேற்கப்பட்டது. அதைப் புகழ்ந்து தீவிரமாகப் பிரசாரமும் செய்யப்பட்டது. இதிலிருந்து அக்காலத்திய பணக்காரர்களின் மூளையில் லோகாயத வாதமும், புரட்சியும் எப்படிப் பின்னிப் பிணைந்து கிடந்தன என்பது தெரியவருகிறது."

லோகாயத வாத எதிர்ப்பாளர்களின் மனோநிலை குறித்து அவர் மேலும் கூறுகிறார்:

"அவர்களுடைய பிரதானமான குறிக்கோள், லோகாயத தத்துவத்தால் அபாயத்திற்குள்ளாகிக் கொண்டிருக்கும் தற்கால நன்னெறியையும், அரசியல் அமைப்பையும் ஆதரிப்பதேயாகும். ஏனெனில் லோகாயத வாதத்தை அவர்கள் கடுமையாகத் தாக்க விரும்புகின்றனர். அவர்கள் தமது சொற்பொழிவுகளால் மக்களின் பழைய கருத்துக்களையும், பத்தாம்பசலித் தன்மையையும் தூண்டுகின்றனர். இதனால் மக்கள் எல்லாம் உயர்ந்த கருத்துக்களையும் ஆன்மீக வாதத்தோடு இணைத்துப் பார்க்கப் பழக்கப்படுத்திக் கொள்கின்றனர். எல்லாத் தாழ்ந்த கருத்துக்களையும் லோகாயத வாதத்தில் சேர்த்துவிடுகின்றனர். மக்களுடைய உள்ளத்தில் ஆன்மீக வாத எண்ணங்கள் புனிதமானவையாகவும் லோகாயத வாதக் கருத்துக்கள் அருவருக்கத் தகுந்தவையாகவும் மாறி விடுகின்றன."
('History of Philosophy' by G.H. Lewes, Vol. II, pp. 743-44)

3. லோகாயத வாதிகளின் ஆதர்சம்

மனித மிருகங்களாகச் சித்திரிக்கப்பட்ட லோகாயத வாதிகளின் மிகப்பெரும் குற்றம் வேறு வகைப்பட்டதாகும். முதலாளித்துவச் சமுதாயத்தின் மிகப்பெரும் குற்றவாளிகளான மார்க்ஸும் கூறுவதைக் கேளுங்கள்.

"லோகாயத வாதம் பொதுவுடைமைத் தத்துவத்துடன் எப்படிப்பட்ட நெருக்கமான உறவு கொண்டுள்ளதென்பதை விளக்கத்

---

* பிரெஞ்சுப் புரட்சியின்போது உழைப்பாளர் வர்க்கம் அதிகக் கொடுமைகள் புரிந்ததா, செல்வந்தர் கூட்டம் அதிகக் கொடுமைகள் புரிந்ததா.

தேவையில்லை. மனிதன் அடிப்படையில் நல்லவன் என்பதும், அவன் சமமான அறிவுத்திறன் பெற்றிருக்கிறான் என்பதும், அவன் அனுபவமும், பழக்கமும், குழந்தை வளர்க்கும் திறமையும் உள்ளவன் என்பதும், மனிதனின் மேல் வெளியுலகச் சூழ்நிலை செல்வாக்குப் பெற்றிருக்கிறதென்பதும், தொழில் முயற்சிகளுக்கு மிக முக்கியத்துவம் உள்ளதென்பதும், வாழ்க்கையை அனுபவிப்பது சரியானதே என்பதும் லோகாயத வாதத்தால் நிரூபிக்கப்பட்டிருக்கிறது. மனிதன் தனது அனைத்து பகுத்தறிவையும், அனுபவத்தையும் புலன்களால் அமைத்துக் கொள்கிறான் என்பதன் பொருள், மனிதன் இவ்வுலகத்தில் மனிதத் தன்மையுடன் கூடிய விஷயங்களை உணரும் வகையில், அவற்றை அனுபவிக்கும் வகையில் அவனைப் பழக்கப்படுத்துவதாக நடைமுறை உலகை அமைத்துக் கொள்ள வேண்டும்.

"விரிவான பொருளில், புரிந்து கொள்ளும் சுயநலமே எல்லா நன்னெறிகளுக்கும் அடிப்படையானதென்றால், மனிதனின் தனிப்பட்ட நலன்களை மனித குலத்தின் நலன்களோடு இணைக்க வேண்டும். லோகாயதப் பொருளில் மனிதன் சுயேச்சையில்லாதவனானால், அவன் செய்யும் குற்றங்களுக்காக அவனுக்குத் தண்டனையளிக்காமல், சமூக விரோதக் குற்றங்களின் பிறப்பிடங்களை அழித்து, ஒவ்வொரு ஆணுக்கும் பெண்ணுக்கும் தனது திறமையைக் காட்ட நல்வாய்ப்பு அளிக்கவேண்டும். சூழ்நிலைகள் மனிதனை உருமாற்றுகின்றன என்றால் அவற்றையே மனிதனுக்கு அனுகூலமாக மாற்றவேண்டும். மனிதன் இயற்கையிலேயே சமுதாயப் பிராணியாக இருந்தால், அவன் தனது உண்மையான தன்மையை சமுதாயத்துக்குள்ளே மட்டுமே வளர்த்துக் கொள்ள முடியும். அதன் பிறகு, தனி மனிதனின் தன்மையையும் வலிமையையும் அளவிடாமல், சமுதாயத்தின் தன்மையையும் வலிமையையுமே அளவிட வேண்டும்.

"ஏறக்குறைய இப்படிப்பட்ட கருத்துக்களையே பழைய பிரெஞ்சு லோகாயத வாதிகள் தெரிவித்துள்ளனர்." ('Holy family' by Marx and Engels, 1845)

லோகாயத வாதத்தைத் தாக்கிக் கூறிய வசைகளை சரித்திரத்திலே மட்டுமே நாம் படிக்கவேண்டிய அவசியமில்லை. நமது முன்னாலேயே லோகாயத வாத நாடான சோவியத் நாட்டையும், அரசையும் நாக்கில் நரம்பில்லாமல் ஏசித் தூற்றிக் கொண்டிருப்பதைப் பார்த்துக் கொண்டுதான் இருக்கிறோம். என்றாலும் சோவியத் மக்களும், செஞ்சேனை வீரர்களும் இரண்டாம் உலகப்போரில் தமது மகத்தான உயிர்த் தியாகங்களாலும், அஞ்சா நெஞ்சத்தாலும் லோகாயத வாதிகள் மற்றவர்களைக் காட்டிலும் சிரித்துக் கொண்டே உயிரை விடுவதில்

வல்லவர்களென்பதை நிரூபித்திருக்கிறார்கள். ஜெர்மானிய பாசிஸ்ட் அரக்கர்களுக்கு எதிராகப் போராடுவதில் பிரெஞ்சுப் பொதுவுடைமை யாளர்கள் முன்னணியில் நின்று மாபெரும் தியாகங்கள் புரிந்துள்ளனர். 1942 மார்ச் மாதத்தில் இட்லரின் குண்டுகளுக்கு பலியாவதற்கு சில நிமிடங்களுக்கு முன்னால் பிரெஞ்சுப் பொதுவுடைமையாளரான தோழர் காப்ரியல் பெரி இவ்வாறு எழுதினார்:

"நான் என்னுடைய வாழ்வு பூராவும் எந்த ஆதர்சத்திற்காக வாழ்ந்திருந்தேனோ, அந்திம காலம்வரை அதன் நம்பிக்கைக்குரிய வனாக இருந்தேன் என்பது எனது தோழர்களுக்குத் தெரிய வேண்டும். பிரான்ஸ் நாடு வாழ வேண்டுமென்பதற்காக நான் செத்துக் கொண்டிருக்கிறேன் என்பதை என்னுடைய நாட்டு மக்கள் அறிவார் களாக!... கடைசிக் காலத்தில் நான் எனது உள்ளத்தைத் தொட்டுப் பார்த்துக் கொள்கிறேன். அங்கே எவ்வித பச்சாதாபமும் எனக்குத் தென்படவில்லை. நான் மீண்டும் பிறப்பேனாகில் அதே பாதையைத் தொடருவேன். இன்னும் சில வினாடிகளில் தோன்றப் போகும் ஒளிமயமான விடியலுக்காக என் வாழ்வை அர்ப்பணிக்கப் போகிறேன். சிரஞ்சீவியான பிரான்ஸ் நாடே, எனக்கு விடை கொடு!" (ராய்ட்டர் செய்தி நிறுவனம், லண்டன், 1942 மார்ச் 8)

(ச) இயக்க இயல்

'இயக்க இயல்' என்பது ஆங்கிலச் சொல்லான 'டயலெக்டிக்ஸ்' என்பதன் தமிழாக்கமாகும். இவ்வாங்கிலச் சொல் கிரேக்கச் சொல்லான 'தியோ-லோக்' என்பதிலிருந்து தோன்றியதாகும். அதன் பொருள், இருவரின் பேச்சு வார்த்தையாகும். இரண்டு மனிதர்களின் கேள்வி- பதில் என்றும் அதனைக் கூறலாம். புத்தரின் எத்தனையோ சூத்திரங்கள் கேள்வி- பதில் உருவிலேயே 'ஸுத்த பிடக்' என்னும் பவுத்த மத நூலில் காணக்கிடக்கின்றன. இதனாலேயே அவைகளைப் 'புத்தரின் சம்பாஷணை' (Dialogues of Buddha) என்கின்றனர். மாபெரும் கிரேக்கத் தத்துவ மேதையான சாக்ரடீஸும் (கி.மு. 469-399) தனது உபதேச மொழிகளுக்காக இம்முறையையே கைக்கொண்டார். சாக்ரடீஸுக்குப் பிறகு இந்தப் பேச்சுவார்த்தை முறை மிகவும் பிரபலமாகி விட்டதாகையால், அவரது சீடரான பிளாட்டோ (கி.மு. 427-347) இம்முறையைப் 'பரமசத்திய'த்தை அடைவதற்கான வழி என்று புகழ்ந்துரைத்தார். 'டயலெக்டிக்ஸி'ன் பொருள் 'இருவரின் பேச்சு வார்த்தை' மட்டுமேயாக இருந்தால், நாமும் அதை அப்படியே பயன்படுத்தி இருக்கலாம்; ஆனால் தத்துவ இயலில் 'டயலெக்டிக்ஸ்', 'இருவரின் பேச்சு வார்த்தை' என்னும் பொருளில் அல்லாமல் வேறு பொருளில் கையாளப்படுகிறது. 'வாத விவாதம் செய்துகொண்டே

தத்துவஞானத்தை அடைதல்' என்னும் பொருளில் தத்துவ இயலில் 'டயலெக்டிக்ஸ்' கொள்ளப்படுகிறது. நீங்கள் ஒன்றைக் கூறுகிறீர்கள், நான் ஒன்றைக் கூறுகிறேன். நம்மிருவரின் எதிரும் புதிருமான விஷயங்களிலிருந்து வேறு ஒரு விஷயம் முடிவாகிறது. இவ்விதம் முரண்பாடான இருவேறு விஷயங்களிலிருந்து மூன்றாவதொரு விஷயம் தோன்றுவது 'டயலெக்டிக்ஸ்' எனப்படுகிறது. அதை நாம் தமிழில் 'இயக்க இயல்' என்கிறோம். இயக்க இயல் ஆராய்ச்சியின் வழியாக நாம் அடையப் போகும் முடிவை மூன்று பகுதிகளாகப் பிரிக்கலாம்.

1. வாதம்: ஜீவன் **பூதங்களாலானது.**

2. எதிர் வாதம்: ஜீவன் **பூதங்களாலானதல்ல**; அது ஒரு தனிப்பட்ட உயிர்ச் சக்தியாகும்.

3. சம்வாதம்: ஜீவன் **பூதத்திலானதுமல்ல**; தனிப்பட்ட உயிர்ச் சக்தியுமல்ல; அது **பூதங்களின்** குணாம்ச மாறுதலால் தோன்றிய ஒரு புதிய சக்தியாகும்.

1. விளக்கம்

மேற்கூறியதை நினைவில் வைத்துக் கொண்டு நாம் இயக்க இயலைக் கீழ்க்கண்டவாறு விளக்கலாம்: பேச்சுவார்த்தை இயக்க இயல் என்னும் முறையில் நாம் இரு முரண்பாடான கருத்துக்களின் மோதலால் உண்மையை அடைகிறோம். இயற்கையில் இயக்க இயலின் பொருள் என்னவெனில், இயற்கை தனக்குள்ளிருக்கும் இரு வெவ்வேறான முரண்பாடுகளின் மோதலால் மூன்றாவதொரு வளர்ச்சி உருவெடுக்கிறது. உதாரணமாக, கரி அமில வாயுவின் உயிர் கொல்லும் சக்தியும், பிராண வாயுவின் உயிர் காப்பாற்றும் சக்தியும் கலந்து மூன்றாவது சக்தியான நீராக உருவெடுக்கிறது. சிந்தனைத் துறையில் இதன் பொருள், இரு வெவ்வேறு கருத்துக்களின் மோதலால் மூன்றாவது கருத்தை அடைவது என்பதாகும். எடுத்துக்காட்டாக,

1. வாதம் (இயந்திர பவுதீக வாதிகள்): உலகம் பவுதீக சக்தி மயமாகும். ஏனெனில் அதுதான் புலன்களால் அறியப்படக் கூடியதாகவும், புலன்களால் அறியப்படும் அறிவால் நிரூபிக்கப்பட்ட தாகவும் இருக்கிறது.

2. எதிர் வாதம்: (ஆன்மீக வாதிகள்): உலகம் பவுதீகமான, ஆன்மீக சக்தி மயமானதாகும். ஏனெனில் ஆத்மாவை ஒப்புக் கொண்டால்தான், **பூதங்களிலிருந்தும்** வேறுபட்ட உயிர்ச்சக்தி இருக்கமுடியும்.

3. சம்வாதம்: உலகம் இயக்க லோகாயத மயமாகும். உலகம் பவுதீகமானதால் வாதம் என்னும் விஷயம் வருகிறது. அது இயக்க இயலுடையதாகையால், **பூதத்தில்** புதிய குணத்தைத் தோற்றுவிக்கும் சக்தியும், அதிலிருந்து குணாம்ச மாறுதலின் மூலம் உயிர்த்தன்மையும் தோன்ற முடியும்.

2. இயக்க இயலின் சிறப்பு

இதனாலேயே ஏங்கெல்ஸ் கூறுகிறார்:

"ஆன்மீக தத்துவாளர்கள் (கருத்து முதல் வாதிகள்) பொருள்களும், மனத்தில் ஏற்படும் அவற்றின் பிரதிபலிப்புகளும் கருத்துக்களும் தனித்தனியானவையென்று கூறுகின்றனர். அவை குறித்து ஒன்றன் பின் ஒன்றாக அல்லது ஒன்றிலிருந்து மற்றொன்றை வேறுபடுத்தி ஆராய வேண்டுமென்கின்றனர், ஏனெனில் அவை நிலையானவையாகவும், அசைவற்றவையாகவும், சிரஞ்சீவியாகவும் இருக்கக்கூடிய வகையில் ஒரே முறை படைக்கப்பட்ட ஆராய்ச்சிக்குரியனவாக இருக்கின்றனவென்றும் அவர்கள் சொல்கின்றனர்.

"இதற்கு எதிராக இயக்க இயல் பொருள்களையும் அவைகளின் பிரதிபலிப்புகளையும்- கருத்துக்களையும்- அவற்றின் உண்மையான பரஸ்பரத் தொடர்புகளையும் அவற்றின் இயக்கம், துவக்கம், முடிவுகளுடன்கூட புரிந்து கொள்கிறது... இயக்க இயல் வாழ்க்கை, மரணம் ஆகியவைகளின் செயல்களையும், எதிர்விளைவுகளையும், முற்போக்கான மாற்றங்களையும் பிற்போக்கான மாற்றங்களையும் தொடர்ந்து கவனித்து வருகிறது" (Socialism: Scientific and Utopian, pp. 31, 34)

"ஒரு பொருளிலிருந்து அதற்கு முரணான பகுதியின் பிரிவினையே இயக்க இயலின் சாரமாகும்" (Materialism and Empirio- Criticism, Lenin, p. 321) வழக்கத்திலுள்ள தர்க்க இயலுக்கும் இயக்க இயலுக்கும் ஒரு முக்கியமான வேற்றுமை இருக்கிறது. தர்க்க இயல் நிலையான, கன வடிவான பொருளையே ஆராய்கிறது. ஆனால் உலகமும், அதிலுள்ள பொருள்களையும் நிலையானவையாகவோ, ஸ்திரமானவையாகவோ இருக்கவில்லை. அவற்றின் ஒவ்வொரு பகுதியிலும் இயக்கமும், மாறுதலும் நிறைந்திருக்கின்றன. சாதாரணப் பணிகளுக்கு கணிதம் பயன்படுவதைப்போல சாதாரண நடைமுறைக்கு தர்க்க இயல் பயன்படலாம்; ஆனால் நாம் அசையும் கோள்கள், அசையும் துணைக்கோள்கள், அசையும் சூரியன், அசையும் நட்சத்திரங்கள் ஆகியவற்றின் உலகத்தில் நுழைந்து கணக்கிட வேண்டுமானால், அதற்குச் சாதாரண கணிதம் பயன்படாது. அங்கு அசைவுடைய

கணிதம் தேவைப்படுகிறது. இதேபோல் சூரிய மண்டலத்தின் பல சிக்கல்களை நாம் நியூட்டனின் புவி ஈர்ப்பு சித்தாந்தத்தால் புரிந்து கொள்ள முடியும். ஆனால் சூரிய மண்டலத்தைப் பற்றிய சில விஷயங்களில் சூட்சுமமான கணிதமும், புவிஈர்ப்புச் சித்தாந்தமும்கூட பயன்படா. அப்படிப்பட்ட விஷயங்களில் ஐன்ஸ்டீனின் சார்புநிலை தத்துவம் உபயோகப்படும்.

3. இயக்க இயலின் பதினாறு விதிகள்

சுருக்கமாகச் சொல்ல வேண்டுமானால் 'முரண்பாடுகளின் ஒருமைப்பாடு' சித்தாந்தத்தை 'இயக்க இயல்' என்று சொல்லலாம். இதைக் குறித்து நாம் பின்னால் சிறப்பாகக் கூறவிருக்கிறோம். லெனின் இயக்க இயலைப் புரியவைப்பதற்காக அதன் பதினாறு விதிகளைச் சொல்லியிருக்கிறார்; டேவிட் கெஸ்டின் சிறுவிளக்கத்துடன் அவற்றை நாம் இங்கே தருகிறோம். ("Dialectical Materialism' by David Guest, pp. 47-48).

நாம் ஒரு மாம்பழம் பற்றிச் சிந்தித்துக் கொண்டிருக்கிறோம். என்று வைத்துக் கொள்ளுங்கள். அதற்கு ஒரு 'நிஜமான (பவுதீகமான) மாம்பழம் இருக்க வேண்டும். ஆனால் மாம்பழத்தின் உருவம் ஆயிரக்கணக்கான சிறப்புகளைக் கொண்டிருக்கிறது. அச்சிறப்பு களுடன் அது 'உயிருள்ள' உலகத்தின் பகுதியாக இருக்கிறது. மாம்பழத்தைப்பற்றி நாம் சிந்திக்கும்போது, அதன் எல்லாச் சிறப்புகளையும் பற்றி ஒரே தடவையில் சிந்திக்க முடியாது. மாம்பழத்தில் உருண்டு திரண்ட உருவம், மிருதுத்தன்மை- கடினத் தன்மை, மஞ்சள்- பச்சை நிறம், இனிப்பு- புளிப்பு, இனிப்பான வாசனை- புளிப்பான வாசனை, காய்த்தன்மை- பழத்தன்மை அழுகல்... போன்ற நூற்றுக்கணக்கான வேற்றுமைகளைக் காணலாம். நிச்சயமாக நாம் சிந்திக்கும்போது மாம்பழம் குறித்த இத்தனை வேற்றுமைகளையும் ஒரே தடவையில் சிந்திக்க முடியாது. ஆகவே நாம் ஒரு தடவையில் மாம்பழத்தின் ஒரேயொரு சிறப்பை- நிறத்தையோ, ருசியையோ வாசனையையோ- மற்ற சிறப்புகளிலிருந்து வேறுபடுத்தி சிந்தனைக்குரியதாக்குகிறோம். இப்படி நமது வசதிக்காக மட்டுமே செய்யப்படுகிறது. ஆனால் எந்த ஒரு கருத்தும், சிந்தனையும் அதனுடைய பொருளில்லாமல் முடியாதென்பதை இங்கே ஞாபகத்தில் வைத்துக்கொள்ள வேண்டும். அந்தப் பொருள் தனது ஆயிரக் கணக்கான சிறப்புகளுடன் உலகத்தின் ஒரு பிரிக்க முடியாத பகுதியாக இருக்கிறது. ஆகவே இயக்க இயல் முறையில் சிந்திக்கும்போது நாம் பொருளை அதன் உண்மை உருவிலேயே பார்க்க வேண்டும். அதனாலேயே லெனினுடைய முதல் விதி இது:

1. நாம் சிந்திக்கும் விஷயம் 'உருவமுடைய'தாக இருக்க வேண்டும். அதுவே பொருளாக இருக்க வேண்டும் (அது எடுத்துக்காட்டு வதற்கு தகுதியற்ற உருவமாக இருக்கக்கூடாது).

சிந்திக்கும்போது நாம் முதலில் நமது மூளையின் பொருளை உலகத்திலிருந்து- இயக்க இயலுடன் கூடிய 'உயிருள்ள' உலகத்தி லிருந்து- வேறுபடுத்தி விடுகிறோம். இப்படிச் செய்வது எதார்த்தமான செயலல்ல, மீண்டும் எதார்த்தத்தைக் கொண்டு வருவதற்காக அந்த வேறுபடுத்தப்பட்ட பொருளை அதன் 'வீட்டில்' அமர்த்த வேண்டும். அதனால் அது 'உயிருள்ள' உலகத்தின் பகுதியாகிவிடவேண்டும். இதனால் நாம் முதல் நிலையை (வேறுபடுத்துதலை) மறுக்கிறோம். இப்படிச் செய்யாமல் நாம் ஆன்மீகவாதம், கருத்து முதல்வாதம் போன்ற ஏமாற்று வித்தைகளிலிருந்து தப்பிக்க முடியாது. இதனாலேயே லெனினின் இரண்டாவது விதி:

2. நாம் ஒரு பொருளுக்கு மற்ற பொருட்களுடன் உள்ள பலதரப்பட்ட தொடர்புகள் குறித்து மொத்தமாகச் சிந்திக்க வேண்டும்.

ஒரு பொருளானது உலகம் தழுவிய நிகழ்ச்சியின் ஒரு பகுதி மட்டுமல்ல; அது தானே உண்மையில் நிலையில்லா, எப்பொழுதுமே மாறிக் கொண்டிருக்கும் பிரவாகமாகும். ஆகவே அப்பொருளின் 'தன்மை'யை அது தனது இயற்கையில் நிறைந்திருக்கும்போதே புரிந்து கொள்ளவேண்டும். அதை மாறுதலுக்கான உருவத்திலிருந்து பிரித்து புரிந்து கொள்ளக்கூடாது. ஆகவே நாம் சிந்திக்க வேண்டியது என்னவெனில்:

3. பொருள் அல்லது புலன்களுக்குக் காணப்படும் உலகத்தின் வளர்ச்சி, அதன் இயக்கம், அதன் 'வாழ்வு'.

ஆனால் இவ்வளர்ச்சி காரணமில்லாமல், 'தெய்வீக அற்புதச் செயலை'ப் போல் தானாகவே ஏற்பட்டதல்ல. இந்த வளர்ச்சி தனக்குள்ளாகவே நிரந்தரம் நிகழ்ந்து கொண்டிருக்கும் முரண் பாட்டாலும் வெளித்தொடர்புகளாலும் ஏற்படுகிறது. நாம் எந்த அளவுக்கு பொருளின் உள் முரண்பாட்டைப் புரிந்து கொள்கிறோமோ, அந்த அளவுக்குத்தான் நம்மால் வளர்ச்சியை விளக்க முடியும். அறிவுக்குகந்த வகையில் அதை அந்த அளவுக்கே புரிந்து கொள்ள முடியும் ஆகவே-

4. நாம் பொருளில் அதனுள் இருக்கும் முரண்பாடுகளையும், முரண்பட்ட போக்குகளையும் தேட வேண்டும்; அவற்றைப் பார்க்க வேண்டும்.

5. பொருளை அல்லது உருவம் போன்றவற்றை முரண்பாடுகளின் மொத்தமாக அல்லது முரண்பாடுகளின் இணைப்பாகப் பார்க்க வேண்டும்.

6. நாம் இந்த முரண்பாடுகளின் மோதலைப் பரீட்சித்துப் பார்க்க வேண்டும்.

ஒவ்வொரு பொருளும் தனக்குள் கணக்கற்ற சிக்கல்களைக் கொண்டிருக்கிறது. அதை உருவாக்கும் எல்லா அம்சங்களையும், சிறப்புக்களையும் கணக்கிட முடியாது. அப்பொருள் உலகத்திலுள்ள மற்ற பொருட்களுடன் வெவ்வேறான தொடர்பு கொண்டிருக்கிறது. நாம் அப்பொருளைப் பல பகுதிகளாகப் பிரித்து ஆராய்ந்தால்தான் அதைப் புரிந்து கொள்ள முடியும். இந்தப் பகுதிகளை அவற்றின் பரஸ்பரத் தொடர்புகளை இணைத்துச் சிந்திக்க வேண்டும். ஆகவே பொருளை எதார்த்தமாகப் புரிந்து கொள்வதற்குத் தேவையானது:

7. பகுத்தலையும், இணைத்தலையும் சமப்படுத்துதல், பல பகுதிகளாகவும், முழுமையாகவும் பிரித்தல், இப்பகுதிகளை ஒன்றாகச் சேர்த்தல்.

8. ஒரு பொருளின் தொடர்புகள் பல்வேறாக மட்டுமல்லாமல், சாதாரணமாகவும் இருக்கின்றன. ஒவ்வொரு பொருளும் மற்ற பொருட்களுடன் தொடர்பு கொண்டிருக்கிறது.

9. முரண்பாடுகளின் இணைப்புடன்கூட மற்ற எல்லாப் பொருள்களின் ஒவ்வொரு முடிவும், குணமும், சிறப்பும், அம்சமும், தன்மையும் சேர்ந்திருக்கின்றன.

10. புதிய அம்சங்களும், தொடர்புகளும் வெளிப்படும் எல்லையில்லாச் செயல்பாடு.

11. மனிதர்கள் பொருள்கள், உருவங்கள், நிகழ்ச்சிகள் ஆகியவைகளைப் புரிந்து கொள்ளும் அபரிமிதமான வழிமுறைகள்: வெளிப்படையாகச் சாரத்தைக் கிரகித்தல்; குறைந்த ஆழமான அறிவிலிருந்து அதிக ஆழமான அறிவை எட்டிப்பிடித்தல்.

12. ஒரே மாதிரியான கருத்திலிருந்து காரண- காரிய விதியை அடைவதற்கான எல்லையற்ற வழிமுறைகள்: ஒன்று மற்றொன்றை சார்ந்திருக்கிறதென்று கருத்தை அடைவதற்கான எல்லையில்லா வழிமுறைகள்.

முரண்பாடுகளுக்கிடையே இந்த மோதல் ஏற்பட்டு வளர்ச்சிக்குக் காரணமாகிறது. அது ஒரு குறிப்பிட்ட எல்லையைத் தொட்டு பழைய

நிலையில் ஒரு புதிய புரட்சிகரமான தாக்குதலைத் தொடுக்கிறது. பழைமைக்குப் பதிலாக ஒரு புதிய பொருள் அல்லது குணம் தோன்றுகிறது. இந்தத் 'தோன்றுவது' என்பது பழைய நிலையிலிருந்து முழுதும் வேறுபட்ட ஒரு புதிய நிலைக்குத் தாவுவதாகும்; பழைய பிரவாகத்தை அழித்தொழித்து ஒரு புதிய பிரவாகம் தோன்றுவதாகும். இத்தாவுதல் லெனின் தனது மற்ற நான்கு விதிகளில் விவரிக்கிறார்:

13. பொருளின் முதல் நிலையில் காணப்படும் சில சிறப்புகளும் குணங்களும் உயர்ந்த நிலையிலும் தொடருகின்றன.

14. பழைய நிலையை நோக்கித் திரும்புவதைப் போன்ற பிரமை.

15. வெளிப்படையான உருவத்திற்கும், உள்ளுக்குள் உள்ள சாரத்திற்கும் மோதல், சாரத்திற்கும், உருவத்திற்குமிடையே மோதல்.

16. பரிமாணம் (அளவு) குணமாகவும், குணம் பரிமாணமாகவும் மாற்றமடைதல்.

பதினைந்திலும், பதினாறிலும் விதிகளின் விளக்கம் இருக்கிறது. மார்க்ஸீய சித்தாந்தமே இயக்க இயல் என்பதை நினைவில் கொள்ள வேண்டும். இதன் மூலம் மட்டுமே உண்மை ஞானத்தை அடைய முடியும். இவ்விதிகள் குறித்த விளக்கம் பின்னால் தரப்போகிறோம்.

4. வினாடிக்கு வினாடி மாறும் தத்துவம்

இயக்க இயல் உலகத்தையும், அதன் பொருள்களையும்- பொருள்கள் என்று சொல்லாமல் நிகழ்ச்சிகள் என்று சொல்ல வேண்டும்- மாறிக்கொண்டே இருப்பவையாகவும், இயங்கிக் கொண்டே இருப்பவையாகவும் கருதுகிறதென்பது மேலே கூறியதிலிருந்து தெளிவாகிறது. இதை இன்னும் நன்றாகப் புரிந்து கொள்ள மேலும் ஆராய்வோம்.

1. மாறுதல்: மனிதன் மொழியைத் தோற்றுவித்து, வளர்த்துக் கொண்டிருந்த காலத்தில் இயக்க இயல் பிறக்கவில்லையாதலால், நமது மொழியில் சில தவிர்க்க முடியாத குறைகள் வந்து சேர்ந்து விட்டன. நாம் சாதாரணமாக உலகத்தை 'நிகழ்ச்சிகளின் பிரவாகம்' என்று கருதாமல் 'பொருள்களின் குவிப்பு' என்று கருதுகிறோம். இதனால்தான் நாம் நமது மொழிகளில் இயக்கத்தையும் மாற்றத்தையும் குறிக்கும் வினைச் சொல்லான 'இருந்து கொண்டிருக்கிறது' என்பதற்குப் பதிலாக 'இருக்கிறது' என்கிறோம். நாம் எல்லா இடங்களிலும் 'இருக்கிறது' என்பதைத் தவிர்த்து, 'இருந்து

கொண்டிருக்கிறது' என்னும் சொல்லையே பயன்படுத்தினால் நம்முடைய பல சிக்கல்களும், தவறான எண்ணங்களும் மறைந்து போகும். ஒவ்வொரு பொருளும் 'இருக்கிறது' என்னும் நிலையில் அல்லாமல், 'இருந்து கொண்டிருக்கிறது' என்னும் நிலையில் இருக்கிறது. தவிர்க்க முடியாத நிலைமையில் நாம் நமது மொழிகளில் 'இருக்கிறது' என்னும் சொல்லைப் பயன்படுத்திக் கொண்டிருந்தாலும், இயக்க இயலுக்கு அதனுடன் எவ்விதத் தொடர்புமில்லை. அது 'இருந்து கொண்டிருக்கிறது' என்பதுடன் மட்டுமே தொடர்பு கொண்டிருக்கிறது.

வினாடிக்கு வினாடி மாறும் தத்துவத்தை வளர்த்து, அதற்கு விஞ்ஞான உருவத்தை அளித்ததில் மார்க்ஸீயத்திற்கு பெரும் பங்குண்டு என்றாலும், அத்தத்துவம் மிகப் பழமையானது. புத்தரும் (கி.மு. 563-483), அவரது கிரேக்க சமகாலத்தவருமான தத்துவ அறிஞர் ஹெராகிலிதுவும் (கி.மு. 535-425) வினாடிக்கு வினாடி மாறும் தத்துவத்தை (அநித்திய வாதத்தை) தீவிரமாக ஆதரித்தவர்கள். 'இருப்பது அனைத்தும் ஒவ்வொரு வினாடியும் மாறிக்கொண்டே இருப்பதாகவும் ஒவ்வொரு வினாடியும் மாறாமலிருப்பது இல்லவே இல்லை' என்பதும் பவுத்தர்களின் முக்கிய முழக்கமாகும். 'உலகத்தின் படைப்பே அதன் அழிவாகும். அதன் அழிவே அதன் படைப்பாகும். நிலையான குணமுடைய எந்தப் பொருளுமே இல்லை. இசையும் தாழ்ந்த- உயர்ந்த குரல்களின் இணைப்பேயாகும்- அதாவது முரண்பாடுகளின் இணைப்பேயாகும். இந்த வினாடிக்கு வினாடி மாறிக்கொண்டேயிருக்கும் விதியை தேவர்களோ, மனிதர்களோ செய்ததல்ல. அது எப்பொழுதுமே இருந்திருக்கிறது. இனி செய்ததல்ல. அது எப்பொழுதுமே இருந்திருக்கிறது; இனி எப்பொழுதும் இருக்கும்' என்று ஹெராகிலிது கூறியிருக்கிறார்.

ஜெர்மானிய தத்துவாளர் ஹெகல் (கி.பி. 1770-1831) கருத்து முதல்வாதியாக இருப்பினும், பவுத்த தத்துவாளரான அஸங்கரைப் போல் (கி.பி. 400). 'கருத்து' நிலையானதல்ல, அது வினாடிக்கு வினாடி மாறிக்கொண்டே இருக்குமென்று எண்ணினார். அதனாலேயே அவர் ஆதிசங்கரரைப் போன்று மாயா வாதத்தைத் துணைக் கொள்ளவில்லை (இருட்டில் தரையில் விழுந்து கிடக்கும் கயிற்றைப் பார்த்துப் பாம்பென்று பிரமை கொள்ளுவதைப் போன்று உலகம் தன்னிலிருந்து முற்றிலும் வேறுபட்ட பிரம்மத்தில் வெறும் பிரமையா, மாயையாக இருக்கிறது என்பது மாயாவாதம்). ஹெகல் ஏற்கெனவே இருந்து வந்த கருத்து முதல் வாதத்தில் 'மாறுதலை' இணைத்து (வினாடிக்கு வினாடி மாறிக் கொண்டே இருக்கும் தத்துவத்தைக்

கலந்து) அதை மேலும் முன்கொண்டு சென்றார். ஆனால் ஆதிசங்கரர் தனக்கு முன்பிருந்த அஸங்கரின் வினாடிக்கு வினாடி மாறும் தத்துவத்தை பிரம்மவாதமாக- மாயாவாதமாக மாற்றிவிட்டார். அவருடைய இம்முயற்சி வளர்ச்சியை அல்லாமல், வீழ்ச்சியைக் காட்டுகிறது. ஆனால் மார்க்ஸ்- ஏங்கெல்ஸின் விஞ்ஞான (இயக்க இயல்) லோகாயத வாதம் ஹெகலின் இயக்க இயலைக் கற்பனைப் பொருள்முதல்வாதத்தின் பிடியிலிருந்து விடுவித்து அதை மேலும் முன்கொண்டு சென்றது.

ஏங்கெல்ஸ் மாறுதல் சித்தாந்தத்தை விளக்குகிறார்:

"நாம் இயற்கை முழுவதையும் அல்லது மனித இனத்தின் வரலாற்றையும் அல்லது நமது சொந்த அறிவார்ந்த செயல்பாட்டையும் ஆராய்ந்தால் முதன் முதலில் உறவுகள், மோதல்கள், இணைப்புகள், பிரிவினைகள் ஆகியவற்றின் முடிவில்லாத சிக்கல்களின் சித்திரம் நம்முன் வருகிறது. இச்சித்திரத்தில் முதலில் எது எப்படி இருந்ததோ, அது மறுவினாடியில் அப்படி இருப்பதில்லை. எல்லாமுமே இயங்கிக் கொண்டிருக்கிறது. பிறந்து கொண்டிருக்கிறது, மறைந்து கொண்டிருக்கிறது.

"ஆகவே முதன் முதலில் நாம் சித்திரத்தை முழு உருவமாகப் பார்க்கிறோம். அச்சமயத்தில் அதன் தனித்தனி பகுதிகள் குறைவாகவோ, அதிகமாகவோ நமது பார்வையிலிருந்து மறைந்துவிடுகின்றன. அங்கே நாம் இயக்கத்தையும், மாறுதலையும், உறவுகளையும், காண்கிறோமே தவிர இயக்கத்தையும், உறவுகளையும் ஏற்படுத்துகிற ஒன்றுக்கொன்று தொடர்புள்ள பொருட்களைக் காண்பதில்லை.

"இந்தக் கருத்துக் காட்சிகளின் பொதுவான உருவத்தை வெளியிட்டாலும், சித்திரத்தின் எல்லாப் பகுதிகளையும் புரிந்து கொள்ளப் போதுமானதல்ல. இந்த எல்லாப் பகுதிகளையும் புரிந்துகொள்ளாத வரை முழுச்சித்திரம் தெளிவாகாது. இந்தப் பகுதிகளைப் புரிந்து கொள்ள நாம் அவற்றை அவற்றின் இயற்கைத் தொடர்பிலிருந்தும், வரலாற்றுத் தொடர்பிலிருந்தும் வேறுபடுத்த வேண்டும். பின்னர் ஒவ்வொன்றையும் அவற்றின் தன்மை, சிறப்புக் காரணம், செயல் ஆகியவைகளுடன் பரீட்சித்துப் பார்க்கவேண்டும். இயற்கை (பவுதீக) விஞ்ஞானம், வரலாற்று ஆய்வு- ஆகியவைகளின் முக்கியப் பணியாகும் இது.

"ஆனால் விஞ்ஞானப் பரிசோதனை செய்யும் இம்முறை நம்மில் இயற்கைப் பொருள்களையும், நிகழ்ச்சிகளையும் வேறுபடுத்திப் பரந்த முழு உருவத்திலிருந்து அவற்றின் உறவைத் துண்டித்துப்

பார்க்கும் பழக்கத்தை ஏற்படுத்திவிட்டது. அவற்றை நாம் இயங்கும் நிலையில் அல்லாமல், ஸ்திரமான நிலையிலும், உயிருள்ள நிலையில் அல்லாமல் மரண நிலையிலும் பார்க்கிறோம்.

"இதற்கு மாறாக இயக்க இயல் பொருள்களையும், அவற்றின் அறிவார்ந்த சித்திரங்களையும், அவைகளின் பிரிக்க முடியாத உறவுகள், இயக்கம், துவக்கம், முடிவு ஆகியவைகளுடன் இணைத்துப் பார்க்கிறது.

"இயற்கை இயக்க இயலின் அத்தாட்சியாகும்... இயற்கை ஆன்மீக முறையில் அல்லாமல் இயக்க இயல் முறையில் செயலாற்றுகிறது. அது எப்பொழுதும் சுற்றிக் கொண்டிருக்கும் சக்கரத்தின் மிகப்பழைய ஒருமைவாதம் போலல்லாமல், ஒரு எதார்த்தமான, மீண்டும் நிகழாத சரித்திர பூர்வமான வளர்ச்சியின் உருவத்தில் செயலாற்றுகிறது."

உலகம் என்பது பொருள்களின் மொத்தமல்ல; நிகழ்ச்சிகளின் மொத்தமாகும் அதாவது, நாம் பொருள் என்று குறிப்பிடுவது உண்மையில் மாறிக்கொண்டேயிருக்கும் அலைகளின் பிரவாகமாகும். ஒரு மரத்திலிருந்தும் ஒரு இலையைப் பறித்துக்கொள்ளுங்கள்! அது அந்த சமயத்தில் சிறுசிறு அணுக்களின் மொத்தமாகக் காணப்படுகிறது. ஆனால் அதைப் பூதக் கண்ணாடியில் வைத்துப் பார்த்தால், அவ்வணுக்கள் தமது எல்லைக்குள் நிரந்தரம் மாறிக்கொண்டே இருப்பதைக் கவனிக்கலாம். இவ்விதம் நாம் நமது கண்களால் இலை ஸ்திரமாக இருக்கிறதென்று நினைக்கிறோம்; ஆனால் அதையே பூதக் கண்ணாடியில் பார்த்தால் அது ஸ்திரமாக இருக்கிறதென்பதை ஒப்புக்கொள்ள மாட்டோம்.

மாற்றம் என்பது உலகத்தின் ஒவ்வொரு அணுவிலும் நிறைந்துள்ளது. உயிருள்ளவை- உயிரில்லாதவை, எல்லாவற்றையுமே இவ்விதி சூழ்ந்துள்ளது. சிந்தனை மாறிக் கொண்டே இருக்கிறது. கருத்துக்கள் மாறிக்கொண்டேயிருக்கின்றன. நமது விருப்பு-வெறுப்புகள் மாறிக்கொண்டேயிருக்கின்றன. நன்னெறிகளை மதிப்பிடும் நமது கணிப்பு, நமது அறிவு, நமது சுபாவம் எல்லாமே மாறிக் கொண்டேயிருக்கின்றன. நமது சூழ்நிலைக்கேற்றவாறு நாம் மாறிக் கொண்டேயிருக்கிறோம்; புத்தம் புதியவர்களாகிக் கொண்டிருக்கிறோம். நமது செல்வாக்கிற்குட்பட்டுச் சூழ்நிலையும் மாறிக் கொண்டே இருக்கிறது; புத்தம் புதியதாகிக் கொண்டிருக்கிறது. நாமும் அதற்குச் சூழ்நிலையாகிறோம். உலகம் தன்னை மாற்றிக் கொண்டே புதியதாகிக் கொண்டே வெளிப்பட்டுக் கொண்டிருக்கிறது. அதன் ஒவ்வொரு பகுதியுமே இயங்கிக் கொண்டிருக்கிறது.

ஒவ்வொரு காட்சியும் ஒரு வினாடிக்கு முன்பிருந்ததைப் போலில்லை. நாம் ஒரு கரித்துண்டை எரிக்கிறோம். அது இப்பொழுது ஒரு கரித்துண்டலல்ல; வெப்பமும், புகையுமாகும். அது இப்பொழுது மினுமினுப்பான கருநிறக் கட்டியல்ல; சிதறிக் கிடக்கும் தூளாகும்; வானத்தில் பறந்து கொண்டிருக்கும் தூளாகும். ஒவ்வொரு மாறுதலும் முதலில் ஒரு பொருள் அல்லது பல பொருள்களின் இயக்கத்தின் உருவத்தில் காணப்படுகிறது. அவ்வியக்கத்தோடு அப்பொருளின் சில சிறப்புகளும் மற்ற பொருள்களுடன் அதன் உறவுகளும் மாறிக் கொண்டே இருக்கின்றன.

ஆனால் இந்த இயக்கத்தைச் சாதாரண முறையில் நாட்டுக்குள் ஓரிடத்திலிருந்து மற்றோர் இடத்திற்குச் செல்வதாகக் கருதக்கூடாது. ஏங்கெல்ஸ் கூறியது போல் இதை எதார்த்தமான, மீண்டும் நிகழாத வரலாற்று வளர்ச்சியாகக் கருத வேண்டும். உலகத்தில் நிகழ்ந்து கொண்டிருக்கும் ஒவ்வொரு மாறுதலும் ஒரு புதிய கருத்தை (பொருளை) வெளிச்சத்திற்குக் கொண்டு வருகிறது. உலகம் மாறிக் கொண்டே இருக்கும் உலகமாகும். ஒரு வினாடிக்கு அடுத்த வினாடியில் கூட, அது முந்தைய வினாடியைப் போல் இருப்பதில்லை. நான் இந்த ஹஜாரிபாக் (பீகார்) மத்திய சிறையின் அறையில் உட்கார்ந்து விட்டுக் கொண்டிருக்கும் மூச்சிலும், வாங்கிக் கொண்டிருக்கும் மூச்சிலும் அறையின் காற்று மண்டலத்திலுள்ள ஆக்ஸிஜன், கார்பன் ஆகியவற்றின் அளவுகளில் மாற்றத்தை ஏற்படுத்திக் கொண்டிருக்கின்றன உலகம் மாறிக்கொண்டே இருக்கிறது என்பதன் பொருள், அதனுடைய குணங்களும் மாறிக் கொண்டே இருக்கின்றன என்பதாகும்.

இந்த முழுமையான மாறுதலில் ஐயம் கொள்ள வேண்டிய அவசியமே இல்லை. பவுதீக சக்திகளை ஆராயும்போது நமக்கு ஹைட்ரோஜன் முதலிய 92 சக்திகள் காணப்படுகின்றன. அவற்றின் ரேடியோ செயல்பாடுள்ள பரமாணுக்கள் (புளோமியம், ரடோன், ரேடியம், அக்டீனியம், தோரியம் போன்றவை) தாமாகவே பிரிந்து மாறிக்கொண்டே ஒன்றிலிருந்து வேறொரு சக்தியாக பரிணமித்துக் கொண்டிருக்கின்றன என்பதைப் பார்க்கும் போது, மாறுதலில் அவநம்பிக்கை கொள்ள முடியுமா? ரேடியோ செயல்பாடுடைய பரமாணுக்கள் சிதறிப் பிரிகின்றன என்றால், அது வெளித் தாக்குதலால் அல்லாமல், தம்முள்ளேயே இருக்கும் மாறுபட்ட சக்திகளின் இணைப்பினாலேயே ஆகும். அண்மையில் விஞ்ஞானிகள் ஸ்யூட்ரனால் குண்டுவீசி, பரமாணுக்களின் உருவத்திலும் குணத்திலும் மாற்றங் களை ஏற்படுத்தி, ஆயிரக்கணக்கான புதிய ரசாயனப் பொருட்களை உருவாக்கினர்.

ஒன்றைப் போன்ற மற்றொன்றின் படைப்பு: இயற்கைக்குள் மாறுதல் பெரும் புரட்சிகரமானது, முழுமையானது என்பதைத் தெரிந்து கொண்டோம். அப்படி இருக்கும் போது நமக்குள் "இது அதுவேதான்! என்னும் எண்ணம் ஏன் தோன்றுகிறது என்ற கேள்வி எழலாம். இங்கே லெனினின் பதின்மூன்று, பதினான்காவது விதிகளை மீண்டும் குறிப்பிடவேண்டும். மாறுதலின் தாவுதல் கீழ்வரும் விதிகளுடன் நிகழ்கிறது: "கீழ்நிலையில் காணப்படும் சில சிறப்புகளும், குணங்களும் உயர் நிலையிலும் மீண்டும் வருவதும், பழைய நிலையை நோக்கி திரும்பிப் போவதைப் போன்று திரும்புவதும். "இதன் பொருள் என்னவென்றால் ஒவ்வொரு புதிய உற்பத்தியும் பழையதைப் போன்றிருக்கும். இந்த ஒன்றைப் போன்ற மற்றொரு உற்பத்தியின் காரணத்தால் அப்படிப்பட்ட பிரமை தோன்றுவது வியப்பிற்குரியதல்ல.

2. **இயக்கம்:** "இயக்கம் இல்லாமல் **பூதம்** (பவுதீக சக்தி) இருக்க முடியாது. **பூதங்களின்** இயக்கம் அல்லாத வேறு இயக்கம் இல்லை." டெமேராகிரிடஸ், லுக்ரேஸியஸ், மார்க்ஸ், ஏங்கெல்ஸ், லெனின் ஆகிய அனைவருமே இதையே வலியுறுத்தியிருக்கின்றனர். ஏங்கெல்ஸ் எழுதியிருக்கிறார்:

"**பூதம்** இருப்பதன் உருவமே இயக்கமாகும். இயக்கம் இல்லாமல் **பூதம்** இருந்ததில்லை; இனி இருக்கப் போவதுமில்லை. உலக வானத்தின் இயக்கம், பல்வேறு வானக் கருக்களின் மேல் சிறிய- சிறிய கருக்களின் இயந்திர இயக்கம், அணு அல்லது உயிருள்ள உடலின் உருவில் அணுக்களின் இயக்கம்- எந்தச் சமயத்திலும் உலகத்தில் **பூதத்தின்** ஒவ்வொரு பரமாணுவும் இந்த இயக்க வகைகளில் ஒன்று அல்லது மற்ற உருவத்தில் அல்லது ஒரே தடவையாக இவ்வகைகளில் பல உருவங்களில் தோன்றுகிறது. எல்லா விதமான ஓய்வும், எல்லா விதமான பொது நிலையும் சார்பு நிலை கொண்டதேயாகும். அதை இயக்க வகைகளில் ஏதாவது ஒன்றுடன் வைத்தே புரிந்து கொள்ள முடியும்" (Anti-Duhring 1878 p. 71).

3. **உலகம் தடையுடன் கூடிய பிரவாகம்:** மாறுதலை விவரிக்கும் போது உலகையும், அதன் சின்னஞ்சிறு அணுக்களையும் மாற்றம் என்னும் தத்துவம் எப்படிக் கட்டுப்படுத்துகிறதென்பதை நாம் விளக்கினோம். பவுதீக சக்திகளில் இதுவரை நமக்குத் தெரிந்துள்ள சூட்சுமமான அம்சமான எலக்ட்ரானையே எடுத்துக் கொள்வோம். புதிய விஞ்ஞானப் பரிசோதனைகள் அது அணு அலை என்பதை நிரூபித்திருக்கின்றன. அதாவது, அதில் அணுவைப் போன்ற ஒரே இடத்தின் குணங்களும் இருக்கின்றன; அலையைப் போன்ற பிரவாக குணங்களும் இருக்கின்றன. இதன் பொருள், அது குறுகிய - தடையுடன்

கூடிய பிரவாகமாகும். இயக்க இயல் இந்தத் தடையுடன் கூடிய உலக நிகழ்ச்சிப் பிரவாகத்தை ஏற்றுக் கொள்கிறது. உலகமும், அதிலுள்ள பொருட்களின் ஒவ்வொரு புதிய உருவமும், புதிய குணமும் (தன்மையும்) தோன்றுவதுடன் கூடவே, அவை பழைய உருவத்துடனும், பழைய குணத்துடனும் தம்மைத் துண்டித்துக் கொண்டுவிடுகின்றன. இதனாலேயே இயக்க இயல் 'பிரவாகம்' என்று மட்டுமே சொல்லாமல், 'தடையுடன் கூடிய பிரவாகம்' என்றும் சொல்கிறது. 'தடையுள்ள', 'பிரவாகம்' என்னும் இரு மாறுபட்ட சொற்களைக் கேட்டு குழப்ப வேண்டியதில்லை. 'முரண்பாடுகளின் இணைப்பு சித்தாந்த'த்தின் மறு பெயரே 'இயக்க இயலா'கும், பழங்கால தர்க்கவியலால் இதைப் புரிந்துகொள்ள இயலவில்லை என்றால் அதை விட்டுத்தள்ளுங்கள்! இயற்கையே இயக்க இயலை ஒப்புக் கொள்ளும்போது, தர்க்கவியல் ஒப்புக்கொண்டால் என்ன, ஒப்புக்கொள்ளாவிட்டால் என்ன?

தடையுடன் கூடிய பிரவாகத்தைப் புரிந்துகொள்ள இரண்டு விதமான இயக்கங்களை எடுத்துக் கொள்ளுங்கள்! பாம்பு ஊர்ந்து செல்கிறது. அதன் இயக்கம் நிரந்தரப் பிரவாகமாகும். ஆனால் தவளையின் தாவுதல் வேறு விதமான இயக்கமாகும். அது எல்லா இடத்தையும் தொடுவதில்லை. இந்த இடத்தில் இருந்தால், ஒரே தாவாகத் தாவி ஐந்தடிகளுக்கு அப்பாலுள்ள இடத்தைப் போய் அடைகிறது. தடையுடன் கூடிய பிரவாகம் பற்றி நாம் கூறி வந்ததெல்லாம் இப்படிப்பட்ட தவளையின் தாவுதலைக் காணலாம். எண் ஒன்றிலிருந்து இரண்டிற்கு பாம்பின் வேகத்தில் ஊர்கிறதா தவளை போல் தாவுகிறதா? ஒவ்வொரு எண்ணும் இதேபோல்தான்! எண்களில் 1, 2, 3 என்று நாம் பிரவாகத்தையும் பார்க்கிறோம்! 1-லிருந்து 2, 2-லிருந்து 3 என்ற தடையுடன் கூடிய தாவுதலையும் பார்க்கிறோம். இது மிகத் தெளிவான தடையுடன் கூடிய பிரவாகமாகும்.

இந்த முரண்பாடுகளின் இணைப்பு - தடையுடன் கூடிய பிரவாகம்- இல்லாவிட்டால் இயற்கை 'உயிர'ற்றதாகி கவர்ச்சி இழந்து விடும். இன்று திரைப்படத்தைப் பார்த்து மகிழாதவர்களே இல்லை. அது நமது வாழ்க்கையில் ஒரு அங்கமாகிவிட்டது. திறமையான நடிக, நடிகையர் அற்புதமாக நடித்து நமக்குப் பொழுதுபோக்கையும், மகிழ்ச்சியும் ஊட்டுகின்றனர். திரைப்படம் வெள்ளித் திரையில் பிரதிபலித்து நமக்கு ஆனந்தமூட்டுகிறது. பிலிம் சுருளில் ஆயிரக் கணக்கான படங்கள் உள்ளன. அவை வேகமாக ஓடித் திரையில் நடமாடும் சித்திரங்களை உருவாக்குகின்றன. அப்படங்கள் அணு அலைகளில் உருவத்தில் நகர்கின்றன. ஆனால் இங்கே ஒரு விஷயத்தைக் கவனிக்க வேண்டும். மத்தியில் கோடு போட்டுப் பிரிக்காமல்

ஆயிரக்கணக்கான படங்களைத் 'தடையற்ற' முறையில் அமைத்தால், திரையில் எப்படிக் காணப்படும் தெரியுமா? தெளிவில்லாமல், மெழுகியபடி காணப்படும். இதனாலேயே பிலிம் சுருளில் ஒரு படத்தை மற்றொரு படத்திலிருந்து வேறாக்கப்பட்டிருக்கிறது. இந்தத் தடையுடன் கூடிய படப் பிரவாகத்தின் அற்புதச் செயலாலேயே நாம் திரையில் நடமாடும் சித்திரங்களைக் காண்கிறோம்.

(ஏ) இயக்க இயல் (விஞ்ஞான) லோகாயத வாதம்

லோகாயத வாதத்தில் பல ரகங்கள் உள்ளன. குறிப்பாக அதன் வரலாற்றுப் பிரவாகத்தில் எத்தனையோ வேறுபாடுகள் உள்ளன. ஒன்று, புராதன லோகாயத வாதமாகும். சார்வாகர் இதன் ஆதரவாளரென்று கூறப்படுகிறது. அவர் கண்ணுக்குத் தெரியும் அத்தாட்சியையே ஏற்றுக்கொண்டாரென்றும் சொல்லப்படுகிறது. அவர் மனித மூளையைப் பயன்படுத்துவதைச் சரியென்று கருதவில்லை என்பது போல் சித்திரிக்கப்படுகிறது. ஆனால் சார்வாகர் இப்படிப் 'பண்படாத்' தத்துவானராக இருந்திருப்பாரென்று நம்மால் ஒப்புக் கொள்ள முடியாது. நேரிடை அத்தாட்சியை அவர் வலியுறுத்தியதன் பொருள், புலன்களால் அறியப்படும் அறிவே 'முடிவான' உண்மை என்பது தான்! கற்பனையாலும், ஊக்கத்தாலும் அறியப்படும் அறிவுகூட நேரிடை அத்தாட்சியை உதவியாகக் கொண்டிருக்கவேண்டும். நேரிடை அத்தாட்சியே பிரதானமானது; மற்றவை அனைத்தும் அதற்குத் துணை நிற்பவையே! சார்வாகர் காலத்தில் சாவி கொடுத்தால் வேலை செய்யும் கடிகாரமோ, நீராவி இயந்திரங்களோ இருந்ததில்லை. பிற்காலத்தில் இப்படிப்பட்ட இயந்திரங்கள் தோன்றிய பிறகு பரவிய லோகாயத வாதத்தை 'இயந்திர லோகாயத வாதம்' என்கிறோம்.

1. **இயந்திர லோகாயத வாதம்:** பழைய லோகாயத வாதம் பஞ்ச பூதத்திலிருந்து உயிர் தோன்றியதென்று கூறிற்று. ஆனால் சாவி கொடுப்பதால் வாரக் கணக்கிலல்ல; வருடக் கணக்கில் வேலை செய்யும் கடிகாரங்கள் கண்டுபிடிக்கப்பட்ட பின்னர் இரண்டு விதமான தத்துவாளர்கள் தோன்றினர். ஒரு பிரிவினர் 'தே கார்த்' போன்ற கடவுள் வாதிகளாவர். அவர்கள் உலகை ஒரு மிகப்பெரிய கடிகாரமாகவும், கடவுளை அதற்குச் சாவி கொடுப்பவராகவும் கருதினர். இந்த இயந்திரக் கடவுள் வாதத்தில் கடவுள் ஊழிக்காலம் வரைக்கும் சாவி கொடுத்து விட்டு ஓய்வு எடுத்துக் கொண்டிருக்கிறாரென்றும் கூறப்பட்டது. இதற்கிடையே எல்லா விஷயங்களும் இயற்கை விதிகள்படி நடக்கின்றனவாம்! மறு பிரிவினர் இயந்திர

லோகாயதவாதிகளாவர். அவர்கள் கடிகாரத்தையும், சாவிகொடுப்பவரையும் பவுதீகப் பொருட்களாகக் கருதி, சிருஷ்டியின் ஆரம்பத்தில் சாவி கொடுத்துக் கடவுள் ஊழிக்காலத்தில் அழிக்க வேண்டிய அவசியமில்லை. பதினேழு - பதினெட்டாம் நூற்றாண்டுகளில் பல்வேறு இயந்திரங்கள் கண்டுபிடிக்கப்பட்டதால் அவற்றின் தாக்கம் லோகாயதவாதத்தின்மேல் விழத்தான் செய்தது. இயந்திர லோகாயத வாதிகள் மனத்தையும், பஞ்ச பூதத்தையும் ஒன்றென்றே எண்ணினர். இயற்கையிலிருந்து மனம் தோன்றியதாக அல்லாமல், இரண்டும் பிரிக்கப்பட முடியாதவை என்ற பொருளிலேயே அவர்கள் அப்படி எண்ணினர். குணாம்ச மாறுதலால்- தடையுடன் கூடிய பிரவாகத்தால்- முழுவதும் புதியதாகத் தோன்றக் கூடிய பொருளையும்- நிகழ்ச்சியையும்- அவர்கள் முக்கியமானதாகக் கருதவில்லை. கடிகாரம்- அதன் உறுப்புகளின் கூட்டைப் போலவே, மனதும், அதனை உருவாக்கும் பவுதீக சக்திகளின் கூட்டே என்று அவர்கள் கருதினர். பதினெட்டாம் நூற்றாண்டு இயந்திர லோகாயத வாதம் குறித்து ஏங்கெல்ஸ் கூறுகிறார்.

"சென்ற நூற்றாண்டைச் சேர்ந்த லோகாயத வாதம் மிகவும் இயந்திர மயமானதாகும். ஏனெனில் அக்காலத்திய அனைத்து இயற்கை விஞ்ஞானங்களிலும் இயந்திர விஞ்ஞானம் அதிலும் புவிஈர்ப்பின் இயந்திர விஞ்ஞானம் ஒரு எல்லையை அடைந்து விட்டிருந்தது. தே கார்த் மிருகங்களை ஜீவனற்ற இயந்திரங்கள் என்று கருதியதைப் போலவே பதினெட்டாம் நூற்றாண்டு லோகாயத வாதிகளும் மனிதனை ஒரு இயந்திரமென்றே எண்ணினர். (தே கார்த் மனிதர்களிலும், வேத தூதர்களிலும் மட்டுமே ஜீவாத்மா இருக்கிறதென்று கருதினர். மற்றெல்லா உயிர்களுமே அவரது கண்ணோட்டத்தில் ஜீவனற்ற இயந்திரங்களே!) இது பழங்காலப் பிரெஞ்சு லோகாயத வாதிகளிடமிருந்த ஒரு பெருங்குறையாகும். இக்குறை அக்காலத்தில் தவிர்க்க முடியாததுமாகும்.

"அக்காலத்திய லோகாயத வாதத்தின் மற்றொரு முக்கிய குறை என்னவெனில், அது உலகத்தை நிகழ்ச்சிப் பிரவாக முறையில் புரிந்து கொள்ளும் சக்தியற்றிருந்தது... இயற்கை எப்பொழுதும் இயங்கிக் கொண்டே இருக்கிறதென்பதை அது அறிந்திருந்தது. ஆனால் அக்காலக் கருத்தோட்டத்தின் படி, இயற்கையின் இயக்கம் ஒரு வட்டத்திற்குள்ளேயே இருக்கிறதென்று லோகாயத வாதமும் கருதியதால், சரியான முடிவுகளுக்கு அதனால் வர முடியாமல் போயிற்று" (Ludwig Feuerbach Moscow, 1946, p. 30-39).

பிரெஞ்சு லோகாயதவாதியான ஹோல்பாஷ் (கிபி. 1723-89) எழுதியிருப்பதாவது. "ஒருவர் முதலிலிருந்து இருந்துவரும் கற்பனைகளை

மறுக்கிறார் என்றால் அதை நாம் (லோகாயத வாதிகள்) ஆட்சேபிக்கக் கூடாது. இயற்கை நிலையானதாகவும், சில குறிப்பிட்ட விதிகளின் படியே இயங்குகிறதென்று ஒருவர் சொன்னால், மனிதர்கள் மிருகங் களைப் போலவே, செடி கொடிகள் புழுக்களைப் போலவே இன்றும் இருக்கிறார்கள். இதற்கு முன்பும் இருந்தார்கள், இனியும் இருப்பார்கள் என்று ஒருவர் கூறினால், நட்சத்திரங்கள் வான மண்டலத்தில் எல்லையில்லாக் காலம் வரை பிரகாசித்துக் கொண்டே இருக்கு மென்று ஒருவர் தெரிவித்தால் நாம் மறுத்துரைக்கக்கூடாது" ('Essays in History of Materialism by Plekhanov, p. 13). இயந்திர லோகாயத வாதத்தின் இயந்திர ஜடத்தன்மையே ஆன்மீக வாதம் வரை உதவி புரிந்தது. எனினும் மத்தியதர வர்க்கத்தவரின், உயர் குடும்பத்தவரின் தவறான சிந்தனையோட்டத்தின் விளைவாலும் ஆன்மீக வாதம் வளர்ச்சி பெற்றது.

2. விஞ்ஞான லோகாயத வாதம்: இயக்க இயல் குறித்து நாம் கூறியபோது, அது முரண்பாடுகளின் இணைப்பு, தடையுடன்கூடிய பிரவாகம், குணாம்ச மாறுதல் என்று குறிப்பிட்டோம், பஞ்ச பூதங்களைப் பற்றியும், லோகாயத வாதத்தைப் பற்றியும் விளக்கினோம். அத்துடன் இயந்திர லோகாயத வாதம் தனது காலத்திய முற்போக்குச் சித்தாந்தமாக இருந்தாலும், அது புதிய பிரச்சினைகளைத் தீர்க்கும் திறன் பெற்றிருக்கவில்லை என்பதையும் விவரித்தோம். லோகாயத வாதம் + இயக்க இயல் = இயக்க இயல் லோகாயத வாதமாகிறது. இதையே விஞ்ஞான லோகாயத வாதம் என்கிறோம். இது லோகாயத வாதத்தின் உயர்மட்ட வளர்ச்சியாகும். இச்சித்தாந்தம் உலகத்திலுள்ள எல்லாப் பகுதிகளுக்கும் ஒரே மாதிரியாகப் பொருந்துகிறது.

(I) விளக்கம்: விஞ்ஞான லோகாயத வாதம் என்றால், (க) ஆன்மீக வாதத்திலிருந்தும், எண்ண முதல் வாதத்திலிருந்தும் விடுபட்ட தென்றும், (ங) இயற்கை உலகம் வளர்ச்சி அடைந்து கொண்டே இருக்கிறது. அது உருவமாறுதல் அடைந்து கொண்டே இருக்கிறது. அது நிகழ்ச்சிப் பிரவாகமாக இருக்கிறது என்பதை ஏற்றுக் கொள்கிறதென்றும், (ச) அதனாலேயே அது இதே முறையில் தனது சிந்தனையோட்டத்தைச் செலுத்துகிறது. எல்லாப் பொருள்களையும் ஒன்றிலிருந்து வேறாகவும், அவற்றின் பன்மையில் ஒருமையையும், அவற்றின் உட்புற- வெளிப்புறக் கண்ணோட்டங்களில் பார்க்க விரும்புகிறது என்றும் பொருள் (The Logic of Marxism by T.A. Jackson, p. 22)

விஞ்ஞான யுகத் துவக்கத்தில் தத்துவ இயலையும் மதத்தைப் போன்றே அலட்சியப்படுத்திய ஒரு காலம் இருந்தது. ஆனால் காண்ட்,

ஹெகெல் போன்ற தத்துவ அறிஞர்கள் தத்துவ இயலை பாதுகாக்க முயன்றனர். காண்ட் திறமை, ஆராய்ச்சி ஆகிய உரைகற்களை உதாசீனப்படுத்திவிட்டு, ஹெகெல் விஞ்ஞானத்திற்கு அடிப்படையான இயக்க இயல் பவுதீக சக்தியையே இயக்க இயல் எண்ண முதல் வாதமென்று அழைத்துத் தமது தத்துவ இயல்களுக்கு விஞ்ஞானத்தின் உதவியைப் பெற்றுக் கொண்டார். ஆனால் காண்ட், ஹெகெல் ஆகியோரின் முயற்சியால் தத்துவ இயலுக்கு மதத்திற்கு ஏற்பட்ட கதி ஏற்படவில்லை. அவர்களுக்குப் பிறகு தத்துவ இயல் தன்னை மற்ற எல்லா விஞ்ஞானங்களுக்கும் மேலாகக் கருதத் தொடங்கியது. ஆனால் விஞ்ஞான லோகாயத வாதம் எல்லா விஞ்ஞானங்களையுமே ஆட்டிப்படைக்கும் சக்தியாக தன்னை எண்ணிக் கொள்ளவில்லை. இவ்விஷயத்தில் அதன் கருத்தை ஏங்கெல்ஸ் இப்படி விவரிக்கிறார்:

(II) நோக்கம்: புதிய (விஞ்ஞான) லோகாயத வாதம் அடிப் படையில் முரண்பாடுகளுடைய சித்தாந்தமாகும். எல்லா விஞ்ஞானங் களுக்கும் தான் அரசனைப் போன்றது என்று காட்டிக் கொள்ள அதற்கொரு தத்துவ இயலின் உதவி தேவையில்லை. ஒவ்வொரு குறிப்பிட்ட விஞ்ஞானமும் பொருள்களுக்கும், பொருள்களைப் பற்றிய நமது அறிவிற்குமிடையே தனது நிலையைத் தெளிவாக்க வேண்டும். அப்படித் தெளிவாக்கியதும் அப்பொருள்களுக்குத் தனியாக ஒரு விஞ்ஞானம் தேவை இருக்காது. இப்பொழுதும் புராதனத் தத்துவ இயல்களில் எஞ்சியிருப்பவை சிந்தனையும், அதன் விதிகளின் விஞ்ஞானம் கலந்த தர்க்கவியலும், இயக்க இயலுமாகும். மற்ற எல்லா விஷயங்களும் வரலாற்றுக்குள்ளும், இயற்கை விஞ்ஞானத்துக்குள்ளும் அடங்கிவிட்டன" (Socialism, Scientific Utopian, pp 39-40)

மற்ற தத்துவ இயல்களைப் போல் விஞ்ஞான லோகாயத வாதம் தன்னைக் கருதவில்லை என்பது இதிலிருந்து தெரிகிறது. பணத்திற் காகத் திருட்டும், சூதாட்டமும், நம்பிக்கை மோசடியும், திருட்டுக் கணக்கும் எழுதும் படித்த செல்வந்தர் கூட்டமும், அதன் கைக் கூலிகளும் சோற்றுப் பிரச்சினையைக் கிளப்பியதுமே அருவருப்புடன் வானத்தில் ஏறிக்கொண்டு, "மனிதன் வெறும் சோற்றுக்காக வாழ்வதில்லை. சோற்றுப் பிரச்சினையைக் கிளப்புவது மனித இனத்தையே அவமானப்படுத்துவதாகும்." என்று பசப்புகின்றனர். "இங்கே பல இல்லை; ஒன்றே உள்ளது", "உண்மை, நன்மை, அழகு", "பாமரர்கள் வழிபடுவதை அல்லாமல் நீ அந்த ஒரே பிரம்ம ஞானம் பெறு!" என்றெல்லாம் அவர்கள் புரியாத மொழியில் பேசுகின்றனர். இவர்களைப் போலவே தத்துவ இயலும் வானத்தில் அமர்ந்து கொண்டு மக்களுக்குத் தொடர்பில்லாத கட்டளைகளைப் பிறப்பிக்கிறது.

அவை எவ்வளவு நகைப்புக்கிடமானவை என்பதைச் சொல்லத் தேவையில்லை. தத்துவாளர்களில் சிந்திக்கும் திறன் படைத்தவர்கள் இதை நன்கு அறிவர். இதனாலேயே அந்தப் பழங்காலத்திலும் (இப்பொழுதும் சிலர்) இந்தியத் தத்துவ அறிஞர்களான கணாதர், கவுதமர், இஸ்லாமிய தத்துவ மேதைகளான கஜாலி, ரோஷ்த், உலகத்தின் கண்களில் மண்ணைத் தூவுவதற்காக ஐரோப்பிய தத்துவாளர்களான காண்ட்டும், வில்லியம் ஜேம்ஸ்ூம் கூட மதத்தையும், தத்துவ இயலையும் இணைக்கும் முயற்சி செய்தனர். அதேபோல் இன்றும் சிலர் தத்துவ இயலையும், விஞ்ஞானத்தையும் இணைக்க விரும்புகின்றனர்.

மனித முன்னேற்றத்தில் தத்துவம் மதத்தைக் காட்டிலும் முதலிடம் வகிக்கிறது என்கிற இன்னொரு விஷயமும் இதிலிருந்து தெளிவாகிறது. அதனாலேயே உலகம் முழுதும் தத்துவ இயல் கண்டனம் செய்யப்பட்டு வந்தாலும், மதம் தத்துவ இயலின் உதவியைப் பெறுவதற்காக ஆலாய்ப் பறந்து கொண்டிருந்தது. தத்துவ இயலின் அடுத்த முன்னேற்றம் விஞ்ஞானமாகும். இந்த உண்மையை அது ஒப்புக் கொள்ளாவிட்டாலும், அது விஞ்ஞானத்தின் உதவியை எதிர்பார்க்கிறது என்பது உண்மை! கடவுளைப் பற்றிக் கூறுவதாலேயே தத்துவ இயல் விஞ்ஞானத்தின் மீது அதிகாரம் செலுத்த முடியாது. விஞ்ஞான லோகாயதவாதம் மற்ற விஞ்ஞானங்களைவிட தன்னை வேறுபட்டதாக எண்ணிக் கொள்வதுமில்லை. அது ஜோதிடம், பவுதீக இயல், ரசாயன இயல், உயிரியல் ஆகிய எல்லா விஞ்ஞானங்களின் ஆராய்ச்சி விஷயமான இயக்க இயல் பஞ்ச பூதங்களை தனது பார்வையிலிருந்து மறைந்து போகவிடாமல் முயற்சி செய்கிறது. ஜீன்ஸ், எடிங்க்டன் போன்ற விஞ்ஞானிகளின் ஒரு சில காசுகளுக்காக ('ஸர்' பட்டத்திற்காக) மதம், தத்துவம், அரசு, தற்கால சமுதாய அமைப்பு ஆகியவைகளை ஆதரிப்பதைப் பார்க்கும்போது, இப்பொழுது இயக்க இயல் எவ்வளவு தேவை இருக்கிறது என்பது புரியும். சிந்தனைத் துறையில் இப்பிற்போக்குக் கருத்துக்களை எதிர்ப்பதற்கு விஞ்ஞான லோகாயத வாதம் மிகவும் அவசியமாகும். உண்மையில் விஞ்ஞான லோகாயத வாதம் இயற்கை விஞ்ஞானங்களின் சர்வாதிகாரமாகும். பாட்டாளிவர்க்க சர்வாதிகாரத்தைப் போலவே அதுவும் பல்வேறு விஞ்ஞானங்களிலிருந்து சக்தியைப் பெறுகிறது. ஏங்கெல்ஸ் கூறியதைப் போல் விஞ்ஞானங்களுக்கு 'ஆன்ம உணர்வு' வந்ததும், விஞ்ஞானிகள் என்று சொல்லப்படுபவர்களின் அநீதிகள் மறைந்ததும், இச்சர்வாதிகாரமும், சிந்தனைத்துறை அதிகாரமும் தாமாகவே மறைந்துவிடும். இன்று விஞ்ஞான லோகாயத வாதம் செய்யும் பணியை அன்று மற்ற விஞ்ஞானங்கள் தாமாகவே

செய்யத் தொடங்கிவிடும். அப்பொழுது அவை அரசாங்கமும், வர்க்கங்களுமற்ற, விழிப்படைந்த பொதுவுடைமைச் சமுதாய மக்களைப் போன்றே தமக்குள் ஆலிவர்லாட்ஜ், ஜீன்ஸ், எடிங்டன், சர் சி.வி. ராமன் ஆகிய பழமையின் ஆதரவாளர்களை உற்பத்தி செய்யாது.

(II) விஞ்ஞானிகளும், விஞ்ஞான லோகாயத வாதமும்: இது வெறும் வார்த்தையல்ல. விஞ்ஞான லோகாயத வாதச் சிந்தனை முழுவதிலும் இதை நீங்கள் காணலாம். விஞ்ஞான லோகாயத வாதத்தின் அடிப்படை விஷயங்களான இயற்கை விஞ்ஞானம் குறித்தும் சமூக விஞ்ஞானம் குறித்தும் "உலக அமைப்பு", "மனித சமுதாயம்" என்னும் நூல்களை இந்தியில் எழுதி முடித்த பிறகே நான் விஞ்ஞான லோகாயத வாதம் பற்றி எழுத ஆரம்பித்தேன். ஆராய்ச்சிகளை, பரிசோதனைகளை வலியுறுத்தியதே நான் விவரித்த முறையாகும். இதைப் பற்றி பின்னால் கூறப்போகிறோம். விஞ்ஞான லோகாயத வாதம் எந்த ஒரு வாதத்தையும், கருத்தையும், கற்பனையையும் அது ஆராய்ச்சியிலும், பரிசோதனையிலும் பரீட்சிக்கப்பட்டு சரியான தென்று நிரூபிக்கப்பட்ட பிறகே ஒப்புக்கொள்ளும் என்பதைப் புரிந்துகொள்ள வேண்டும். விஞ்ஞான சோஷலிஸத்தின் தற்கால தலைசிறந்த சிந்தனையாளரான ஸ்டாலின் "பரிசோதனைக்குட்படாத சித்தாந்தம் பயனற்றது; சித்தாந்தம் இல்லாத பரிசோதனை பார்வையில்லாதது" என்று கூறியிருக்கிறார்.

விஞ்ஞான லோகாயதவாதம் விஞ்ஞானிகளுக்கு எவ்வளவு பயனுள்ளது என்பது அதன் பெயரிலிருந்தே தெளிவாகும். இதைப் பற்றி இன்னும் ஐயம் இருந்தால் புகழ் பெற்ற பிரிட்டிஷ் விஞ்ஞானியான ஜே.பி.எஸ். ஹால்டேன் கூறுவதைக் கேளுங்கள்:

"இன்று ஆங்கில விஞ்ஞானிகள் பலரும் இயக்க இயல் (விஞ்ஞான) லோகாயத வாதத்தைப் பயன்படுத்த ஆரம்பித்துள்ளனர். ஆனால் அவர்களுடைய வெற்றிகரமான ஆராய்ச்சிகளின் முடிவுகளை வெளிப்படுத்த முடியாத துர்பாக்கிய நிலையில் இருக்கிறார்கள். ஏனெனில் அப்படி வெளியிட்டால் அவர்களுடைய வேலைக்கும், ஊதியத்திற்கும் அபாயம் விளையலாம்." ('Marxist Philosophy and the Science' by J.B.S. Haldane, p. 46).

முதலாளித்துவச் சமுதாய அமைப்பின் 'கருத்துச் சுதந்திர'த்தின் உண்மைச் சொரூபத்தைக் கண்டீர்கள் அல்லவா! அது விஞ்ஞானி களின் தலைகளின் மேலேயும் உருவிய வாளைத் தொங்கவிட்டிருக்கிறது.

(IV) பூதத்தின் முக்கியத்துவம்: "இங்கே பல பொருட்கள் இல்லை; ஒரேயொரு பரம்பொருள் மட்டுமே உண்டு," என்ற உபநிஷத்

ரிஷிகளையும் சலனமற்ற ஆன்மீக உலகத்தைப் படைத்த பிளாட்டோ வையும் விடுங்கள்! கொடுமைகள் நிறைந்த அடிமைச் சமுதாய அமைப்பை மறக்க அவர்களுக்கு அவ்வழி ஒன்றே தென்பட்டது. ஆனால் தற்காலப் புத்துலக விஞ்ஞானிகளும் பவுதீக உலகை மறக்க வேண்டுமென்று செய்யும் முயற்சிகளைக் காணும்போது வருத்தம் உண்டாகிறது. இதைவிட நல்ல சமுதாயத்தை அமைப்பதற்கு அவர்கள் தடைக்கற்களாக நிற்பதைப் பார்க்கும்போது வேதனை உண்டாகிறது. 'நாங்கள் சிறந்த சமுதாயத்தை நிர்மாணிக்கத் தடையாக நிற்கவில்லை' என்று அவர்கள் கூறலாம். ஆனால் செயல்பாடில்லாத பேச்சுக்களினால் அவர்கள் மற்றவர்களையும், தம்மையுமே ஏமாற்றிக் கொண்டிருக் கிறார்கள். அவர்கள் இயற்கை உலகம் யதார்த்தமானதல்ல என்று கருதி பெரும் நஷ்டத்தை ஏற்படுத்திக் கொண்டிருக்கிறார்கள். சர்.எஸ். ராதாகிருஷ்ணன் போன்றவர்கள் காசி இந்து பல்கலைக் கழகத்தில் இருந்துகொண்டு பகவத் கீதை பற்றியும், சங்கரரின் அத்வைதம்- மாயாவாதம்- பற்றியும் உபதேசித்து ஒரு சில இளைஞர் களின் மூளையில் நஞ்சு கலக்கலாம்; ஆனால் அப்படிப்பட்ட இளைஞர்கள், உலகம் எதார்த்தமானதென்றும், இங்கே ஏற்றத் தாழ்வுகள் மலிந்து கிடக்கிறதென்றும் கருதி, இதை மாற்றியமைக்க வேண்டுமென்று எண்ணிச் சமுதாயத்தை மாற்றத் துணியும் வேறு இளைஞர்களைப் போன்று துணிவு காட்ட மாட்டார்கள் என்பது தெளிவு. இரண்டாம் ரக இளைஞர்கள் இவ்வுலக மாயை என்றோ, விவரிக்க இயலாத பிரம்மாவின் நிழல் என்றோ கருதாமல் பிறப்பும்- இறப்பும் உடைய எதார்த்த உலகமென்று கருதுவார்கள். லோகாயத வாதிகளை கெட்ட நடத்தையுள்ளவர்களென்றும், பச்சை சுயநலக்காரர் களென்றும் சொல்லி அவர்களுக்கு எதிராக மக்களைத் தூண்டிவிடும் காலம் மலையேறிவிட்டது. இப்பொழுது மக்கள் விழித்துக் கொண்டு விட்டனர். மிக மோசமான மனித மிருகங்களும், மிகக் கேடு கெட்டவர்களும், மதாசாரியார்களிலும், பெரு முதலாளிகளிலும், மன்னர்களிலும் நவாபுகளிலும் இருப்பதை மக்கள் தமது கண்களால் பார்த்துக் கொண்டிருக்கின்றனர். தன்னலத்திற்காகத் தமது நாட்டையும், இனத்தையும் காட்டிக் கொடுப்பவர்களும் இந்த வர்க்கத்திலேயே அதிகமாக இருக்கின்றனர்.

ஆனால் இன்றைய தத்துவாளர்களும் தமது போக்கைச் சற்று மாற்றிக் கொண்டுவிட்டனர். அவர்கள் இப்பொழுது மாயாவாதத்திற்கு மாறாகப் பரிணாம ஆன்மீக வாதத்தை வலியுறுத்திக் கொண்டிருக் கின்றனர். 'உலகம் கற்பனையானதல்ல; அபவுதீகமான மனதின் பரிணாமமே (மாற்றமே)யாகும் என்பதுதான் பாணம் ஆன்மீகவாத மாகும். உலகத்திற்குள் அடிப்படைச் சக்திகள் பஞ்ச பூதங்களல்ல

என்று அவர்கள் சொல்கின்றனர். ஆனால் பஞ்சபூதம் இல்லாமல் மனம் எப்பொழுதாவது இருந்ததென்று கற்பனையும் செய்யமுடியாது. மனம் தோன்றுவதற்கு நூறு கோடி வருடங்களுக்கு முன்பே பஞ்ச பூதம் இருந்ததென்று நமக்கு விஞ்ஞானம் கூறுகிறது. நிலவியல் வல்லுநர்கள் பூமியின் வயது இருநூறு கோடி வருடங்களென்று தெரிவிக்கின்றனர். இங்கே மனம் எப்போது தோன்றியதென்பதை கவனிப்போம், வாருங்கள்! ஆனால் மனம் எதற்குள் ஒப்புக் கொள்ளப்பட வேண்டும் என்னும் கேள்வி இங்கே உண்டாகும். பெண்களுள் ஜீவன் இல்லை என்று ஏக பெருமானின் சீடர்கள் அறிவித்தனர். ஆனால் இது 1400-1500 ஆண்டுகளுக்கு முந்தைய சங்கதி. இதைப்பற்றி விவாதிக்கத் தொடங்கினால் ஜீவனுக்கும், ஆன்மாவுக்குமுள்ள வேற்றுமை குறித்து விளக்க ஆரம்பித்து விடுவார்களோ என்னும் அச்சமும் நமக்கு இருக்கிறது. கடவுளின் புத்திரர் ஏசுவின் பரம பக்தரான தத்துவாளர் தே கார்த்தை (1596-1650) எடுத்துக் கொள்ளுங்கள். அவர் காலமாகி இன்னும் முழுசாக முந்நூறு வருடங்கள் முடியவில்லை. (அவருடைய 'ஆன்மா'வுக்கு ஏசுபெருமான் சாந்தியளிப்பாராக) "மனிதர்களைத் தவிர மற்ற எல்லா உயிர்களுமே- குரங்குகளும், காட்டு மனிதர்களும் கூட நடமாடும் இயந்திரங்கள்" என்பது அவரது கூற்றாகும். 40, 50 ஆயிரம் ஆண்டுகளுக்கு முன்னால் புதுயுக மனிதன் இருந்திருக்க வில்லை. நெவான்டர்த்தல், ஜாவா, சீனா நாடுகளில் கிடைத்த புராதன மனித எலும்புக் கூடுகளிலும் பிளாட்டோ ஆதிசங்கரரைப் போன்ற மனம் இருந்ததென்று ஒப்புக் கொண்டாலும், நாம் 10 லட்சம் வருடங்கள் வரையில் தான் செல்கிறோம். நீங்கள் மேலும் வற்புறுத்தினால், தற்காலப் பறவைகளுக்கும் மனத்தை ஒட்ட வைக்க விரும்பினால்- ஏனெனில் இன்று சில கிளிகள் மனிதர்களைப் போல் பேசுகின்றன. கோபித்துக் கொள்கின்றன. உணவைக் கேட்கின்றன- எல்லாப் பறவை இனத்திற்குமே மனம் இருக்கிறது என்பதை ஏற்றுக் கொள்ள வேண்டுமென்று நிர்ப்பந்தித்தால், சரி, அப்படியே ஆகட்டும். அப்படியானாலும் நீங்கள் 50 லட்சம் ஆண்டுகளைத் தாண்டிச் செல்ல முடியாது. ஆனால் மனம் இல்லாத பஞ்ச பூத உலகத்தின் வயது 20 ஆயிர லட்சம் ஆண்டுகளாகும். நீங்கள் எல்லா புராதனப் பறவைகளும், பழங்கால ஊர்ந்து செல்லும் பிராணிகளையும் பாதி நீரினங்களையும், மீன்களையும், முதுகெலும்புடைய உயிர்களுக்கும் முன்னே இருந்த முதுகெலும்பற்ற முதல் உயிர்களையும், மனமுடையவை என்று கூற விரும்பினால் அதையும் ஒப்புக்கொள்ளத் தயாராயிருக்கிறோம். ஆனால் ஒரு நிபந்தனை. இந்த உயிர்கள் 'ஏழு பிறவிகளெ'டுத்தாலும் தமது மனத்திலிருந்து உலகைப் படைக்க முடியாது. வௌவாலை மிருகம் என்றும் பறவை என்றும் சொல்வதைப் போலவே, அட்டை,

புழுபோன்ற முதுகெலும்பற்ற இனப்பிறவிகளான 'பாக்டீரியா'க் களையும் 'வைரஸ்'களையும் கூட ஜடங்களென்றும், உயிருள்ளவை களென்றும் கூறலாம். சரி, உங்கள் தவறான வாதத்தை ஏற்றுக் கொண்டாலும் கூட மனத்தின் வயது 50 லட்சம் ஆண்டுகளே ஆகிறது; ஆனால் உலகத்திலிருந்த பஞ்சபூதத்தின் வயது அதைவிட நாற்பது மடங்கு அதிகமானது. இதிலிருந்து உலகத்தில் பவுதீக சக்தி முதலிலிருந்தே இருந்ததென்பதும், மனம் அல்லது ஆத்மா பின்னால் வந்ததென்பதும் புரிகிறது. புகழ்பெற்ற விஞ்ஞானியான ஹால்டேன் கூறியிருப்பதாவது:

"வெளியுலகத்தைப் பற்றி நமது ஞானம் பிரத்யட்ச அனுபவத்தை விட உணர்தலால் அதிகமாக ஏற்படுகின்றதென்று வைத்துக் கொண்டாலும் நாம் உலகத்தைப் பற்றி அறிவதே உணர்வதைக் காட்டிலும் அதிகமானதாகும். நாம் இவ்வுலகத்தைக் குறித்து அறிந்துள்ள ஞானம் சமுதாயம் முழுவதும் பெற்ற ஞானமாகும். நான் என் கையைப் பார்க்கும்போது அதிலே எத்தனையோ நரம்புகள், எலும்புகள், இரத்தத் துளிகள் இருப்பதை அறிகிறேன். இந்த அறிவு ஆயிரக்கணக்கான உயிரியல் நிபுணர்களின் உணர்தலைச் சார்ந்ததாகும். நான் ஒவ்வொரு ரோமத்தின் பரமாணுக்களின் அமைப்பை அறிகிறேன். (அல்லது குறைந்தபட்சம் அவற்றை ஸ்தூலமாக அறிகிறேன்) இந்த அறிவு 'ஆஸ்ட்பரி' என்னும் விஞ்ஞானி எக்ஸ்- ரே படங்களை ஆராயும்போது உணர்ந்ததால் ஏற்பட்டதாகும். ஒரு மனிதனின் தனிப்பட்ட அறிவைக் காட்டிலும், சமுதாயம் முழுவதும் பெற்ற அறிவு- அது பிரத்யட்ச அனுபவமாக இல்லாவிட்டாலும், உணர்வு பூர்வமானதாக இருந்தாலும்- நமக்கு அதிகத் தகவல்களைத் தரும் ஆன்மீகவாத - கருத்து முதல்வாத - தத்துவாளர்களும் மிக மோசமான சுயநலக்காரர்களாக இல்லாமலிருந்தால், தமது தோழர்களுக்கு (மற்ற மனிதர்களுக்கு) பவுதீகச் சக்திகளை ஆராய்ந்து, கட்டுரைகள் மூலமாகவோ, சொற்பொழிவுகள் மூலமாகவோ சேர்ப்பிக்கின்றனர். ஆன்மீகவாதிகளே, கருத்து முதல்வாதிகளே! நீங்கள் உங்கள் உணர்வுகளினால் இவ்வுலகத்தைச் சிருஷ்டித்ததாக எண்ணிக் கொண்டிருந்தால், ஏற்றத்தாழ்வுகளுள்ள இப்படிப்பட்ட உலகத்தைப் படைத்து உலகத்தைச் சிருஷ்டித்த உங்களிடம் நான் கூறப் போவதில்லை. ஆனால் தற்போதைய உலகத்தை மாற்றுவதில் எங்களுக்கு உதவுங்கள் என்று மட்டும் உங்களைக் கோருவேன். நீங்கள் எங்களுக்கு உதவும்போது சுயநலத் தத்துவாளர்களும், கொடூர ஆட்சி யாளர்களும் நிச்சயம் உங்களைத் தடுப்பார்கள். அப்பொழுது நீங்கள் மாயையை அல்ல எதார்த்தத்தை எதிர்கொள்ள வேண்டுமென்பதை

உணர்ந்து கொள்வீர்கள் என்ற நம்பிக்கை எனக்கிருக்கிறது" (Marxist Philosophy and the Sciences, pp. 140-42).

(V) விஞ்ஞான லோகாயதவாதத்தின் முன்னுள்ள கடமைகள்: இவை குறித்து மார்க்ஸ் ஒரே வாக்கியத்தில் கூறிவிட்டார்:

"தத்துவ மேதைகள் பலவிதத்தில் உலகத்தை விளக்கியிருக்கின்றனர். ஆனால் இப்போதைய விஷயம் அந்த உலகத்தையே மாற்ற வேண்டு மென்பது தான்!" (Thesis on Feuerbach, IX)

இந்திய உபநிஷத் ஆசாரியர் யாக்ஞவல்கியரிடமிருந்து பாசிஸ்ட் இட்லர் வரையிலும் கடந்த இரண்டாயிரத்தி எழுநூறு ஆண்டுகளாக லோகாயதவாதிகளைத் தாக்கி ஏசிக் கொண்டிருக்கின்றனர். இதற்குக் காரணம், அவர்கள் உலகத்தை தவறான முறையில் விவரிக்காமல் அதையே மாற்ற முனைந்து விடுகின்றனர் என்பதேயாகும். விஞ்ஞான லோகாயத வாதம் உலகத்தில் மாறுதல் நிகழ்கிறதென்பதையும், அது எப்படி நிகழ்கிறதென்பதையும் எடுத்துக்கூறும் தத்துவ இயலாகும். அது மட்டுமல்ல மனிதர்களாகிய நாம் அம்மாறுதலில் எப்படிப்பட்ட பங்கு வகிக்க வேண்டும்? நமது கண்களுக்கு முன்னால் இரண்டு விதமான மாபெரும் மாற்றங்கள் ஏற்பட்டுக் கொண்டிருக்கின்றன. ஒன்று விஞ்ஞானம் தனது கண்டுபிடிப்புகளால் ஏற்படுத்திக் கொண்டிருக்கும் மாற்றம்: ரயில், தந்தி, மின்சாரம், விமானம், ரேடியோ, டெலிவிஷன், திரைப்படம் ஆகியன தோற்றுவித்துக் கொண்டிருக்கும் மாற்றங்கள் மனிதனின் அபாரத் திறமையை எடுத்துக் காட்டுகின்றன. ஹௌரா மேம்பாலத்தைப் பாருங்கள்! மைல் கணக்கில் நீண்ட எஃகு கிராதிகளால் அமைக்கப்பட்ட அந்தப் பிரம்மாண்டமான பாலம் மனிதத் திறமைக்கு அடையாளமாக விளங்கவில்லையா? அந்தப் பாலத்திற்குப் பக்கத்திலே ஒரு ஐந்தரை அடி உயர மனிதனை நிறுத்திப் பாருங்கள்! உலகத்தையே மாற்றிவிக்கூடிய மனிதனின் சக்தி புரிகிறதல்லவா! விஞ்ஞான லோகாயத வாதிகள் மனிதனின் கனவாற்றலை நம்புவதில்லை. அவனுடைய எதார்த்த மாறுதல் சக்தியை நம்புகின்றனர். அச்சக்தியை இந்த உலகத்தை மேலும் உயர்ந்த முறையில் மாற்றுவதற்கு பயன்படுத்த அவர்கள் விரும்புகின்றனர். சோவியத் மத்திய ஆசியாவில் ஆயிரக்கணக்கான மைல் தொலைவு நீளும் மக்கள் சஞ்சாரமற்ற நிலப்பரப்பு உள்ளது. அங்கே சின்னஞ்சிறு புல் நிறைய இருக்கிறது. அதைக்கொண்டு லட்சக்கணக்கான செம்மறி ஆடுகளும், குதிரைகளும், ஒட்டகங்களும் வளர்க்கலாம். ஆனால் அங்கே குடிப்பதற்குத் தண்ணீர் இருக்கவில்லை. நிலத்திற்கடியில் நிறைய நீரிருந்தது. ஆனால் அது காஸ்பியன் கடல் நீரைக் காட்டிலும் மிகவும் உவர்ப்பானது. உப்பு பயனற்ற பொருளல்ல; நீர் பயனற்ற

பொருளல்ல; புல்லும் பயனற்ற பொருளல்ல. ஏனெனில் இவற்றைக் கொண்டு லாபம் சம்பாதிப்பதற்காக மட்டுமல்லாமல், மனித வாழ்வை மகிழ்ச்சி நிறைந்ததாகவும் அபாரமான செல்வத்தை உண்டாக்கவும் முடியும். ஆனால் பழங்காலத்திலிருந்து அந்தப் பரந்த நிலப்பரப்பு பயங்கரமானதாகவே கருதப்பட்டு வந்தது. ருஷிய நாட்டில் தீவிர லோகாயத வாதிகளின் அரசு அமைந்ததுமே மனிதன் உலகை மாற்றுவதற்கு விஞ்ஞானம் என்னும் ஆயுதத்தைக் கையில் ஏந்தினான். அந்தப் பாலைவனத்தில் பெரிய பெரிய குழாய்க் கிணறுகளும், செயற்கை ஏரிகளும் அமைக்கப்பட்டன. குளிர்காலத்தில் இப்பாலை வனத்தில் ஐந்தாறு மாதங்கள் வரை நீர் உறைந்து விடுகிறது. அந்தச் சமயத்தில் குழாய்க் கிணறுகளிலிருந்து நீரை இறைத்து சிமென்டினால் கட்டப்பட்ட செயற்கை ஏரிகளில் நிரப்புகின்றனர். சுத்தமான நீர் பனியினால் பனிக்கட்டியாக உறைந்து விடுகிறது. நீருக்கடியில் உப்பு உறைந்து விடுகிறது. இப்பனிக்கட்டிகளை ஆயிரக்கணக்கான தொழிலாளர்களும், இயந்திரங்களும் மற்ற பெரிய பெரிய நீர்த்தேக்கங் களில் கொண்டு போய் போடுகின்றன. கோடைக் காலம் வந்ததும் பனிக்கட்டிகள் கரைந்து அங்கே சுத்தமான தண்ணீராக மாறிவிடுகிறது. இன்று அந்தப் பாலை நிலத்திலிருந்து லட்சக்கணக்கான டன்கள் உப்புக் கிடைக்கிறது. கோடிக்கணக்கான செம்மறியாடுகளும், மற்ற கால்நடை களும், பால், மாமிசம், கம்பளி, தோல் முதலியவைகளை வழங்கி வருகின்றன. இன்று அங்கே மின்சாரம், ரேடியோ, டெலிவிஷன், திரைப்படம், புத்தகநிலையம், உணவு, சிற்றுண்டி விடுதிகள் உள்ள ஊர்களும், நகரங்களும் அமைந்துவருகின்றன. அங்கே மனிதன் உலகத்தை மாற்றுவதில் தீவிரமாக ஈடுபட்டுள்ளான்.

மனிதன் தனது சமுதாய முயற்சியால் (தனிப்பட்ட முயற்சியால் அல்ல) மூளையை வளர்த்துக் கொண்டான். விஞ்ஞானத்தைத் தோற்றுவித்தான். அதன் உதவியால் இப்பொழுது அவன் உலகத்தை வேகமாக மாற்றிக் கொண்டிருக்கிறான். ஆனால் இம்மாற்றத்துடன் ஒப்பிடும்போது சமுதாயத்தின் மாற்றம் மிகவும் மந்தமாகவே உள்ளது. ஆகவே மனிதன் இப்பொழுது உலகத்தை மாற்றுவதுடன் சமுதாயத்தையும் மாற்ற வேண்டுமென்பதைப் புரிந்து கொண்டான். இதற்கு பொதுவுடைமை வெற்றிபெற வேண்டும். முதலாளித்துவம் ஒழிய வேண்டும்.

(VI) உண்மையை உண்டாக்க முடியாது: விஞ்ஞான லோகாயத வாதம் நிகழ்ச்சிப் பிரவாகம் நிறைந்த இந்த எதார்த்தமான உலகை விட்டு வேறிடத்தில் உண்மையை தேடும் தவறைச் செய்வதில்லை. இந்தப் பவுதீக உலகத்திற்குப் பின்னால் தாம் ஒரு ஆத்மாவை,

பிரம்மத்தை, மனத்தை, எதார்த்தமான உயர்ந்த உலகத்தைக் கண்டு கொண்டதாக ஏற்கெனவே இருந்த தத்துவாசிரியர்கள் பலரும், தற்போதிருக்கும் சிலரும் சொல்லிக் கொண்டனர். அப்படிப்பட்டவர்கள் குறித்து நாம் கூற வேண்டுமானால், அவர்கள் உண்மையை அடையவில்லை; அதைத் தயார் செய்தார்கள் என்றுதான் கூறவேண்டும். ஆனால் உண்மையை அடைய முடியுமே தவிர, அதைத் தயார் செய்ய முடியாது. நம் கண்முன்னாலுள்ள உண்மை உலகத்தை மறுத்து இப்படிப்பட்ட உண்மையை தயார் செய்வது கற்பனைச் செயலேயாகும். அதனால் எந்தவிதப் பயனுமில்லை. நம்மால் விஞ்ஞான ஆராய்ச்சி செய்யப்பட முடியாத எதுவும் மூடநம்பிக்கையாகத்தான் இருக்க முடியும்.

(VII) ஃபேவர் பாக் குறித்துப் பதினொரு விதிகள்: ஹெகெலின் இயக்க இயலை மார்க்ஸ் வரையில் கொண்டு செல்வதில் லுட்விக் ஃபேவர்பாக்கிற்கு (1804-72) முக்கிய பங்குண்டு. ஃபேவர்பாக் "கிருத்துவ சாரம்" (Essence of Christianity) என்னும் புகழ் பெற்றதொரு நூலை எழுதினார். அதைப்படித்த பின்னர் கார்ல் மார்க்ஸ் (1818-83) 1845-ல் பதினோரு விஷயங்களைக் குறித்துக் கொண்டார். மார்க்ஸ் காலமான பிறகு 1888-ல் ஏங்கெல்ஸ் அவர் எழுதி வைத்திருந்த, காகிதங்களை ஆராய்ந்து கொண்டிருந்தபோது அவருக்கு இக்குறிப்புகள் கிடைத்தன. இவை 'ஃபேவர்பாக் பற்றிய குறிப்புகள்' என்று மிகவும் புகழ் பெற்றன. விஞ்ஞான லோகாயத வாதத்தைப் புரிந்து கொள்ள இளைஞராக இருந்த மார்க்ஸின் (வயது 27) இக்குறிப்புகள் மிகவும் உதவிகரமாக இருந்தன.

(1) இதுவரை நிலவிய ஒவ்வொரு லோகாயதவாதத்திலும் ஃபேவர்பாக்கின் லோகாயத வாதத்திலும்கூட முக்கியமான குறை என்னவெனில், அது வெளிப்பொருள், எதார்த்த நிலை, புலனறிவு, ஆராய்ச்சியை அடிப்படையாகக் கொள்வது ஆகியவற்றினால் அல்லாமல், சிந்தனையின் அடிப்படையிலேயே ஏற்றுக் கொள்ளப் பட்டு வந்தது. இவ்விதம் லோகாயத வாதத்திற்கு எதிராக ஆன்மீக வாதத்துக்கு (கருத்து முதல் வாதத்துக்கு) செயல் அம்சத்தை வளர்க்கும் வாய்ப்பு கிடைத்தது. ஆனால் உருவமற்ற முறையிலேதான் அதனால் செயல் அம்சத்தை வளர்க்க முடிந்தது. ஏனெனில் ஆன்மீக வாதம் எந்த ஒரு புலன்களுக்குத் தென்படும் செயல்பாட்டையும் ஏற்றுக் கொள்ளாது. ஃபேவர்பாக் மானசீகக் கற்பனைச் சித்திரங்களிலிருந்து மாறுபட்ட புலன்களால் அறியப்படும் விஷயங்களையே ஒப்புக் கொள்வார். ஆனால் அவர் மனிதச் செயல்பாட்டினை வெளிப்பொருள் களுடைய செயல்களின் பிரதிபலிப்பு என்பதை ஒப்புக்கொள்வதில்லை.

இதன் விளைவாகவே அவர் "கிருத்துவ சார"த்தில் சித்தாந்த மனோபாவத்தை மட்டுமே தனியானதொரு தூய மனோபாவ மென்கிறார். அவர் ஆராய்ச்சியை அந்த மனித மனோபாவத்தின் அழுக்கான உருவமென்று முடிவு செய்கிறார். இதனாலேயே அவர் நடைமுறைச் சாத்தியமான புரட்சிகரச் செயலின் (ஆராய்ச்சியின்) முக்கியத்துவத்தை உணரவில்லை.

(2) உருவமுள்ள உண்மையை மனிதனின் அறிவால் அடைய முடியுமா? இக்கேள்வி தத்துவ சம்பந்தப்பட்டதல்ல. நடைமுறைக் கேள்வியாகும். மனிதன் உண்மையை தனது செயலில் நிரூபிக்க வேண்டும். ஆராய்ச்சியில்லாத- செயல்பாடில்லாத சிந்தனையின் உண்மை அல்லது பொய்யைக் குறித்து விவாதிப்பது வீணேயாகும்.

(3) மனிதன் சூழ்நிலையாலும், குடும்ப வளர்ப்பினாலும் உண்டாக்கப்பட்டவனாகும். ஆகவே மாறுதலடைந்த மனிதனும் சில சூழ்நிலைகளாலும், மாறுபட்ட வளர்ப்பாலும் உண்டாக்கப்படுபவனே யாகும். சூழ்நிலைகளும் மனிதனாலேயே மாற்றப்படுகின்றன என்பதை லோகாயத வாதம் மறந்து விடுகிறது. அதனால் இத்தத்துவம் சமுதாயம் இரு பிரிவுகளாகப் பிரிந்துள்ளது என்ற விஷயத்திடம் வரவேண்டிய தாயிருக்கிறது.

சூழ்நிலைகளையும், மனிதச் செயல்களையும் ஒரே சமயத்தில் மாற்ற முடியுமென்னும் விஷயத்தை புரட்சிகர அமலின் மூலமும், பகுத்தறிவினாலுமே புரிந்து கொள்ள முடியும்.

(4) ஃபேர்பாக் உலகத்தை இரண்டு உலகங்களாகப் பிரிக்கிறார்; ஒன்று, மத சம்பந்தப்பட்ட கற்பனை உலகம்; மற்றொன்று எதார்த்த உலகம். மத சம்பந்தப்பட்ட கற்பனை உலகத்தை அதன் உலகக் காரணங்களில் கலந்து விடுவேதே ஃபேவர்பாக்கின் பணியாகும். இது செய்து முடித்த பிறகும் இன்னும் செய்ய வேண்டியது இருக்கிற தென்பதை அவர் கவனிக்கவில்லை. ஏனெனில் உலகக் காரணம் தன்னை உயர்த்திக் கொண்டு ஒரு சிறந்த உலகமாக நிலை கொள்கிறது. ஃபேவர்பேக் செய்த கிருத்துவ விளக்கம் இந்த உலகக் காரணத்தின் முரண்பாட்டின் மூலமே செய்ய முடியும். ஆகவே கிருத்துவ சொர்க்கத்திலிருந்து மாறுபட்ட இந்த நமது எதார்த்த உலகத்தையே அதன் முரண்பாட்டு உருவமாக ஏற்றுக் கொள்ள வேண்டும். அப்பொழுது முரண்பாட்டைத் தவிர்த்து, செயல்பாட்டில் அதைப் பூரணமாக மாற்றிவிட வேண்டும். உதாரணமாக புனித துறவிக் குடும்பத்திற்குள் சாதாரணக் குடும்பம் மறைந்துள்ளது என்பது தெரிந்தபிறகு, சாதாரணக் குடும்பத்தைத் தத்துவ ரீதியில் ஆராய்ந்து செயல்பாட்டின் மூலம் பூரண மாற்றம் கொண்டு வர வேண்டும்.

(5) ஃபேவர்பாக் உருவமற்ற சிந்தனையுடன் திருப்தி கொள்ளாமல் புலன்களுக்குப் புரிந்த சிந்தனையில் ஈடுபட விரும்புகிறார். ஆனால் புலனறிவை அவர் ஒரு நடைமுறை மனிதப் புலனறிவாக எண்ணுவதில்லை.

(6) ஃபேவர்பாக் மதத்தை அதன் மானிட சாராம்சத்தில் எடுத்துக் கொள்கிறார். ஆனால் இம்மானிட சாராம்சம் ஒவ்வொரு மனிதனுக் குள்ளும் இருக்கும் உருவமற்ற கற்பனையல்ல. அடிப்படையில் அது சமூக உறவுகளின் சாரமாகும்.

ஃபேவர்பாக் இந்த எதார்த்த சாரத்தைக் கண்டிக்க முயற்சி செய்யவில்லை. இதனால் அவரை கீழ்க்கண்ட விஷயங்கள் கட்டுப் படுத்துகின்றன:

1. வரலாற்று நிகழ்ச்சிப் பிரவாகத்திலிருந்து மதக் கருத்தை எடுத்துக் கொண்டு அதையே முக்கியமானதென்று ஸ்திரப்படுத்திக் கொள்ளுதல்; ஒரு உருவமற்ற எதனுடனுமே தொடர்பில்லாத ஒரு மனித நபரை முதலிலேயே ஒப்புக் கொண்டுவிடுதல்.
2. ஆகவே ஃபேவர்பாக்கின் கருத்துப்படி மானிட சாராம்சம் என்றால் நீதி இயல் இனம் மட்டுமே! அதன் பணி வாய்பொத்தி மவுனமாக இருந்து உள்ளார்ந்த பொதுமையைக் கொண்டு வருவதே!

7. இதனாலேயே 'மதக் கருத்தே' ஒரு சமுதாய சிருஷ்டி என்பது ஃபேவர்பாக்குக்குப் புரியமாட்டேன் என்கிறது. அவர் தனது நூலில் ஆராய்ந்த ஒரு உருவமில்லாத மனிதன் உண்மையில் ஒரு சிறப்பான சமூக மனிதனாகும்.

8. சமூக வாழ்க்கை சாராம்சத்தில் நடைமுறைச் செயல்பாடுடைய தாகும். சித்தாந்தத்தைப் புரியாத ரகசியவாதத்திற்குள் அழைத்துச் செல்லும் எல்லாத் தெய்வீக ரகசியங்களும்கூட மனித நடைமுறை அமலினால் புரிந்துவிடுகின்றன.

9. சிந்தனை அடிப்படையான லோகாயதவாதத்தால் ஒரு பயன் என்னவெனில், 'நாகரீக சமுதாய'த்தில் தனி நபர்களின் கண்ணோட்ட மாகும்.

10. புராதன லோகாயத வாதத்தின் முக்கிய விஷயம் 'நாகரீக சமுதாய'மாகும். ஆனால் புதிய லோகாயத வாதத்தின் முக்கிய விஷயம் மனிதத் தன்மையுள்ள சமுதாயம் அல்லது பொது உடைமையுள்ள மனிதத் தன்மையாகும்.

11. பல்வேறு தத்துவாளர்கள் பல்வேறு விதமாக உலகத்தை விளக்குவது மட்டுமே செய்தனர்; ஆனால் இப்போது உலகத்தை மாற்ற வேண்டுமென்னும் விஷயமே நம்முன் இருக்கிறது.

ஃபேவர்பாக் குறித்து மார்க்ஸ் எழுதிய இப்பதினோரு குறிப்பு களை விளக்கங்களில்லாமல் புரிந்து கொள்வது மிகவும் கடினம்; ஏனெனில், ஃபேவர்பாக்கின் முக்கிய நூலான "கிருத்துவ சார"த்தை ஒட்டியே அவை எழுதப்பட்டன. விளக்க வேண்டிய அவசியம் அதிகம் இருப்பினும் இந்நூல் விரிவடைந்து விடுமென்ற அச்சத்தால் அதை நிறுத்திக் கொள்கிறேன். தவிரவும், ஃபேவர்பாக் பற்றியும் அவரது நூலான "கிருத்துவ சார"த்தைப் பற்றியும் என்னுடைய மற்றொரு நூலான "ஐரோப்பிய தத்துவ இயலி"ல் விவரித்துள்ளேன். இங்கு வாசகர்கள் ஒரு விஷயத்தை நினைவில் வைத்துக் கொண்டால் போதுமானது: ஃபேவர்பாக் ஏசுபெருமான், புனித ஆத்மா, தந்தையான கடவுள், பரலோகம் (சொர்க்கம்- நரகம்) தேவதூதர் போன்ற எல்லாக் கிருத்துவ கற்பனைகளுக்கும் அடிப்படையாக நமது இந்த உலகையே எடுத்துக்கொண்டார். இதன் மூலம் அவர் கிருத்துவ அலௌகீகத் தன்மையின் மீது தாக்குதல் தொடுத்தார். சில விஷயங்களில் ஃபேவர்பாக் முன்னேறிச் செல்லவில்லை என்று மார்க்ஸ் அவரை விமரிசிக்கவும் செய்தார். சில விஷயங்களில் அவரது முக்கியத்துவத்தை குறைத்தும் மதிப்பிடவில்லை, ஃபேவர்பாக் கூறுகிறார்:

"மதம் மனிதனை அவனிடமிருந்தே வேறுபடுத்தி விடுகிறது. இதனால் அவன் தன்னெதிரே கடவுளைக் கொண்டு வந்து நிறுத்திக் கொள்கிறான். மனிதன் அல்லாதவரே கடவுளாகும். கடவுள் அல்லாதவனே மனிதனாகும். கடவுளும், மனிதனும் இரு வேறுபட்ட துருவங்கள், கடவுள் முழுமையான எண்ண உருவமுடையவராகவும், எதார்த்தங்களின் மொத்தமாகவும் இருக்கிறார்: மனிதன் முழுமையான எண்ண உருவமற்றவனாகவும், எல்லா குறைகளின் மொத்தமாகவு மிருக்கிறான்," (Atheism, p. 33)

3. **மாறுதலின் நிகழ்ச்சித் தொடர்:** உலக மாறுதலை உலகைக் கொண்டே விளக்குவது விஞ்ஞான லோகாயத வாதத்தின் தலைசிறந்த பணியாகும் என்பதை இதுவரை நீங்கள் படித்ததிலிருந்து புரிந்து கொண்டிருப்பீர்கள்! இனி மாறுதல்- முழுமையான மாறுதல்- எப்படிப்பட்ட நிலைகளைத் தாண்டிச் செல்கிறது என்பதை கவனிக்க வேண்டும். இவை விஞ்ஞான லோகாயத வாதத்தின் முப்பெரும் நிலைகளாகும்.

(1) முரண்பாடுகளின் இணைப்பு (2) குணாம்ச மாறுதல், (3) எதிர்ப்பின் எதிர்ப்பு பொருளுக்குள்ளேயே முரண்பாடான தன்மைகள் இருக்கின்றன. இதனால் மாறுதலுக்கு முக்கியத் தேவையான இயக்கம் தோன்றுகிறது. பின்னர் ஹெகலின் இயக்க இயல் செயல் பாட்டின் 'வாதம்' 'எதிர்வாதம்' ஆகியவைகளின் மோதலால் 'நல்வாத'த்தின் உருவில் புதிய குணம் உண்டாகிறது. இதை இரண்டாவது

நிலையான குணாம்ச மாறுதல் என்கிறோம். முதலில் இருந்த 'வாதமும்' கூட அதற்கு முன்பிருந்த ஒன்றை எதிர்த்த 'நல்வாதமே'யாகும். இப்பொழுது குணாம்ச மாறுதல் முழுமையான மாறுதல்- அதன் எதிர்ப்பானபோது, அது எதிர்ப்பின் எதிர்ப்பாகிறது.

1. முரண்பாடுகளின் இணைப்பு

குணத்திலும், தன்மையிலும் ஒன்றுக்கொன்று முரண்பாடான இரண்டு பொருள்களின் இணைப்பு உலகத்தில் காணப்படுகிறது. இவ்விஷயத்தை ஒவ்வொருவரும் அடிக்கடி கவனிக்கின்றனர். ஆனால் இதைக் கவனித்தபிறகு, உலகத்தில் முரண்பாடுகளின் இணைப்பை ஒப்புக்கொண்ட பிறகு உலகத்தை நடத்திச் செல்லும் கடவுளை ஒப்புக்கொள்ள வேண்டிய அவசியமில்லை என்ற எண்ணம் மட்டும் வருவதில்லை. அபௌதீகமான, புரியாத தெய்வீக விதியும் தேவை யில்லை என்ற எண்ணம் மட்டும் வருவதில்லை. உலகத்தின் அணு-அணுவிலும் அசைவு (இயக்கம்) இருக்கிறது. இயக்கத்தின் தோற்றுவாய் கடவுள் என்று தே கார்த் (அரிஸ்டாட்டில், உதயணர், கஜாலி ஆகிய தத்துவாளர்களும் கூட) சொல்லியுள்ளார். இரண்டு முரண்பாடுள்ள சக்திகளின் (பொருட்களின், நிகழ்ச்சிப் பிரிவாகங்களின்) இணைப்பே இயக்கத்தைத் தோற்றுவிக்கப் போதுமானதாகும். இயக்கத்தின் மறுபெயரே வளர்ச்சியாகும். "முரண்பாடுகளின் மோதலின் பெயரே வளர்ச்சி" யென்று லெனின் கூறியுள்ளார். (Materialism and Empirio Criticism, P 200) முரண்பாடுள்ள நேர் எதிரானவைகள் கலந்தால் மோதல் நிச்சயம் உண்டாகும். அந்த மோதல் புதிய உருவத்தை புதிய இயக்கத்தை புதிய நிலைமையை புதிய வளர்ச்சியைத் தவறாமல் தோற்றுவிக்கும் என்பது தெளிவு. "பில்லியார்ட்" விளையாட்டை விளையாடுபவர்கள் மேசையின் மேல் இரண்டு வெவ்வேறு திசைகளில் இயங்கும் பந்துகள் ஓடுவதைப் பார்க்கின்றனர். அவை நேர் எதிராக இயங்கவில்லை என்றால் அவற்றின் இணைப்பு ஏற்படாது. அப்பந்துகள் நேர் எதிராக இயங்குவதாலேயே ஒன்று ஒரு பக்கத்தி லிருந்து மற்றொன்று மறுபக்கத்திலிருந்து வருவதாலேயே இரண்டு எதிரும் புதிருமான பந்துகள் இணைகின்றன. இது முரண்பாடுகளின் இணைப்பை தோற்றுவிப்பதற்குக் காரணம் இருப்பதின் உதாரண மாகும். ஆனால் பிரச்சினை இத்துடன் முடிந்து விடுவதில்லை. இரண்டு வெவ்வேறு பந்துகளின் இணைப்பு ஏற்படும்போது அவற்றின் குணங்களிலும் மாறுதல் ஏற்படுகிறது. ஒரு பந்து கிழக்கு நோக்கி ஓடிக்கொண்டிருக்கிறது. இன்னொரு பந்து வடக்கு நோக்கி ஓடிக் கொண்டிருக்கிறது. இரண்டு பந்துகளும் மோதியதும்- இணைந்ததும்- அவற்றின் ஓட்டத்தின்- இயக்கத்தின்- திசை கிழக்கு அல்லது வடக்காக

இல்லாமல், வேறு ஒரு புதிய திசையாகிறது. இது ஒட்டத்தின் குணாம்சமாறுதல் (திசை மாறான மாறுதல்) ஆகும். முரண்பாடு சக்தி அல்லது செயலின் பெயர் என்பதும் அது முரண்பாட்டின் தன்மையிலேயே இருக்கிறது என்பதும் இதிலிருந்து விளங்குகிறது. அந்தச் செயல் நிகழும்போது இணைப்பு ஏற்படுவதும், இணைப்பினால் புதிய குணங்களும், புதிய தன்மையும் தோன்றுவதும். தவிர்க்க முடியாதவையாகும்.

(1) விளக்கம்: பிளாட்டோ இவ்வாறு விவாதித்துக் கொண்டிருந்தார். "நமது நாற்காலியின் மரம் கடினமானது. கடினமாக இல்லாவிட்டால் அது நமது பளுவைத் தாக்குப் பிடிக்குமா? அந்த மரம் மிருதுவானதும் கூட. இல்லாவிட்டால் அதைக் கோடாரியால் வெட்ட முடியுமா? ஆகவே மரம் கடினமானதும், மிருதுவானதும் கூட. இரண்டு விதமான தன்மைகளும் அதில் உள்ளன. பவுதீக சக்தி பரஸ்பர முரண்பாடுள்ள தன்மை கொண்டதாகும்". பிளாட்டோ சரியான இடத்திற்கு வந்துவிட்டார். சரியான குறி பார்த்து அடித்தும் விட்டார். ஆனாலும் அவர் வழி தவறிப்போய் விட்டார். அவர் உண்மையை அடைவதற்காக இயற்கையை (பிரயோகத்தை) விடுத்துப் பெரும்பாலும் கற்பனையை அடிப்படையாகக் கொண்ட தர்க்க இயலைத் தன்னுடைய வழிகாட்டியாகக் கொண்டுவிட்டார். அதன் விளைவு? இரண்டு முரண்பாடான குணங்கள் ஒரே இடத்தில் இருக்க முடியாதென்னும் முடிவுக்கு வந்துவிட்டார். இம்முடிவை பகுத்தறிவு ஏற்றுக் கொள்ளாது. இதனாலேயே அந்த கடினத் தன்மை மிருதுத் தன்மை, பஞ்ச பூதம் ஆகிய அனைத்துமே பொய்யானவையாகி விட்டன. உண்மை என்பது இவற்றைக் கடந்ததொன்று. அதை நமது வழிகாட்டியான தயைமிகுந்த அறிவு நமக்கு எடுத்துக் காட்டுகிறது. அவர் நாற்காலியை ஆராயப் புகுந்தார். நாற்காலி என்றால் என்ன? கடினமாகவும், மிருதுவாகவும் இருக்கக்கூடிய நாற்காலி, பாவம் அப்படிப்பட்ட உருவத்தையே நமக்குக் காட்டுகிறது. நீங்கள் நாற்காலியின் மேல் நம்பிக்கை வைக்க வேண்டும். ஏனெனில் அது உங்கள் மனத்தைக் கவர்வதற்காக (தன்னை அறிவுக்குகந்த வகையில் காட்டிக் கொள்வதற்காக) இல்லாததும் பொல்லாததும் கூறவில்லை. ஒரு விதத்தில் அது தனது இல்லாமையை- குறையை- எடுத்துக் காட்டியது. கடையில் உட்கார்ந்து லாபத்திற்காக பொய் சொல்லும் வியாபாரியின் பேச்சைக்கூட நம்புகின்றனர். ஆனால் நாற்காலிக்குப் பொய் சொல்ல வேண்டிய அவசியம் எதுவுமில்லை.

நாற்காலி என்றால் என்ன என்பதை நீங்கள் அறிய விரும்பினீர்கள். நாற்காலி தனது நிலையை வெளிப்படுத்திற்று. அது சொல்வதை

மறுத்து நீங்கள் வறட்டு அறிவு அல்லது கற்பனையில் சிக்கி "இது தவறு சொல்கிறது; இது இல்லவே இல்லை" என்று கூறியவாறே திரும்பிப்போய்க் கொண்டிருக்கிறீர்கள். தவறு சொல்கிறது! சொல்கிறது! அது இல்லவே இல்லை; என்றாலும் சொல்கிறது. மலடியின் மகனுக்குக் கல்யாணம் செய்த கதைதான்!

இன்றைய விஞ்ஞானிகள் பிளாட்டோவின் தர்க்க இயலைப் பின்பற்றவில்லை என்பது மகிழ்ச்சிக்குரிய விஷயமாகும். நமது விஞ்ஞானிகள் ஞாயிற்றுக்கிழமைகளில் மாதா கோவிலுக்குச் செல்லாத நேரத்திலும், காசியிலுள்ள விஸ்வநாதர் ஆலயத்திற்கு போகாத சமயத்திலும், ஆராய்ச்சி சாலைகளில் இருக்கும் காலத்திலும் உண்மையை ஒப்புக் கொள்கின்றனர். அவர்கள் இயற்கைக்குள்ளேயே ஒவ்வொரு அணுவிலும் பரவியுள்ள முரண்பாடுகளின் இணைப்பைக் குறையாகக் கருதாமல் நிறை என்றே நினைக்கின்றனர். அவர்கள் உண்ணும் ரொட்டி கடினமாகவும், மிருதுவாகவும் இருக்கிறது என்பதையறிந்து அதை வீசி எறியத் துணிவதில்லை. புகழ் பெற்ற விஞ்ஞானி ஹால்டேன் கூறுகிறார்: "பிளாட்டோ குறிப்பிட்டதைப் போல் நாற்காலி மிருதுவாகவும் கடினமாகவும் இரண்டு விதமாகவும் இருக்கிறது. ஆகவே நாம் நாற்காலியே இல்லை என்று சொல்வதற்குப் பதிலாக அதன் மரம் எத்தனை கடினமானதும். அதிலே உடைவதை எதிர்க்கும் சக்தி எவ்வளவு இருக்கிறது என்பவற்றையெல்லாம் சூட்சுமமாக அளவெடுக்கிறோம்."

பிளாட்டோவின் நல்ல சீடரான அரிஸ்டாட்டில் கற்பனை உலகிலிருந்து இறங்கிவர முயற்சிசெய்தார் என்பது உண்மைதான்! ஆனாலும் அவருடைய மகத்தான முதல் படைப்பான 'தர்க்க இயலி'ல் பிளாட்டோவின் தயை மிகுந்த தர்க்க அறிவை குறுநில அரசிக்கு பதிலாக சக்ரவர்த்தினியாக்கி விடுவதற்கு முழு முயற்சி செய்தார். உலகத்தின் நடைமுறை (பரிசோதனை) தர்க்க இயலைத் தோற்றுவித்தது. ஆனால் இந்த அழகு மகள் கடைவீதியில் தனக்குள்ள மதிப்பைக் கண்டு தனது பெற்றோர்களை அடையாளம் கண்டுகொள்ளவே மறுத்து விட்டாள், 'பொருளும், அதற்கு அனுசரணையான குணமும் சரியானவையே!' ஆனால் இதற்கு எதிராகப் பேசுவதே தவறானதென்று அரிஸ்டாட்டில் கூறினார். 'பொருள் தனக்குள் அனுகூலமான குணம் மட்டுமல்ல; எதிரான குணமும் கொண்டிருக்கிறது. இந்த முரண்பாடே பொருளில் இயக்கத்தை உண்டாக்குகிறது. இதனால் அப்பொருள் தனது இயக்கத்தின்- ஆத்ம வளர்ச்சியின் போது வேறு ஒரு பொருளின் உருவத்தில் தன்னை மாற்றிக் கொள்கிறது' என்று ஹெகெல் சொன்னார். ஆனால் இரு பெரும் தர்க்க இயலாளர்களின் சண்டையில் பாவம்,

சர் ராதாகிருஷ்ணனின் பாடு மிகவும் சங்கடத்திற்குள்ளாகிவிட்டது. காசி விஸ்வநாதரின் வில்வ இலைகளைத் தின்று, 'மதன மோகன மாளவியா'வின் இந்து பல்கலைக்கழகச் சிம்மாசனத்திலிருந்து பக்தியுடனும், வெட்கத்துடனும் தம்மிடம் வரும் இளைஞர்களுக்குப் பகவத் கீதையை 'இஞ்செக்ஷன்' செய்துவிட்டு நீண்ட வேட்டியும், தலைப்பாகையும் சரி செய்து கொண்டே வெளியே வந்தபோது பல்கலைக்கழக மைதானத்தில் கிரேக்கப் பயில்வானும் (அரிஸ்டாட்டில்) ஜெர்மானியப் பயில்வானும் (ஹெகெல்) காட்டா குஸ்தி போட்டுக் கொண்டிருந்ததைக் கண்டார். ராதாகிருஷ்ணன் முதலில் 'வெள்ளைக் காரர்கள் இருவரும் சண்டைபோட்டுத் தொலையட்டும்' என்று மனத்தில் நினைத்துக் கொண்டார். ஆனால் மறுவினாடியே இந்தச் சண்டையில் காசி விஸ்வநாதரும் அபாயத்திற்குள்ளாகி இருக்கிறார் என்பது அவருக்குப் புரிகிறது (பாவம், அவர் அப்பொழுதுதான் விஸ்வநாதரின் வில்வ இலைகளைச் சாப்பிட்டு வந்திருந்தார். அவர் பக்தி சிரத்தைகளுடன் வில்வ இலைகளைச் சாப்பிட்ட அளவுக்கு விஸ்வநாதரின் வாகனமான நந்தியும் தின்றிருக்காது) அந்தச் சண்டையில் ஹெகெல் வெற்றிபெற்றால் அது அவருடைய சீடரான ஃபேவர்பாக்கின் வெற்றியாகிவிடும். அது மார்க்ஸின் வெற்றியாக பழைய சமுதாயத்தையும் மதத்தையும் ஒழிப்பவர்களின் வெற்றியாக மாறிவிடும். இந்த நினைவு வந்ததுமே ராதாகிருஷ்ணனின் ஒற்றை நாடி உடல் துர்வாச முனிவரின் உடலாகிவிட்டது. வேட்டியை அவரது மாணவர்கள் சரி செய்தனர். மானைப்போல் தாவிக் குதித்து அவர் கோதாவுக்கருகில் போய்விட்டார். 'பெரிய பெரியவர்களே இந்த சண்டையில் தோற்றோடிவிட்டனர். நாம் எம்மாத்திரம்?' என்று சற்றுநேரம் முன்பின் யோசனை செய்தார். இப்படி முன்பின் யோசனை செய்ததற்கு வேறு ஒரு காரணமும் இருக்கிறது. பிளேட்டோவும், ஆதி சங்கரரும் மிகப் பெரும் நண்பர்கள். வேதாந்தத்தின்படி இடமும், காலமும் முக்காலங்களிலும் பொய்யானவை. ஆனாலும் நான் என் குருநாதரான சங்கரருக்கு உண்மையான சீடனாக இருப்பதைப் போல அரிஸ்டாட்டில் தனது குருவான பிளாட்டோவுக்கு உண்மைச் சீடராக இருக்கவில்லை. பின் நான் அவருடைய உதவிக்குப் போக வேண்டும்? அதே சமயத்தில் அவருக்கு துரியோதனின் ஞாபகம் வந்தது. அவன் கூறினானல்லவா: 'நாங்கள் எங்கள் வீட்டிற்குள் கௌரவர்கள் நூறு பேராகவும், பாண்டவர்கள் ஐவராகவும் இருப்போம். ஆனால் வெளியிலிருப்பவர்களுக்கு நாங்கள் நூற்றி ஐவர்'. உடனே சர் ராதாகிருஷ்ணன் அவர்கள் உரக்கக் கத்தினார். "பஞ்ச பூதம் (ஜடப் பொருள்) வாழ்வையோ, உயிரையோ தன்னுள் தோற்றுவிக்கும் சக்தி இல்லாத வரையில் அவற்றை வளர்க்க முடியாது. வெளிப்புறச் சூழ்நிலையால் எவ்வளவுதான் முயற்சி செய்தாலும் பவுதீக

சக்திகளிலிருந்து வாழ்வையோ, உயிரையோ தோற்றுவிக்க இயலாது. ('Indian philosophy' by Sir S. Radhakrishnan, Vol I, p. 181) பாவம், ஹெகெல் கூக்குரல் எழுப்பிக் கொண்டே இருந்தார். "உலகத்திற்குள்ளேயே எல்லா இடத்திலும் முரண்பாடுகளின் இணைப்பு நிறைந்திருக்கிறது. அது ஒன்றிலிருந்து மற்றொன்றாக மாறிவிடும் மகத்தான திறன் பெற்றிருக்கிறது" ஆனால் ராதாகிருஷ்ணன் மனப்பாடம் செய்கிறார். "பவுதீக உலகத்தின் அடிப்படையைச் சனாதன பிரம்மமாகவும், அனாதிப் பொருளை ஆதியானதாகவும், மனிதனைக் கடவுளால் சிருஷ்டிக்கப்பட்டவனாகவும் நாம் ஒப்புக் கொள்ள வேண்டுமென்று மதமும், நன்னெறியும், தத்துவமும், நுண் கலைகளும் மனிதனின் உயர் அனுபவமும் நம்மை வலியுறுத்துகின்றன." (அதே நூலில் பக்கம் 191)

காசி பல்கலைக்கழக மாணவர்களின் கரவொலியில் ஹெகெலின் குரல் எடுபடவில்லை. இறுதியில் அவர் ஆத்திரமடைந்து 'அப்படி யானால் இந்த விஞ்ஞானக் கல்லூரிக்காகவும், இஞ்ஜினியரிங் கல்லூரிக்காகவும், ஆராய்ச்சி சாலைகளுக்காகவும் லட்சக்கணக்கான ரூபாய்களை ஏன் வீணடித்தீர்கள்? இங்கு இன்னொரு விஸ்வநாதர் கோயிலும் நந்தியும் இருக்க வேண்டும்' என்று ஏசிக்கொண்டே போய்விட்டார். மாணவர்கள் ஜெர்மானிய தத்துவ மேதையின் சினம் கலந்த நையாண்டியைப் புரிந்து கொள்ளாமலேயே "அடுத்த தடவை நீங்கள் வந்தீர்களானால் மாளவியா அவர்களின். தயவால் இங்கே அவை இருப்பதைக் காண்பீர்கள்" என்று ஏகோபித்த குரலில் கூறிவிட்டார்.

இந்துப் பல்கலைக்கழகத்தின் விஷயத்தை இடையில் கொண்டு வந்ததற்காகப் பண்பட்ட வாசகர்களுக்கு வெறுப்பு தட்டியிருக்கலாம். அதற்காக மன்னிப்புக் கோருகிறேன். இயற்கை (பஞ்சபூதம்) பரஸ்பர முரண்பாடுகளைக் கொண்டிருக்கிறதென்றும், அதுவே இயற்கையின் வாழ்வும், தன்மையாகுமென்றும் எடுத்துக் கூறுவதற்காகவே காசி இந்துப் பல்கலைக்கழகத்தைக் குறிப்பிட்டேன். ராதாகிருஷ்ணன் விரும்பும் 'திறன்' இயற்கைக்குள்ளேயே இருக்கிறது. இயற்கையின் பக்கத்தில்கூட அல்ல, இயற்கைக்குள்ளேயே அந்தத் திறன் - சக்தி- இருக்கும்போது, அதற்காக அது மற்றவர்முன் ஏன் கையேந்தி நிற்க வேண்டும்? இயற்கைக்குள் அந்தத் திறன் இல்லாவிட்டால், வெளிச் சூழ்நிலையால் (கடவுளால்கூட) எவ்வளவுதான் தாக்கினாலும், முரண்பாடுகளின் அணைப்பு என்னும் உள் சக்தி அற்ற இயக்க இயல் இல்லாத பஞ்ச பூதத்திலிருந்து வாழ்வைத் தோற்றுவிக்க முடியாது.

2. உருவம்: முரண்பாடுகளின் இணைப்பு என்று நாம் சொல்லும் போது அவை ஒன்றுக்கு ஒன்று பரவியிருக்கிறது என்றும் பொருளாகும்.

அவைகளுக்குள் ஒற்றுமையும் இருக்கிறது என்று அர்த்தமாகும். முரண்பாடுள்ள இந்த வெவ்வேறு சக்திகள் இந்துப் பல்கலைக்கழக மைதானத்து அரிஸ்டாட்டில்- ஹெகலைப் போலவோ வீமன்-ஜராசந்தனைப் போலவோ வெவ்வேறு நபர்களைப் போன்று காட்டா குஸ்தி போட்டுக் கொண்டிருக்கவில்லை. அந்த முரண்பாடான சக்திகள் ஒரே எதார்த்தத்தின் பிரிக்க முடியாத இரண்டு பகுதிகளாகும். இவ்விரு முரண்பாடுகளும் தத்துவாளர்களின் பரம்பொருள் என்னும் தராசில் நிறுத்தப்பட்ட சனாதன காலத்திலிருந்தும்கூட ஒன்றிலிருந்து இன்னொன்று முற்றாக வேறுபட்டு இருக்கவில்லை. அவையிரண்டும் பொருள் ரீதியில் ஒன்றேயாகும். ஒரே சமயத்தில், ஒரே இடத்தில், பிரிக்க முடியாமல் இருக்கின்றன. இப்படி நாம் சொல்லும்போது இதை யாக்ஞவல்கியரோ, கபீர்தாசரோ (அல்லது ராதாகிருஷ்ணனோ) சொல்லியதாகக் கருத வேண்டாம். இது இயற்கையே கூறியதாகும். பழங்காலக் கிரேக்கர்களும் இதை அறிந்திருந்தனர்.

"கடனாளிக்குக் கடன் (கொடுத்தல்) கடன் கொடுப்பவனுக்குப் பணம் (பெறுதல்) ஆகும். நம்முடைய கிழக்கு திசைப்பாதை வேறொருவருக்கு மேற்கு திசைப் பாதையாகலாம். மின்சாரத்தில் பாஸிடிவ், நெகடிவ் ஆகிய இரண்டின் முனைகள் இரண்டு வெவ்வேறான சுயேச்சையான திரவப் பொருள்கள் அல்ல" ('Logic,' by Hegal).

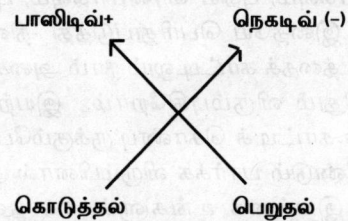

லெனின் முரண்பாட்டை இயக்க இயலின் சாரமென்றார். ஒரு பொருளின் பிரிவினையும் அதன் முரண்பாட்டின் அறிவும் இயக்க இயலின் சாரமென்று அவர் சொன்னார். (On Dialectics) ஆனால் 'இணைப்பு' என்பது ஒரேயொரு வினாடி மட்டுமே இருப்பதாகும். ஓடிக்கொண்டிருக்கும் கார் சக்கரத்தின் நுனி ஒரு வினாடி மட்டுமே பூமியைத் தொடுவதைப் போலவே இதுவும்! அதனால் சக்தி பெற்று ஓடிக் கொண்டிருக்கும் சக்கரத்தின் உருவிலுள்ள இயக்கத்திற்கும் மாறுதலுக்கும் உள்ள முக்கியத்துவம், கார் சக்கரம் பூமியைத் தொடுவதில் இல்லை. இவ்விதம் நாம் ஒரே பொருளில் (நிகழ்ச்சிப் பிரவாகத்தில்) முரண்பாடுகளின் இணைப்பையும் பார்க்கிறோம். அதன் விளைவு முரண்பாடுகளின் மோதலும், அதன் முடிவு இணைப்பு

முறிந்து 'புதிய' சக்தி தோன்றுவதுமாகும். மரணத்தினால் (முறிவினால்) இந்தப் புதிய தோற்றத்தை (வாழ்வை) கொள்ளப்படுகிறது.

3. மோதல், இணைப்பு, பொதுமை நிலை: எல்லாப் பொருள்களும் அடிப்படையிலேயே மாறிக் கொண்டும் புதியனவாகத் தோன்றி கொண்டும் இருக்கின்றன. எல்லாப் பொருள்களும் அசைந்து கொண்டிருக்கும் விளக்குத் திரியைப் போன்றவை. உலகத்தின் இவ்வெதார்த்த நிலை குறித்து ஏற்கெனவே சொல்லி யுள்ளோம். சமுதாயமும் உலகத்தின் ஒரு பகுதியேயாதலால், அது உலகத்தின் விதிகளிலிருந்து எப்படித் தப்பித்துக் கொள்ள முடியும்? சமுதாயத்திற்குள்ளும் மாறுதல் பூரணமாக ஏற்படுகிறது. காரணம், சமுதாயத்திற்குள்ளும், அதன் சூழ்நிலையிலும் முரண்பாடுகளின் இணைப்பு நிறைந்திருக்கிறது. முரண்பாட்டின் பொருள் அசைவும், சமநிலை அழிவதுமாகும். இயற்கையில் நிரந்தரமான சமநிலையை விரும்புவது அதன் அழிவையே விரும்புவதாகும். இயற்கை சமநிலை யைக் கொண்டு வருகிறது; ஆனால் அந்தச் சமநிலை கார் சக்கரம் ஒரு வினாடி பூமியைத் தொடுவதைப் போன்றதேயாகும். சமநிலை பிரவகித்துக் கொண்டே இருப்பதும், அசைவுள்ளதுமாகும். அது நிலைபெறுகிறது, அழிகிறது. பிறகு நிலைபெறுகிறது, பிறகு அழிகிறது. ஆனால் அது அதே பழையதாக இருப்பதில்லை. ஒவ்வொரு வினாடியும் எல்லாப் பொருள்களும் புதியனவாகவும், புதிய வானமாகவும், புதிய பூமியாகவும் இருக்கின்றன. நாம் இதையே பெரிதுபடுத்தி 'நிலை' என்று கூறுகிறோம். அசையாத படத்தைக் காட்டிலும் நாம் அசையும் படத்தை (திரைப்படத்தை) பெரிதும் விரும்புகிறோம். இயற்கை தனது திரைப்படத்தைப் போட்டுக் காட்டிக் கொண்டிருக்கும்போது நாம் சென்றுவிட்ட காட்சிகளை மீண்டும் பார்க்க விரும்பினால் அது நடக்க இயலாத காரியமாகும். இயற்கை உங்களுக்காக தனது இயக்கத்தை நிறுத்தத் தயாராயில்லை, அப்பொழுது நீங்கள் உங்கள் மனத்துள் ஒரு அசையாத, நிரந்தர உலகத்தை அமைத்துக் கொள்ளத் துவங்குகிறீர்கள்! உங்கள் மன உலகத்தில் வசந்தமும் மழைக் காலமும், எழிலும், பசுமையும் இல்லாமலிருக்கலாம். அப்படிப்பட்ட சூழ்நிலையில் அஸ்வகோஷ் காளிதாசர் போன்ற மாபெரும் கவிஞர்களும் தோன்ற மாட்டார்கள் அல்லவா. உங்கள் மனோ உலகத்தில் உங்கள் மனைவியை அழைத்துச் சென்றால் அவர் பாவம் **'தீக்குளித்து'** தற்கொலை செய்து கொள்வார். ஆனால் உடன்கட்டை ஏறி தீக்குளித்தாலும் இந்து சனாதன தர்மம்தானே!

முரண்பாடுகளின் இணைப்பு, முரண்பாடுகளின் மோதல் இயற்கைக்கு நிரந்தர இளமையை வழங்குகிறது. நிரந்தர இளமையின்

பாதை முதுமை மரணம் ஆகியவைகளின் இடுகாட்டு வழியாகச் செல்வதில் இயற்கைக்கு எவ்வித ஆட்சேபணையும் இல்லாத போது உண்மையான இயற்கையின் குழந்தைகளுக்கு மட்டும் ஆட்சேபணை ஏன்? சில அழுமூஞ்சி கவிஞர்களைப்போல் நிராசைக் குரலில் வேதனை கீதங்கள் இசைத்துக் கொண்டிருப்பதேன்?

இயற்கை இயல் லோகாயத வாதத்தின் மூன்று விதிகளான முரண்பாடுகளின் இணைப்பு, குணாம்ச மாறுதல், எதிர்ப்பின் எதிர்ப்பு ஆகியவை ஹெகெல் அளித்தவையாகும். ஹெகலைப் போன்ற மதிப்பிற்குரிய தத்துவ அறிஞர் இப்படிப்பட்ட விதிகளை ஏன் கூறினாரென்று வியப்படைய வேண்டாம். அவரும், அவரைப் போன்றவர்களும் மதிப்பிற்குரியவர்களா, இல்லையா என்பது பல நூற்றாண்டுகளுக்குப் பிறகு முடிவாகிற விஷயமாகும். ஆனால் எதார்த்தமானதை எதார்த்தமானதென்றும், மாறிக்கொண்டிருக்கிற தென்றும் சொல்லாமல் தமது கற்பனையிலிருந்து 'புதிய சுயேச்சையான ஒன்றை' சிருஷ்டிக்காமல் இருப்பவர்களெல்லாம் 'மதிப்பிற்குரிய வர்கள்' அல்லவென்றால் அந்த மதிப்பை நீங்கள் உங்களிடமே பத்திரமாக வைத்துக் கொள்ளுங்கள். பாவம், ஹெகெல் நம்முடைய 'ஆளா'வார். அவரை மறைமுக லோகாயதவாதி என்றும் கூறத் தேவையில்லை. ஏனெனில், அவர் கவுடபாதரின் சீடருக்குச் சீடரான மறைமுக பவுத்தரான ஆதி சங்கர*ரைப் போன்று தன்னை மறைத்துக் கொள்ள முயற்சி செய்யவில்லை. இயக்க இயல் இயற்கையின் பிரிக்க முடியாத உருவமாகும். இவ்வுண்மையை அவர் உணர்ந்து ஏற்றுக் கொண்டார். ஆனால் அவர் மகிழ்ச்சி வெள்ளத்தில் மிதந்து தனது கண்டுபிடிப்புக் குறித்துக் காகிதத்தில் எழுதும்போது, 'இயற்கை' என்பதற்குப் பதில் 'ஆன்மா' (அப பவுதீக சக்தி) என்று குறிப்பிட்டு விட்டார். தேவர்களின் அமுதம் தவறுதலாக ராகு கேதுக்களின் வாயில் விழுந்துவிட்டதாக நீங்கள் இதைக் கருதலாம். 'லேபிளை' சரியான இடத்தில் ஒட்ட வையுங்கள். வேலை முடிந்துவிடும். மார்க்ஸ் இதையே செய்தார். தலைகீழாக நிற்பதிலிருந்து அவர் ஹெகலின் தத்துவ இயலைக் காப்பாற்றினார். ஜவஹர்லாலைப் போல படித்த மேதாவிகள் ஹெகலைப் போலவே நடந்து கொண்டாலும்கூட நான் அதை 'சிரசாசனம்' என்றே கூறுவேன். இனி இயக்க இயலின் இரண்டாம் விதியான குணாம்ச மாறுதலைக் கவனிப்போம்.

---

* தத்துவ இயல் துறையில் ஆதி சங்கராச்சாரியாரை 'மறைமுக பவுத்தர்' என்றும் கூறுவதுண்டு; காரணம், அவர் புத்தரின் பல சித்தாந்தங்களை மறைமுகமாக ஆதரித்தார்- மொ-ர்.

2. குணாம்ச மாறுதல்

அளவு சம்பந்தப்பட்ட பரிமாண மாறுதல் மட்டுமே ஒரு குறிப்பிட்ட எல்லையைத் தாண்டியதும் குணாம்ச வேற்றுமைகளாக (புதிய குணங்களாக) மாறிவிடுகிறது." என்றார் மார்க்ஸ் ('Capital,' Marx, vol. 1).

(1) விளக்கம்: *கார்பன்டையாக்ஸைட் ஒரு விஷவாயுவாகும். அந்த கலப்படமற்ற விஷவாயுவை சுவாசித்தவர்கள் இறந்துவிடுவார்கள். ஆனால் அது மனிதன் உயிர் வாழ்வதற்கும் தேவையாக இருக்கிறது. மனிதனின் இரத்தத்தில் ஐந்து சதவிகிதம் கார்பன்டையாக்ஸைட் இருக்க வேண்டும். அது இல்லாமல் மனிதன் உடல் நலத்துடன் உயிர் வாழ்ந்திருக்க முடியாது. இங்கே அளவின் மாற்றத்தால் குணத்திலும் (உயிர் பாதுகாப்பு - உயிர் அழிவு) மாற்றம் ஏற்பட்டுவிடுகிறது.*

குளோரினும் ஒரு விஷவாயுவாகும். இது ரசாயனப் போர்களில் பயன்படுத்தப்படுகிறது. ஸோடியம் ஒரு விதமான க்ஷாரமாகும் (சாம்பலாகும்). அதை நீரின் மேல் வைத்தால் தீப்பிடித்துக் கொள்ளும். இந்த இரண்டின் பரமாணுக்களையும் ஒரு குறிப்பிட்ட அளவில் கலந்தால், உணவுக்கான உப்பு தயாராகிறது. அந்த உப்பில் குளோரினைப் போன்ற உயிரை அழிக்கும் குணமும் இல்லை. ஸோடியம் போன்ற தீப்பிடித்துக் கொள்ளும் குணமும் இல்லை. இவ்விரண்டிலும் வேறுபட்ட ஒரு புதிய குணம் தோன்றுகிறது. அதுதான் உண்ணும் உப்பு!

இவை அளவு மாறுவதால் குணத்தில் ஏற்படும் மாற்றத்திற்கு- பரிமாண மாறுதலிலிருந்து குணாம்ச மாறுதலுக்கான- சிறந்த உதாரணங்களாகும். இதைப் பற்றி ஹெகெல் என்ன கூறுகிறாரென்பதைக் காண்போம்:

"மனிதர்கள் மாற்றத்தை நிதானமாக (கொஞ்சம் கொஞ்சமாக)க் கொண்டுவர முயற்சி செய்ய விரும்புகின்றனர். ஆனால் இந்த நிதானமான மாற்றம் தெளிவில்லாத மாற்றம் மட்டுமேயாகும். இது குணாம்ச மாற்றத்திற்கு எதிரானது. நிதான நிலையில் இரு உண்மை களின் தொடர்புகளும் தடைப்பட்டு நிற்கும், அவற்றை அவற்றின் நிலையின்படி எடுத்துக் கொண்டாலும், அல்லது சுயேச்சையான பொருளாக எடுத்துக் கொண்டாலும் அவற்றின் தொடர்புகள் தடைப்பட்டுதான் நிற்கும். மாறுதலைத் தெளிவாகத் தெரிந்து கொள்வதற்குத் தேவையான விஷயம் விலக்கப்பட்டிருக்கும்.

"இசையில் 'ஆரோகணம்', 'அவரோகணம்' என்னும் இரண்டு நிலைகள் உள்ளன. பாடுவதில் மேலும் மேலும் முன்னேறிக் கொண்டே

போவது ஆரோகணம் என்றும், இறங்கி வருவது அவரோகணம் என்றும் சொல்லப்படுகின்றன. முன்னேறிக் கொண்டே போய் போய் திடீரென்று இறங்கும் போது இசையில் ஒரு பெரும் மாறுதல் ஏற்பட்டுவிடுகிறது.

ரசாயன ஆராய்ச்சிச் சாலைகளில் ஆக்ஸிஜன் கலந்த ஆக்ஸைட் ஒரு குறிப்பிட்ட அளவை அடையும் போது, கனிவளம் மிகுந்த ஆக்ஸைட் தயாராகிறது. அப்பொழுது அது நிறத்திலும் குணத்திலும் மாறிவிடுகிறது. அது ஒரு உருவத்திலிருந்து இன்னொரு உருவமாக மாறுவதில்லை.

"எல்லா விதமான பிறப்பும், இறப்பும் வரிசையாக இயக்கத் தினாலல்லாமல், இயக்கத்தின் தடையினால் ஏற்படுகின்றன. அவை பரிமாண மாறுதலிலிருந்து குணாம்ச மாறுதலுக்கு தவளையைப் போல் தாவுகின்றன. சாதாரண அறிவு தோற்றத்தையும், மறைவையும் சிந்திக்கும்போது, அவை தோன்றுவதையும் மறைவதையும் நினைத்து எல்லாவற்றையும் புரிந்துகொண்டுவிட்டதாக எண்ணுகிறது. ஆனால் சாதாரணமாகப் பொருள்களில் ஏற்படும் மாறுதல்கள் ஒரு அளவிலிருந்து மற்றொரு அளவுக்கு நிகழ்வது மட்டுமல்லாமல், குணாம்ச மாறுதலி லிருந்து பரிமாண மாறுதலும், பரிமாண மாறுதலிலிருந்து குணாம்ச மாறுதலும் கூட நிகழ்கின்றன. இதுவே 'வேறொன்றாக' தயாராவ தாகும்; 'தொடரிலிருந்து வேறுபட்டுப் போவதாகும்.'

"நீர் பனிக்கட்டியாகும்போது கொஞ்சம் கொஞ்சமாகக் கெட்டிப் படுவதில்லை; அது திடீரென்று கடினமான பனிக்கட்டியாகிவிடுகிறது. நீர் பனிக்கட்டியாவதற்காக குளிர்ச்சி எல்லையைத் தொடாதபோது, அது முழுமையான திரவப் பொருளாகவுமிருக்கலாம்; அதை இலேசாக அசைத்தால் கூட கடின நிலையை அடைந்து விடலாம்" (Science of Logic, Vol. I, pp. 388-90)

2. வாழ்வும் பஞ்ச பூதமும்: லோகாயதவாதிகளின் மீது சாட்டப்பட்ட குற்றச்சாட்டுகளில் மற்றொன்று, அவர்கள் வாழ்வு, மனம் போன்ற உயர்ந்த பொருள்களையும் உயிரற்ற சாதாரணப் பொருள்களுடன் ஒன்று சேர்த்துவிடுகிறார்கள் என்பது, இதனால்தான் 'இந்துமதம் அழிந்து கொண்டிருக்கிறது' என்று சர் ராதாகிருஷ்ணன் சொல்லாவிட்டாலும், அதைவிட சற்று நாசூக்கான முறையில், "மனிதனின் மத, நன்னெறி, தத்துவ நுண்கலைகளின் உயர்ந்த அனுபவத்தை லோகாயத வாதிகள் மறுக்கின்றனர்" என்று சொல்லி வைத்தார். அதனால் தான் அவர் பீஷ்மரைப்போல் பேனா வீரராக "லோகாயத வாதம்" எனது பிணத்தின் மேல்தான் புண்ணிய பூமியான

பாரத் நாட்டிற்குள் நுழைய முடியும்" என்று சபதமும் செய்திருக்கிறார். ஆனால் சர் ராதாகிருஷ்ணன் போன்றவர்களுக்கு நாம் கூற விரும்பு கிறோம்: லோகாயத வாதிகள் வாழ்வையும், மனத்தையும் உயிரற்ற பவுதீகப் பொருள்களாக மட்டுமே கருதவில்லை. கற்கண்டைச் சர்க்கரையாகவும், சர்க்கரையை வெல்லமாகவும், வெல்லத்தைக் கரும்பாகவும், கரும்பை மண்ணாகவும், எண்ணி, ஆகவே கற்கண்டு மண்ணே என்று மிகத்தவறாக, முட்டாள்தனமாகக் கூறுபவர்கள் யாராவது இருப்பார்களா? கற்கண்டில் உள்ள குணம் மண்ணில் நிச்சயம் இல்லை. கற்கண்டு நிச்சயமாக மண் அல்ல. கற்கண்டும், மண்ணும் அதனதன் பரமாணுக்களால்தான் உண்டாயின என்பதும், அவை அழிந்து பிறகு அதனதன் 'சிருஷ்டியின் அடிப்படைகளா'க இருக்கும் என்பதும் விஞ்ஞான லோகாயத வாதிகள் ஒப்புக்கொள்ளும் விஷயமல்ல. விஞ்ஞான லோகாயத வாதிகளுக்கு 'சிருஷ்டியின் அடிப்படைகள்' பரமாணுக்கள் அல்ல; அவற்றுக்குப் பதில் அணு அலைகள் தடையுடன்கூடிய நிகழ்ச்சிப் பிரவாகம் ஆகும். இவற்றுள் ஒவ்வொரு வினாடியும் அழிவு- உற்பத்தி என்னும் விதி இருக்கிறது. ஆகவே கற்கண்டிலும், மண்ணிலும் அதனதன் பரமாணுக்கள் இருக்கின்றன என்று தவறாகக் கருதக்கூடாது. கற்கண்டு மண்ணிலிருந்து தான் தயாராயிற்று என்பதை ஒப்புக் கொண்டாலும், கற்கண்டே மண் என்று நாம் கூறியதாக நம்மீது குற்றம் சாட்ட முடியாது. வாழ்வு அல்லது மனம் பவுதீக சக்திகளிலிருந்துதான் தோன்றியவை என்றாலும், அவை நிச்சயம் பவுதீக சக்தியாக முடியாது. இது முழுமையான குணாம்ச மாறுதல், முந்தைய பிரவாகத்திலிருந்து பிரிந்த புதிய பிரவாகமாகும். உதாரணத்திற்கு ஒரு கோழி முட்டையை எடுத்து உடைத்துப் பாருங்கள்! இருபத்திரெண்டு நாட்களுக்குப் பிறகு அதிலிருந்து வெளிவரக்கூடிய கோழிக் குஞ்சின் தடயம் கூட அதிலே உங்களுக்குத் தென்படாது. முட்டையின் மேல் ஓட்டின் கீழே திரவமான வெள்ளை உரை ஒன்றிருக்கும். அது நமது எலும்புகளிலும், சலவைக்கல்லிலும், சர்க்கரையிலும் உள்ள ரசாயனப் பொருளைப் போன்றதாகும். அதற்குள் மஞ்சள் நிற திரவப்பொருள் இருக்கும் அங்கே மலங்க மலங்க கண் விழித்துப் பாருங்கள்! அதிலே மஞ்சள், வெள்ளை நிற திரவப் பொருள்கள் தவிர வேறொன்றுமிருக்காது. வேகவைத்த முட்டையை உடைத்துப் பார்த்தால் இவ்விரு பொருள் களும், இரண்டு நிறங்களில் வேக வைத்த உருளைக் கிழங்குபோல் காணப்படும். அப்பொழுதே வைக்கப்பட்ட முட்டைக்கும், கோழிக் குஞ்சுக்கும் கொஞ்சம்கூட தொடர்பில்லை. ஆகவே ஜீவனையும், பவுதீக சக்தியையும் ஒன்றென்று சொல்வது மிகப் பெரும் தவறாகும். அத்துடன் குணாம்ச மாறுதலை நிகழ்த்தக்கூடிய அற்புத சக்தியடைந்த

இயற்கைக்கு மதிப்பளிக்காமல் வாழ்வும், மனமும் எங்கிருந்தோ வந்தவை என்று கூறுவதும் சரியல்ல.

மண்ணிலிருந்து வெல்லமாகும் குணாம்ச மாறுதலைப் போன்றதே கோழிக் குஞ்சும்! நாம் அதை மண் (பவுதீகப் பொருள்) என்பதை ஒப்புக்கொள்ளத் தயாரில்லை என்றாலும் கற்கண்டு போன்ற உயர் வளர்ச்சியைச் சாதித்த மனிதனைப் பவுதீகப் பொருளென்பதை விஞ்ஞான லோகாயதவாதம் ஒப்புக் கொள்ளாது. மனிதனின் மானசீக சக்தியும், செயல் திறனும் அற்புதமானவை. மனிதன் சிந்திக்கிறான், அன்புக்காகவும் காதலுக்காகவும் தன்னையே அர்ப்பணித்துக் கொள்கிறான். அவன் கலையையும், அழகையும் ரசிக்கிறான், ஆராதிக்கிறான் பரந்த மனப்பான்மையுடன் உயர்ந்த காரியங்களை ஆற்றும் ஆற்றல் அவனுக்கிருக்கிறது. அவன் இயற்கையின் திடீர் நிகழ்ச்சியின் படைப்பல்ல; அவன் வெறும் மிருகமும் அல்ல. ஆனால் இவ்வெல்லா உயர் குணங்களும், இவ்வெல்லா புகழத்தக்க சிறப்பு களும் நமது உலகத்திலிருந்து வேறுபட்ட, நமது உலகத்தைக் கடந்த, அனாதி காலத்திலிருந்து வரும் ஆன்மீக, பிரம்ம மய உலகத்திலிருந்து வரவில்லை. இவ்வெல்லா நல்ல குணங்களும், சிறப்புகளும் பவுதீக வரலாறு உடையவையே! அவை தமது முத்திரையை உலகின்மேல் பதித்துள்ளன. அவற்றுக்கு முன்னால் நூறு கோடி வருடங்களிலிருந்து உயிரற்ற, மனமற்ற பவுதீக சக்தி தொடர்ந்து இருந்து வந்ததென்பதை அவற்றின் வளர்ச்சிப்பாதை தெரிவிக்கிறது. பின்னர் 'சிறு ஆரம்பமும் நன்மையே பயக்கும்' என்பதைக் குறிக்கோளாகக் கொண்டும் கொஞ்சம் கொஞ்சமாக உயிரும், வாழ்வும் ஆரம்பமாயின. பவுதீக சக்தி எப்பொழுதும் நிலையாக இருக்காது, இயக்கம் அதனுடைய முக்கிய குணமாகும் என்பதை நாம் பார்த்தும், புரிந்தும் கொண்டால் நமக்கு எல்லா விஷயங்களுமே தெளிவாகிவிடும். இயங்கிக் கொண்டிருப்பதே பவுதீக சக்தி ஆகும்.

3. உதாரணம்: மேற்கூறிய ஹெகெலின் மேற்கோளில் குணாம்ச மாறுதல் சுருக்கமாக, அதனால் சிக்கலான மொழியில் விவரிக்கப் பட்டுள்ளது. நாம் அதைச் சரளமாக்க முயற்சித்தோம். இன்னும் தெளிவாக வேண்டுமானால் மேலே படியுங்கள்! பவுதீகப் பொருளில், வளர்ச்சி ஏற்படுகிறது. மண்ணிலிருந்து கரும்பு, வெல்லம், வெல்ல மாகாமல் நேராக சர்க்கரை, கற்கண்டு என்று வளர்ச்சியை நாம் நமது கைகளால் சாதிக்கிறோம். இயற்கை இவ்வளர்ச்சியை நிதானமாகவும், திடீரென்றும் ஏற்படுத்துகிறது. அது கொஞ்சம் கொஞ்சமாக வளர்ச்சியின் உருவத்தை ஏற்படுத்துகிறது. அல்லது உயரம், அகலம் தாண்டும் விளையாட்டு வீரனைப் போன்று, ஓடிக்கொண்டே

திடீரென்று தவளைத் தாவு தாவுகிறது- புதிய குணம், புதிய பொருள், புதிய நிகழ்ச்சி தோன்றுகிறது.

1. ஹெகெல் நீரின் உதாரணம் தந்தார். பனிக்கட்டியாகும் போது நீர் நிதானமாக மெல்ல மெல்ல கெட்டிப்படுவதில்லை. வெப்பம் குறைந்துகொண்டே வந்து பனித்துளியை (32 டிகிரி ஃபாரன்ஹீட், 0 டிகிரி செண்டி கிரேடு) அடையும்போது அது திடீரென்று பனிக்கட்டியாகிவிடுகிறது. நீரில் திரவத்தன்மை மறைந்துவிடுகிறது. அதன் பிரவாகம் மறைந்துவிடுகிறது. அது மிகவும் கெட்டியாகித் தன்மீது லாரியும், பஸ்ஸூம்கூடச் செல்லக்கூடிய அளவுக்குத் திடப்பட்டு விடுகிறது. நீங்கள் ஒரு சுத்தமான பாத்திரத்தில் சற்றும் தூசி கலவாத சுத்தமான தண்ணீரை ஊற்றி அடுப்பின்மேல் வைக்கிறீர்கள். அது முதலில் சூடேறி பின்னர் கொதிக்க ஆரம்பிக்கிறது. நீங்கள் 'தர்மா மீட்டரில்' சூடு அதிகமாகிக் கொண்டே போவதைக் கவனித்துக் கொண்டிருக்கிறீர்கள். 80 டிகிரி 90 டிகிரி வரைக்கும் பாத்திரம் உங்களுக்குக் குளிர்ச்சியானதாகவே படும். 96 டிகிரி அல்லது 97 டிகிரி அடையும்போது அந்த உஷ்ணம் உங்களுக்குச் சூடாகவுமிருக்காது. குளிர்ச்சியாகவுமிருக்காது. 'தர்மா மீட்டரி'ல் வெப்பம் ஏற ஏற நீரின் சூடும் அதிகமாகிக் கொண்டே போகிறது. சூடு அதிகமாக அதிகமாக 'தர்மா மீட்டரின்' பாதரசமும் மேலே மேலே சென்று கொண்டேயிருக்கிறது. 150 டிகிரியை அடையும் போது நீங்கள் பாத்திரத்தைத் தொட விரும்பமாட்டீர்கள். 200 டிகிரியில் பொறுக்க முடியாத சூடு. நீர் கொதிக்கவில்லையே என்று உங்களுக்கு ஆச்சரியம் உண்டாகலாம். சற்றும் தூசி இல்லாத தண்ணீரை நீங்கள் பாத்திரத்தில் ஊற்றியதால் அது கொதிக்கவே கொதிக்காது. தண்ணீரில் அணுக்களும், தூசியும் இருந்தால்தான் அது கொதிக்கும். அப்பொழுதுதான் அதிலே காற்று புகுந்து, குமிழ்களை ஏற்படுத்தும். நீங்கள் ஊற்றிய தண்ணீரில் அந்நியப் பொருளெதுவுமே இல்லாததால், அது கொதிக்க முடியாது. இங்கே பாருங்கள்! சூடு 210 டிகிரி ஃபாரன்ஹீட்டை அடைந்து விட்டது. உஷாராயிருங்கள். 'அப்படியேதானே இருக்கிறது' என்றா சொல்கிறீர்கள். 'என்ன ஆகிவிட்டதென்பதை இப்பொழுது பாருங்கள்' நீர் எல்லாம் கொதிக்காமலேயே திடீரென்று ஆவியாகிவிட்டது. இப்பொழுது 'தர்மாமீட்டரில்' 212 டிகிரி ஃபாரன்ஹீட் (100 சென்டி கிரேடு).

இவ்விதம் வெப்பத்தின் பரிமாண (அளவு) மாறுதல் ஒரு குறிப்பிட்ட அளவைக் கடந்ததுமே குணாம்ச மாறுதலை உண்டாக்கி விட்டது. சூடு திரவப்பொருளை ஆவியாக மாற்றிவிட்டது.

2. ஒரு தராசை எடுத்துக் கொள்ளுங்கள். ஒரு தட்டில் ஒரு கிலோ எடைக்கல்லை வையுங்கள். மறுதட்டில் அரிசியை கொஞ்சம் கொஞ்சமாக போடுங்கள். ஒரு கிலோ எடையைத் தாண்டியதுமே, ஒரு அரிசி மணியை அதிகமாகப் போட்டாலும் தராசின் முள் இடம் பெயர்ந்து விடும்.

3. இன்னொரு உதாரணத்தைப் பாருங்கள்! நான்கு பயில்வான்கள் ஒரு பெரிய பாறையை எழுப்பப் பார்க்கின்றனர். எவ்வளவோ முயற்சி செய்து பார்த்துவிட்டனர். ஆனால் பாறை எழும்பவில்லை. அப்பொழுது ஒரு சிறுவன் அவ்வழியே வருகிறான். அவன் 'நானும் ஒரு கை போடுகிறேன்' என்று முன் வந்தபோது மூன்று பயில்வான்கள் ஏளனமாகச் சிரிக்கின்றனர். நான்காமவனிடம் தெரிந்தோ, தெரியாமலோ விஞ்ஞான லோகாயதவாத வாசனை இருக்கிறது. அதனால் அவன் சிறுவனும் உதவி செய்யட்டுமே என்கிறான். நான்கு பயில்வான்களுடன் சேர்ந்து சிறுவன் கைபோட்டதுமே பாறை எழும்பிவிடுகிறது. மற்ற மூன்று பயில்வான்களும் சிறுவனைக் கடவுள் அல்லது அபாரசக்தி படைத்த சித்த புருஷனாகக் கருதுகின்றனர். அவர்கள் அவனுடைய கால்களில் விழவும் தயாராகி விடுகின்றனர். ஆனால், "அவனுடைய அற்புத சக்தி எதுவுமில்லை. நாம் நான்கு பேரும் எழுப்பிய பிறகும் கொஞ்சம் பளு எஞ்சியிருந்தது. அந்த பளுவை எழுப்ப நமது சக்தி போதாமலிருந்தது. அதனாலேயே பாறையை நம்மால் எழுப்ப முடியவில்லை." என்று அந்த லோகாயத வாதப் பயில்வான் மற்றவர்களுக்கு விளக்கிக் கூறினான்.

4. இதோ மற்றொரு உதாரணம்: கேஸ் ஸ்டவ்வில் நீங்கள் காற்றடித்துக் கொண்டிருக்கிறீர்கள். காற்றடித்து, காற்றடித்து ஸ்டவ்வில் காற்று முழுமையாக நிறைந்துவிட்டது. ஸ்டவ்வின் முள் அபாயக் குறியை அடைந்துவிட்டது. காற்றடிக்கும் நீங்கள் குணாம்ச மாறுதலைப் புரிந்துகொண்ட அறிவாளியாதலால், ஸ்டவ்வின் வயிறு நிறைந்துவிட்டதென்கிற விஷயம் உங்களுக்குத் தெரிந்துவிட்டது. உங்கள் நண்பர் முருகனடியார் என்பவர் விதியை நம்புபவர், பிரம்மத்தில் நம்பிக்கையுள்ளவர். வினைப்பயனை ஒப்புக்கொள்பவர், சங்கராச்சாரியாரின் மாயாவாதத்தையும், சூனியவாதத்தையும் ஏற்றுக் கொள்பவர். நீங்கள் அப்படிச் சென்றதுமே எரிந்து கொண்டிருக்கும் ஸ்டவ்வில் காற்று இன்னொரு அடி அடிக்கிறார். விளைவு, பெரும் சத்தத்துடன் ஸ்டவ் வெடித்துவிட்டது. நீங்கள் உடனே ஓடிப்போய்ப் பார்க்கிறீர்கள் வீடு தீப்பற்றி எரிந்து கொண்டிருக்கிறது; முருகனடியாரின் ஆடைகளும் தீப்பற்றிக் கொண்டன. நீங்கள் எப்படியோ ஆடைகளில் பற்றிக்கொண்ட தீயை அணைத்து அவரை வெளியே

கொண்டு வருகிறீர்கள். மருத்துவமனையில் அவர் உயிர் பிழைக்கிறார். உடல் நலம் பெற்ற பிறகு முருகனடியார், "நான் ஒரு அடிகூட காற்று அடிக்கவில்லை. ஸ்டவ் வெடித்துவிட்டது. எல்லாம் என் போதாத காலம்" என்று அங்கலாய்த்துக் கொள்கிறார். "அது போதாத காலமில்லை; ஒன்றுமில்லை. நீங்கள் அடித்த கொஞ்சம் காற்றின் அளவு (பரிமாணம்) குணாம்ச மாறுதல் கொண்டு வரக்கூடிய திறன் பெற்றது" என்று நீங்கள் விளக்குகிறீர்கள். உணவைத் தயாரிக்கும் சாதனமான ஸ்டவ் கொலைகாரியாக மாறியதற்குக் குணாம்ச மாறுதலே காரணமாகும்.

4. மனம்: மூளை, சிந்தனை, நினைவு ஆகியவற்றின் திறனுள்ள செயலுக்கும், நான் 'மனம்' என்று சொல்வதற்கும் என்ன தொடர்பு என்பது குறித்து நமது மற்றொரு நூலான 'உலக உருவமைப்'பில் விவரித்துள்ளோம். அதனால் அது குறித்து இங்கே விளக்க வேண்டிய தேவையில்லை. 'உயிரும் பஞ்ச பூதங்களும்' என்னும் தலைப்பில் எழுதும்போது, உயிர் பஞ்ச பூதங்களிலிருந்து தோன்றியதே என்றாலும், அதுவே பஞ்ச பூதமல்ல என்பதை விளக்கியிருக்கிறோம். உயிரும், மனமும் ஒரே நிகழ்ச்சியின் மறு அம்சம் அல்லது சாதாரண வாழ்வின் உயர்ந்த வளர்ச்சியாகும். பிரபல விஞ்ஞானியான பாவ்லோவ் இந்த நூற்றாண்டில் மூளையின் இருட்டறைக்குள் நுழைந்து, அதைப்பார்க்க முயற்சி செய்தார். சென்ற நாற்பதாண்டுகளில் மூளையின் பல அம்சங்களை அறிந்து கொண்டாலும் அதன் கோடிக்கணக்கான சூட்சும கணங்களை முழுமையாக இந்த சொற்ப காலத்திற்குள் தெரிந்து கொள்ளமுடியாது. ஆனாலும் மூளையின் பல்வேறு செயல்கள் அதன் பல்வேறு பகுதிகளிலுள்ள சூட்சும கணங்களுடன் தொடர்புடையவை என்பது ஆராய்ச்சிகளின் மூலம் நிரூபிக்கப் பட்டிருக்கிறது. ஒரு சூட்சுமம் கணத்தை (ஸெல்லை) வேறுபடுத்தி, அதற்குகந்த சூழ்நிலையில் ஜீவனுடன் வைத்திருக்க முடியும். ஆனால் அக்காலத்தில் அது தனது அற்புத சக்தியெல்லாம் இழந்துவிடும். வெறும் ஒரு சாதாரண ஒரு ஸெல் ஜீவியாக- அமியோபாவாக-மட்டுமே இருக்கும். ஆகவே மூளை என்பது இந்த ஸெல்களின் மொத்த உரு மட்டுமல்ல. இங்கே பரிணாம மாறுதலிலிருந்து பரிணாம மாறுதல் நிகழ்கிறது. மூளையின் ஒவ்வொரு ஸெல்லும் தனித்தனியாகச் செய்ய இயலாத காரியத்தை அதன் எல்லா ஸெல்களும் ஒன்று சேர்ந்து செய்ய முடியும் என்று நாம் கூறவேண்டும். "ஒன்றிலிருந்து மட்டுமே ஒரு பொருள் உண்டாவதில்லை; பல காரணங்களின் இணைப்பால் எல்லாமும் உண்டாகின்றன. அவற்றின் சமுதாயத்தில் காரணம் இருக்கிறது" என்று நாளந்தா பல்கலைக்கழக பவுத்த தத்துவ மேதை தர்மகீர்த்தி (கி.பி. 600) கூறியுள்ளார் ('பிரமாண வார்த்திக்' நூல்).

மனத்தைப்பற்றி ஆராய்வதற்கு முன்பு மனம் ஒரு சிறப்பான பொருள், அது ஒரு நறுமணமுள்ள மலரைப் போன்று தன்னுள்ளி லிருந்து சிந்தனை, நினைவு என்னும் நறுமணங்களை அள்ளித் தெளித்துக் கொண்டிருக்கும் என்ற கருத்தை விலக்கிவிட வேண்டும். புது யுகத்தில் மூளையைக் குறித்து ஆராய்ந்த மனோதத்துவ அறிஞர்கள் மனம் ஒரு பொருளல்ல; அது ஒரு நிகழ்ச்சிப் பிரவாகம் என்று முடிவு செய்தனர். உயிரையும், மனத்தையும் ஒப்பிட்டுப் பார்த்தால், உயிர் இருக்கும்வரை மட்டுமே மனம் இருக்க முடியும் என்பது தெரியவரும். உயிரில்லாது போனால் மனம் (சிந்தனையும், நினைவும்கூட) நிச்சயம் இருக்க முடியாது. இது வீணான வாதமென்றும் நீங்கள் நினைக்கலாம். உடல் இறப்பதற்கு முன்பே மனம் செத்துவிடுகிறதென்னும் உண்மை ஆராய்ச்சிகளால் நிரூபிக்கப்பட்டிருக்கிறது என்பதை நினைவில் வைத்துக் கொள்ளுங்கள். இது நமது நாட்டின் புராதன 'நியாய' தத்துவாளர்கள் கூறிய 'எங்கெங்கு புகை இருக்கிறதோ அங்கெல்லாம் நெருப்பிருக்கும்' என்பதைப்போல, 'எங்கெங்கு மனம் இருக்கிறதோ அங்கெல்லாம் உயிர் இருக்கும்' என்றும் சொல்லாம். ஆனால் 'எங்கெங்கு நெருப்பிருக்கிறதோ அங்கெல்லாம் புகை இருக்கும்' என்பது தவறானதைப் போலவே, (ஏனெனில் புகை இல்லாத நெருப்புமிருக்கலாம்) 'எங்கெங்கு உயிர்இருக்கிறதோ அங்கெல்லாம் மனம் (சிந்தனையும், நினைவும்) இருக்கும்' என்றும் கூறலாமல்லவா! ஏனெனில் உயிரின் அடையாளம், உடலின் வெப்பம் மூச்சு ஆகியவை முடிவுறுவதற்கு முன்பே சிந்தனையும், நினைவும் போய்விடுகின்றன. அதாவது 'மனம்' முன்பே செத்துவிடுகிறது. அதுமட்டுமல்ல; மனம் இறந்துவிட்ட பிறகும், இட்லரின் வெடி குண்டுகளால் கிராமம் பூராவும் அழிந்துவிட்ட பிறகும், ஓரிரு பச்சைக் குழந்தைகள் உயிர் வாழ்ந்திருப்பதைப்போலவே, உடலின் சில அணுக்கள் (ஸெல்கள்) உயிருடனிருப்பதைக் காணலாம். ஆயினும் இந்த ஸெல்கள் நீண்ட காலம் உயிருடன் இருப்பதில்லை. பிணங்களின் நகங்களும், கேசமும் ஓரோர் சமயம் வளர்ந்திருப்பதற்கும் இதுவே காரணமாகும். எதார்த்தத்தில் நாம் 'உடல்' என்று குறிப்பிடுவது கோடிக்கணக்கான சுயேச்சையான உயிருடன் கூடிய 'ஸெல்களின் மொத்த தொகுப்பே யாகும். (நமது உடலிலிருந்து ஏதாவதொரு ஸெல்லை எடுத்து குறிப்பிட்ட ரசாயனப் பொருளில் போட்டு வைத்தால், அது மிக நீண்ட காலம் வரையிலும் ஒரே ஸெல்லுடைய பிராணியைப் போல்- அமியோயாவைப் போல்- உயிருடன் இருக்கும்). இந்த ஸெல்கள் சக்தியை உண்டாக்க முடியாது. ஆனால் அவற்றின் மொத்தத் தொகுப்பில் ஏதுவிருக்கும். குணாம்ச மாறுதலால் சிந்தனை, நினைவு போன்ற அற்புத சக்தி (மனம்) தோன்றுகிறது. தாமரை சேற்றிலே

மலர்கிறது என்றாலும் அதுவே சேறல்ல. மனம்கூட தாமரையைப் போலவே சேற்றிலேயே பிறந்ததென்றாலும், அதுவே சேறல்ல. தாமரையின் அழகைக் கண்டு அது சொர்க்கத்திலிருந்து இறங்கி வந்ததென்று கூறுவது எப்படிச் சேற்றை அவமானப்படுத்துவதாகுமோ, நம்மை நாமே முட்டாளாக்கிக் கொள்வதாகுமோ, அதேபோல் மனமும் வானத்திலிருந்து கீழே வந்ததென்று கூறுவதும் நம்மை நாமே முட்டாளாக்கிக் கொள்வதாகும். அல்லது மற்றவர்களை ஏமாற்றுவ தாகும்.

மற்றொரு முறை பவுதீகச் சக்திகளுக்குள் உங்களை அழைத்துச் செல்ல விரும்புகிறோம். ஹைட்ரோஜனின் மத்திய அணுவான புரோடானைச் சுற்றிலும் எலெக்ட்ரான் நிரந்தரம் சுற்றி வந்து கொண்டிருக்கிறதென்பதை ஏற்கெனவே கூறியிருக்கிறோம். முதல் உலகப் போருக்குப் பிறகு விஞ்ஞானிகள் இந்த புரோடானையும் பிளப்பதில் வெற்றி கண்டனர் என்பது குறித்து நமது வேறொரு நூலான 'உலக உருவமைப்பில்' எடுத்துச் சொல்லியுள்ளோம். அதைப் பிளந்து பார்த்ததில் அதற்குள் எலெக்ட்ரானும், போஜிட்ரனும் இருப்பதைக் கண்டனர். இப்பொழுது விஞ்ஞானிகள் 'எலெக்ட்ரான்' பெயரை மேலும் விஞ்ஞான பூர்வமானதாக்கி அதற்கு 'நிகோட்ரன்' என்னும் பெயரைச் சூட்டியுள்ளார். 'எலெக்ட்ரான்' நியூட்ரான் போன்ற அடிப்படை அணுக்களால் உலகம் எப்படி உண்டாயிற்று என்பதைப் பற்றி இங்கே விரிவாகக் கூறப்போவதில்லை. இவை பல்வேறு அளவுகளில் கலந்து (பரிமாண மாறுதலிலிருந்து) குணாம்ச மாறுதலை அடைந்து நைட்ரஜன், கார்பன், ரேடியம் போன்ற முரண்பாடுள்ள தன்மைகளைக் கொண்ட 92 ரசாயன மூலகங்களைத் தோன்றச் செய்கின்றன. இப்பரமாணுக்கள் இணைந்து அணுக்களையும், அணுத் தொகுப்புகளையும்- நீர், உப்பு முதலியவைகளை- உண்டாக்கு கின்றன. இந்த இணைப்பை (கலப்பை) உண்டாக்குவதில் வெப்பத்திற்கு ஒரு பிரதான பங்குண்டு. வெப்ப அளவில் ஏற்படும் மாற்றத்தால் நீரில் எப்படி குணாம்ச மாறுதல் நிகழ்ந்து அது பனிக்கட்டி யாகவும், ஆவியாகவும் மாறிவிடுகின்றதென்பதை முன்னமேயே குறிப்பிட்டுள்ளோம். ஆனால் இவ்வெப்பம் எங்கே இருக்கிறதென்று விளக்கு எடுத்துக் கொண்டு தேட வேண்டியதில்லை. பவுதீக சக்தியின் இயக்கத்தின் பெயரே வெப்பமாகும். இயக்கம் பவுதீக சக்தியில் மிகவும் இயற்கையானதாகும். இயக்கமில்லாத பவுதீக சக்தி எங்குமே இருக்க முடியாது. எலெக்ட்ரான் புரோடானைச் சுற்றிலும் ஒரு வினாடிக்கு 1,82,628 மைல்கள் வேகத்தில் சுற்றிக் கொண்டிருக்கும். ரேடியத்திலிருந்து இயற்கையாக வெளிப்பட்டுக் கொண்டிருக்கும் அணுக்களில் ஒன்று அல்ஃபா அணுவாகும். இது வினாடிக்கு 10 லிருந்து

15 ஆயிரம் மைல்கள் வேகத்தில் மட்டுமே சுற்றும். ஆனாலும் அது எவ்வளவு சூடாக இருக்கும் தெரியுமா? 5,000 கோடி சென்டி கிரேடுகள். அதன் முன்னால் சூரியனின் வெப்பமான நான்கு கோடி சென்டி கிரேடு வெப்பம் இமயமலைக் குளிரைப் போன்றதேயாகும். அதாவது இயக்கம் - வெப்பம்- முரண்பாடு - இணைப்பு உண்டாகிறது. பரிமாண (அளவின்) மாறுதலினால் குணாம்ச மாறுதல் உண்டாகிறது. பூமி இருநூறு கோடி ஆண்டுகளுக்கு முன்பு மிகவும் சூடாக இருந்தது. சூடு குறையத் தொடங்கியதுமே குணாம்ச மாறுதல்களும் நிகழத் தொடங்கின. கடைசியில் உயிரின் தோற்றத்திற்கான தட்ப-வெப்ப நிலை ஏற்பட்டது 0 டிகிரி சென்டிகிரேடிலிருந்து 100 டிகிரி கிரேடு வரையுள்ள வெப்பத்தில் உயிர் வாழ்ந்திருக்க முடியும். 100டிகிரி சென்டி கிரேடு வெப்பத்தில் பாக்டீரியா, வைரஸ் கிருமிகள் கொஞ்ச நேரம் வரை உயிருடன் இருக்க முடியும். அவற்றைப் பவுதீக சக்திக்கும், உயிருக்கும் இடையிலான இணைப்பாகக் கருதலாம். உயிரின் மேல் வெப்பம் எப்படித் தனது செல்வாக்கைப் பரப்புகின்றதென்பதை நமது இன்னொரு நூலான 'உலக உருவ அமைப்பி'லிருந்து இங்கே தருகிறோம்.

"பேராசிரியர் ஹார்ட்விக் தவளைகளின் மேல் வெப்பத்தின் செல்வாக்கு எப்படி இருக்குமென்பதை ஆராய்ந்தார். அவர் ஒரு தவளை ஒரே நாளில் வைத்த முட்டைகளை நான்கு பிரிவுகளாகப் பிரித்தார். நான்கு பிரிவு முட்டைகளையும் வரிசையாக 11.5 டிகிரி, 15 டிகிரி, 20 டிகிரி, 24 டிகிரி சென்டிகிரேடு சூடுள்ள நீரில் போட்டு வளர்த்தார். மூன்றாவது நாள் அவைகளைப் பார்த்தபோது முதல் பிரிவு முட்டைகளில் எவ்வித மாற்றமும் தெரியவில்லை. நான்காவது பிரிவு முட்டைகள் பொரிக்கத் தயாராயிருந்தன. மற்ற இரு பிரிவு முட்டைகளும் இடை நிலையிலிருந்தன. இதன் பொருள் அதிக வெப்பத்தில் உயிரின் வளர்ச்சி வேகமாக ஏற்படுகிறது என்பதாகும்.

பேராசிரியர் லோயெப் 'ட்ரோஸோஃபிலா' என்னும் ஈக்களை ஆராய்ந்தார். அந்த ஈக்கள் 30 டிகிரி சென்டிகிரேடு வெப்பத்தில் 21 நாட்களும், 20 டிகிரி சென்டிகிரேடில் 54 நாட்களும், 10 டிகிரி சென்டிகிரேடில் 177 நாட்களும் அதாவது எட்டு மடங்குக்கும் அதிகமாக உயிர் வாழ்ந்திருந்தன.

"வெப்பம் உயிர்ப்பயிரை விரைவாக தயார் செய்கிறது. மேலே குறிப்பிட்ட ஈக்களின் ஆராய்ச்சியில் 10 டிகிரி சென்டிகிரேடு வெப்பத்துக்கு உயிரின் வாழ்காலம் இரண்டு- மூன்று மடங்கு அதிகரித்து 10 டிகிரி சென்டிகிரேடைக் கடந்து, 100 டிகிரி சென்டிகிரேடு வரையிலுள்ள வெப்பத்தில் ஒவ்வொரு 10 டிகிரி சென்டிகிரேடுக்கும்

ரசாயனப்பொருட்களின் சக்தியும் இரண்டு மடங்கு, மூன்று மடங்காகி விடுகிறது என்பதையும் ஞாபகத்தில் வைத்துக் கொள்ள வேண்டும்.

"ஈக்கள், தவளைகள், மற்ற கீழ்த்தர உயிர்கள் மேல் வெப்பத்தின் செல்வாக்கு இருக்கும் அளவுக்கு பறவைகள், பால் கொடுக்கும் மிருகங்கள், மனிதர்கள் ஆகியோர் மேல் இருக்காது, காரணம், அவைகளின் உடல் வெப்பம் மாறுபட்டிருக்கும். அவற்றின் உடல் வெப்பம் ஒரு குறிப்பிட்ட அளவைத் தாண்டிப் போகாது, கோடைக் காலத்தில் நாம் நிறைய தண்ணீர் குடிக்கிறோம். அது நமது உடலின் வெப்பம் 96 டிகிரி, 97 டிகிரி ஃபாரன் ஹீட்டைத் தாண்டிப் போகாமல் பார்த்துக் கொள்கிறது."

உயிரின் மீது வெப்பத்தின் செல்வாக்கை நீங்கள் புரிந்து கொண்டீர்கள். பூமி முதலில் மிக அதிகச் சூடாக இருந்தது. சூடு குறைந்து, குறைந்து உயிர் வாழ்ந்திருப்பதற்குரிய அளவுக்கான வெப்பம் ஏற்பட்டது. அப்பொழுதுதான் உயிர் தோன்றியது; அது பூமியின் தன்மையிலிருந்தே தோன்றியது. உயிரில்லாத ரசாயனப் பொருட்களின் இணைப்பால், குணாம்ச மாறுதலுடன் ஓர் புதிய பொருள் வைரஸ் அல்லது பாக்டீரியா (கிருமிகள்) உண்டாயிற்று. பிறகு மெல்ல மெல்ல ஒரேயொரு ஸெல்லுடைய உயிர் தோன்றியது. பின்னர் ஒரே ஸெல்லுடைய மனிதர்களும் தோன்றினார்கள். இன்றும் கூட நமது உடலிலிருந்து ஒரு ஸெல்லை வேறாக்கி ஜீவனுடன் வைத்திருக்க முடியும். ஸெல்லை உயிருடன் வைத்திருக்கும் ஒரு முறையே 'பிரசவம்' என்கிறோம். இம்முறையில் ஆணின் ஒரு உயிருடன் கூடிய ஸெல்லும், பெண்ணின் ஒரு உயிருடன் கூடிய ஸெல்லும் இணைகின்றன. அவை வயிற்றிலோ அல்லது வெளியிலோ ஊட்டத்தைப் பெற்று, ஆண் அல்லது பெண் குழந்தையாக உருப்பெற்று, நமது அன்புக்கும், ஆதரவுக்கும் உரியதாகிறது. இன்னொரு முறையை அமெரிக்காவைச் சேர்ந்த டாக்டர் கேரேல் போன்றோர் அமுல்படுத்துகின்றனர்: டாக்டர் கேரேல் கோழியின் இருதயத்தின் ஒரு ஸெல்லை ஒரு குறிப்பிட்ட ரசாயனப் பொருளில் 20 ஆண்டுகளுக்கும் அதிகமாக உயிருடன் வைத்திருந்தார். அதன் வாழ்வு ஒரு ஸெல்லுடைய அமோய்பாவைப் போன்றது. கோழியின் ஆயுட்காலம் ஐந்தாண்டுகள் மட்டுமே என்பது இங்கு நினைவு கூரத்தக்கதாகும்.

இந்தக் குணாம்ச செயல்பாட்டிலிருந்து மனிதனின் வளர்ச்சி வரை புரிந்து கொள்வதற்கு உயிரியல் விஞ்ஞானிகளின் ஒரு மகத்தான சித்தாந்தமான இன மாறுதலைக் கொஞ்சம் தெரிந்து கொள்ள வேண்டும்.

5. இன மாறுதல்: நமது மற்றொரு நூலான 'உலக உருவ அமைப்பி'ல் இதைப்பற்றி விரிவாகக் கூறியிருக்கிறோம். உயிரின் அமைப்பில் பரம்பரைக்கு முக்கிய பங்குண்டென்றாலும், அதற்கும் சில விதிவிலக்குகள் இருக்கின்றன, இதனாலேயே புதிய இனங்களும், புதிய வகுப்புகளும் தோன்றுகின்றன, ஒரு நபரில் புதிய உருவமும், தன்மையும் இரண்டு விதங்களில் தோன்றுகின்றன: (1) பயிற்சி அல்லது செயற்கை முறையில் உதாரணமாக, படிப்பு வாசனையில்லாதவன் கல்வி கற்றும், சொந்த உழைப்பினாலும் கல்விமானாகிவிடுகிறான். அல்லது விபத்துக்களால் மனிதன் நொண்டியாகவும், முடவனாகவும் ஆகிவிடுகிறான். இம்மாறுதல்கள் மேலெழுந்த வாரியாகவும் (ஒரு உடலுக்கு ஒரு தலைமுறைக்கு) மட்டுமே உடன்பட்டிருக்கும், ஒரு டாக்டரின் மகன், அவன் டாக்டரின் மகனாக இருப்பதாலேயே டாக்டர் ஆகிவிட முடியாது. இதன் பொருள் பயிற்சியாலும், சொந்த உழைப்பாலும் வந்த குணங்கள் பரம்பரையாகக் கிடைக்க முடியாது. (2) இன்னொரு விதமான மாறுதல் நிலையானதாக இருக்கும். இதை 'இன மாறுதல்' என்கிறோம். இம்மாறுதல் வெளிப்புற மாறுதலாக இல்லாமல் ஜீவனுக்குள் பிறப்பு மூலகமாக (Genus) இருக்கும். இதிலிருந்தே புதிய உருவம் தோன்றுகிறது. புதுமையின் தோற்றம் வளர்ச்சியின் அடிப்படையாகும்.

ஆஸ்திரியாவின் உயிரியல் விஞ்ஞானியான மேண்டல் இன மாறுதல் சம்பந்தமாகச் செய்த ஆராய்ச்சிகள் டார்வினுக்குத் தெரியாது. ஆகவே வளர்ச்சித் தடையில்லாத அமைதியான பிரவாகமாக- பாம்பு ஊர்ந்து செல்வதைப் போல்- இருந்ததென்பது இதன் பொருளாகும். உண்மையில் வளர்ச்சி என்பது தடையில்லாததல்ல; தடையுடன் கூடிய தாவுதலாகும்.

பிறப்பு மூலகங்களே (Genus) ஒரு தலைமுறையின் குணங்களை அடுத்த தலைமுறைக்குக் கொண்டு போய்ச் சேர்ப்பிக்கின்றன. இப்பிறப்பு மூலகங்களில் எந்த அளவுக்கு மாறுதல் உண்டாகிறதோ, அதே அளவுக்கு இனத்தில் மாறுதல் உண்டாகிறது. மனித உடல் பல கோடிக்கணக்கான ஸெல்களின் மொத்த தொகுப்பாகும். ஒவ்வொரு ஸெல்லிலும் ஒரு மத்தியப் பகுதி இருக்கிறது. ஒவ்வொரு மத்தியப் பகுதியிலும் கயிற்றுத் துண்டுகளைப் போன்ற ஒரு பொருள் (குரோமோஸோம்) இருக்கிறது. இவற்றின் எண்ணிக்கை மனிதனில் 48 ஆகும். (இரத்தப் பரிசோதனை அல்லது மாமிச பரிசோதனை செய்து, அல்லது மாமிசம் என்பதைச் சொல்லிவிடலாம்) குரோமோஸோம் கயிற்றில் சில ஆயிரம் சிறு சிறு மணிகள் கோர்க்கப்பட்டிருக்கும். அவை பிறப்பு மூலகங்கள் (ஜெனஸ்) எனப்படுகின்றன. அமெரிக்க

விஞ்ஞானி மோர்கன் பழ ஈக்களான ட்ரோஸோஃபிலோக்களை ஆராய்ந்து பிறப்பு மூலகங்களின் ரகசியத்தை அறிந்து கொள்வதில் பெரும் வெற்றி பெற்றார். அந்த ஈக்களில் மாதத்தில் இரண்டு தலைமுறைகளும், வருடத்தில் இருபத்தி நான்கு தலைமுறைகளும், உற்பத்தியாகின்றன. இதனால் ஒரு தலைமுறையிலிருந்து அடுத்த தலைமுறையில் பிறப்பு மூலகங்களில் மாறுதல் சுலபமாகத் தெரிந்து கொள்ள முடியும். மோர்கன் லட்சக்கணக்கான, ஈக்களின் பரம்பரை விவரங்களைத் தயாரித்தார். பிறப்பு மூலகங்களில் எற்படும் மாறுதலால் தோன்றும் தலைமுறை மாற்றத்தையே 'இன மாறுதல்' என்கிறோம். மோர்கன் இந்த ஈக்களில் நானூறுக்கும் அதிகமான இன மாறுதல்களைக் கண்டறிந்தார். இவற்றை ஆராய்ந்து பார்த்தபோது பிறப்பு மூலகங்களில் நான்கு பிரிவுகள் இருப்பது தெரியவந்தது. அதாவது ட்ரோஸோஃபிலோவின் மத்தியப் பகுதியில் எத்தனை பிரிவுகள் இருந்தனவோ, அத்தனை பிரிவுகள் அவற்றின் பிறப்பு மூலகங்களில் இருந்தன. ஒவ்வொரு பிரிவிலும் பிறப்பு மூலகங்களின் எண்ணிக்கை குரோமோஸோமின் நீளத்தைப் பொறுத்து இருக்கின்றன. இதை நாம் பூதக் கண்ணாடியில் தெளிவாகக் காணலாம்.

ட்ரோஸோஃபிலா ஈக்களில் ஒரு லட்சத்திற்கு 28-லிருந்து 61 வரை இன மாறுதலுக்குள்ளான ஈக்களைக் காணமுடிந்தது. கணக்கிட்டுப் பார்த்ததில் ஓராயிரம் ஆண்டு காலத்தில் ட்ரோஸோ ஃபிலாவின் எல்லாப் பிறப்பு மூலகங்களுமே மாறிவிடும் என்பது தெரிந்தது. 15 நாட்களில் புதிய தலைமுறையை உற்பத்தி செய்துவிடும் ட்ரோஸோஃபிலா ஈக்களில் இன மாறுதலின் வேகம் மிகவும் தீவிரமானதாக இருக்கிறது. மூலர் என்னும் விஞ்ஞானி தனது ஆராய்ச்சியின் மூலம் இன மாறுதலின் இயற்கையான வேகத்தை 150 மடங்கு அதிகமாக்கினார். இவ்விதம் ஒரு லட்சத்திற்கு 4200-லிருந்து 9150 வரையிலும் இன மாறுதல்களைச் செய்ய முடிந்தது. அதாவது இந்தக் கணக்கில் ஆறாண்டுகளிலேயே எல்லா ஈக்களின் பிறப்பு மூலகங்களும் மாறிவிடும். ட்ரோஸோஃபிலாவின் இனம் முழுவதும் இன மாறுதல் நிகழ எத்தனை காலமாகும் என்பதல்ல இங்குப் பிரச்சினை! பிரச்சினை எல்லாம் இதுதான்: இன மாறுதல் நிகழ்கிறது. அது பாம்பு ஊர்ந்து செல்வதைப் போலல்லாமல், தவளை தாவுவதைப் போல் திடீரென்று நிகழ்ந்து விடுகிறது.

6. மனிதனிலும், மனித சமுதாயத்திலும் குணாம்ச மாறுதல்: மனித சமுதாயத்தில் குணாம்ச மாறுதல் நிகழ்கிறது. இதையே 'சமுதாயப் புரட்சி' என்கிறோம். இந்தக் குணாம்ச மாறுதல் மனிதன் உலகில் தோன்றிய நாளிலிருந்து நிகழ்ந்து வருகிறது. அத்துடன்

மூளையின் எஜமானனான மனிதன் இயற்கையின் பணியில் தடைகளை அடிக்கடி ஏற்படுத்திக் கொண்டே வருகிறான். எனினும் அந்தக் குணாம்ச மாறுதல் ஏற்பட்டுக்கொண்டே இருக்கிறது. இம்மாறுதலை நாம் நமது நூலான 'மனித சமுதாய'த்தில் விவரித்துள்ளோம். இம்மாறுதலை இன்னும் அருகிலிருந்து பார்க்க விரும்பினால், உங்கள் கண்களுக்கு முன்னாலுள்ள ஏதொவதொரு குடும்பத்தின் மூன்று தலைமுறைகளைப் பாருங்கள்: என் குடும்பத்தையே உதாரணத்திற்கு எடுத்துக் கொள்ளுங்களேன்!

1. முதல் தலைமுறை: தாத்தா: ராமசரண் பாடக் படையில் சிப்பாயாக இருந்தவர். அவர் தனது படையில் டாக்டராக பணியாற்றிக் கொண்டிருந்த ஒருவரைப் பற்றி அடிக்கடி கூறிக் கொண்டிருந்ததாவது: "எங்கள் படையில் பலியா மாவட்டத்தைச் சேர்ந்த ராஜபுத்திர டாக்டர் ஒருவர் இருந்தார். அவர் கிருத்துவர். அவரது மனைவி அவரை விவாகரத்து செய்து விட்டார். ஏன் தெரியுமா? அவர் வெள்ளைக்காரர்களுடன் சேர்ந்து தேனீர் அருந்திக் கொண்டிருந்தாராம்."

2. இரண்டாம் தலைமுறை: எனது தந்தை பெயர் கோவர்த்தன் பாண்டே. பூஜை புனஸ்காரங்களில் மிகவும் ஈடுபாடுடையவர். சம்பிரதாயத்தில் ஆழ்ந்த பற்றுடையவர். ஆனால் அவர் தன்னுடைய விவசாயக் கூலியான அரிஜன வகுப்பைச் சேர்ந்த 'சினகீ' இறந்துவிட்ட போது, கிராமத்தவர்கள் தாழ்வாக எண்ணினாலும் லட்சியம் செய்யாமல் சினகீயின் பிணத்தை நாற்பது மைல் தொலைவிலுள்ள கங்கைக் கரைக்கு எரிக்கக் கொண்டு சென்றார்.

3. மூன்றாம் தலைமுறை: நான்: பெயர் ராகுல் சாங்கிருத்யாயன். உங்கள் முன்னாலேயே நிற்கிறேன். இது உண்ணத் தகுந்தது, இது உண்ணத் தகாதது என்னும் இந்துக்களின் விதிமுறைகளை இவன் ஒப்புக்கொள்பவனல்ல. மதத்தையோ, சம்பிரதாயங்களையோ, சாதி வேற்றுமைகளையோ கடைப்பிடிப்பவனல்ல. பலியாவைச் சேர்ந்த டாக்டர் பாவம், வெள்ளைக்காரர்களுடன் அமர்ந்து தேனீர் மட்டுமே அருந்திக் கொண்டிருந்தார். இவனோ வெள்ளைக்காரர்களையே விழுங்கி விடவும் தயாராகியிருக்கிறான்: அது மட்டுமல்ல. ராமசரண் பாடக், கோவர்த்தன் பாண்டே ஆகியோரின் ஒவ்வொரு 'செல்'லின் தலைமுறையை முன்கொண்டு செல்ல இவன் லோலாவை வாழ்க்கைத் துணைவியாக்கிக் கொண்டான். லோலாவோ பாடக், பாண்டே ஆகிய இருவரின் கருத்துப்படி, அப்பட்டமான கிருஸ்துவச்சி; தாழ்ந்த இனத்தவளான ருஷியப் பெண்.

மனித சமுதாயத்தில் குணாம்ச மாறுதலுக்கான பல்வேறு நிலைகளைப் பார்க்கிறோம். காட்டுமிராண்டியாக இருந்த மனிதன் முரடனானான். பிறகு நாகரீகமானவனாக மாறினான். (இந்நிலையிலேயே நில உடைமை, முதலாளித்துவ, பொது உடைமை அமைப்புகளை அவன் அடைந்தான்) இந்தப் பல்வேறு நிலைகளை உன்னிப்பாகக் கவனித்தால் பழக்கவழக்கங்கள், சம்பிரதாயங்கள், பொருளாதார, 'மத அமைப்புகள்' எவ்வாறு மாறிக்கொண்டே வந்துள்ளன என்பது தெரியவரும்.

3. எதிர்ப்பின் எதிர்ப்பு

இயக்க இயலின் அழிவுப் பணியின் மூன்றாம் பகுதி 'எதிர்ப்பின் எதிர்ப்பாகும்'. அழிந்த, மறைந்த பொருளின் (நிகழ்ச்சிப் பிரவாகத்தின்) வழித்தோன்றலை 'எதிர்ப்பு' அல்லது 'தடை' என்கிறோம். 'எதிர்ப்பு' என்னும் சொல் கடினமாகத் தோன்றினாலும், அதன் முக்கியத்துவம் மிக அதிகமாகும். உலகத்தின் ஒவ்வொரு முன்னேற்றத்திலேயும், ஒவ்வொரு வளர்ச்சியிலேயும் இந்த எதிர்ப்பு இருந்துதானாக வேண்டும் என்பதிலிருந்தே அதன் முக்கியத்துவம் தெரியவரும். ஒரு தலைமுறை தனக்கு முந்தைய தலைமுறையை எதிர்க்கிறது. இந்தத் தலைமுறையை அதற்குப் பிறகு வரும் தலைமுறை எதிர்க்கிறது. விஞ்ஞான லோகாயத வாதத்தையே பாருங்கள்:

பழைய லோகாயதவாதம்
|
இயந்திர லோகாயதவாதம்
|
விஞ்ஞான லோகாயத வாதம்

பழைய லோகாயத வாதத்தைப் பதினேழு- பதினெட்டாம் நூற்றாண்டுகளில் தோன்றிய இயந்திர லோகாயத வாதம் எதிர்த்தது. அதை விஞ்ஞான லோகாயத வாதம் எதிர்த்தது. அதாவது விஞ்ஞான லோகாயத வாதம் எதிர்ப்பின் எதிர்ப்பாகும்.

அதேபோல்-

வெவ்வேறு தனிச் சொத்துடைமை-
முதலாளித்துவ தனிச் சொத்துடைமை-
பொது உடைமை சமூகச் சொத்துடைமை.

முதலாளித்துவம் தனித்தனி, சிறுசிறு வியாபாரிகளையும், கைவினைஞர்களையும் ஒழித்துவிட்டு உற்பத்திச் சாதனங்களையும்,

வணிகத்தையும் முதலாளித்துவ அமைப்பின் கையில் ஒப்படைத்து விட்டது. பொதுவுடைமை அதனை எதிர்த்து எதிர்ப்பின் எதிர்ப்பாக உருவானது. மார்க்ஸ் இந்த விதியை இவ்வாறு விளக்குகிறார்:

"ஒரு முதலாளி பல முதலாளிகளை ஒழித்து விடுகிறான். ஒரு சில முதலாளிகள் மிகப் பல சிறு முதலாளிகளை விழுங்கி செல்வத்தை ஓரிடத்தில் குவிக்கின்றனர். இப்படி ஒரு சில ஏகபோக முதலாளிகள் முன்னேறிக்கொண்டே போகின்றனர். உழைப்பைக் கூட்டாகப் பயன்படுத்துதல், விஞ்ஞானத்தையும், இயந்திரங்களையும் அறிந்து உபயோகித்துக் கொள்ளுதல், நிலத்தைச் சிறந்த முறையில் சாகுபடிக்குக் கொண்டுவருதல், உழைப்புச் சாதனங்கள் கூட்டாக மட்டுமே பயன்படுத்தப்படக்கூடியவையாக இருந்து விடுதல், கூட்டு உழைப்புச் சாதனங்களாலும், உற்பத்திச் சாதனங்களாலும் எல்லா உற்பத்திக் கருவிகளிலும் சிக்கனத்தைக் கையாளுதல்... உற்பத்திச் சாதனங்கள் ஒரு சிலரிடமே குவிந்து விடுவதும், உழைப்பு சமூக ரீதியில் பயன்படுத்தப்படுவதும் வளர்ந்து வளர்ந்து ஓர் எல்லைக் கோட்டில் முதலாளித்துவத்திற்கு எதிராக மாறிவிடுகின்றன. முதலாளித்துவத்தின் முகமூடி கிழிந்து விடுகிறது. அதன் தனிச் சொத்துடைமைக்கு சாவு மணி அடிக்கப்படுகிறது. விழுங்குகிறவன் விழுங்கப்படுபவனாகி விடுகிறான்" (Captial Kerr Edition), Vol. I. 836-37).

நிலவுடைமைச் சமுதாயத்தின் தனிச்சொத்துடைமையை முதலாளித்துவம் விழுங்கிற்று. அது நிலவுடைமைச் சமுதாய அமைப்பினை எதிர்த்தது. அது முதலை- லாபத்தை- தனிநபருக்கு வைத்து உழைப்பை மட்டும் சமூக மயமாக்கிற்று. ஒரே இடத்தில் இரண்டு முரண்பாடுள்ள அமைப்புக்களின் இணைப்பு ஏற்பட்டது. இரண்டும் மோதிக்கொண்டன. குணாம்ச மாறுதலால் ஒரு புதிய சமுதாயம், சுரண்டுபவனும் சுரண்டப்படுபவனும் இல்லாத சமுதாயம் பிறந்தது. அது முதலிலிருந்த எதிர்ப்பை (முதலாளித்துவத்தை) எதிர்த்தது.

முரண்பாடுகளின் இணைப்பு ஏற்படும்போதுதான் மோதலின் மூலம் குணாம்ச மாறுதல் தோன்றுகிறது. அதன் விளைவாகவே எதிர்ப்புக்கு எதிர்ப்பு தோன்றுகிறது. இந்த எதிர்ப்பு முரண்பாடுகளின் இணைப்பில் எந்த அளவுக்கு, எந்த உருவத்தில் இருக்குமோ, அவற்றை அனுசரித்தே அது தன்னுடைய சொந்தச் செயல் திறனில் வெற்றி பெறும். இங்கே ஒரு கேள்வி எழலாம். முதலாளித்துவத்தைப் பொதுவுடைமை எதிர்த்ததைப் போலவே இந்த எதிர்ப்புக்கும் (பொதுவுடைமைக்கும்) ஒரு எதிர்ப்பு தோன்றாமலிருக்குமா? அங்கே

'எதிர்ப்பின் எதிர்ப்பு' என்னும் விதி அமலாகாமல் இருக்குமா? ஆனால் இக்கேள்வியே தவறாக எழுப்பப்பட்டதாகும். எதிர்ப்பின் எதிர்ப்பு கேள்வியை நாம் இடையிலிருந்து எழுப்ப முடியாது. முதலில் நாம் அதை முரண்பாடுகளின் இணைப்பிலிருந்து துவக்க வேண்டும். சோஷலிச சமுதாயத்திலும் அல்லது அதன்பிறகு வரப்போகும் கம்யூனிச சமுதாயத்திலும் முரண்பாடுகளின் இணைப்பு இருக்குமா என்னும் கேள்வி பிறக்கலாம். சுரண்டப்படுபவர்களும்- சுரண்டுகிறவர்களும் இல்லாத பொதுவுடைமைச் சமுதாயத்தில் வர்க்கப் போராட்டம் நிச்சயம் இருக்காது. ஆகவே அங்கே இப்படிப்பட்ட முரண்பாடுகளின் இணைப்பிற்கு வாய்ப்பில்லை. அங்கே முரண்பாடுகளின் இணைப்பு என்பது அக்காலத்திலிருக்கும் விஞ்ஞானம், இயந்திர தொழில்நுட்பம், இயற்கை சக்தி, திறன் ஆகியவைகளுடன் கலந்திருக்கும். இதன் விளைவாக மனிதனுடைய திறன் மேலும் மேலும் வளர்ந்து கொண்டே போகும்.

'எதிர்ப்பின் எதிர்ப்பு' என்ற சித்தாந்தம் ஒரு குறிப்பிட்ட எல்லைக்குள்ளேயே முடங்கிக் கிடக்காமல், மேலும் மேலும் முன்னேறிச் சென்று கொண்டே இருக்கும். இது குறித்து மார்க்ஸ் கூறுகிறார்:

"முதலாளித்துவ அமைப்பில் ஒரு சிலரால் மிகப் பெரும்பான்மை யினர் அடக்கியாளப்படுகின்றனர். சோஷலிச அமைப்பிலோ மிகப் பெரும்பான்மையினரால் ஒரு சிலரே அடக்கப்படுகின்றனர்" (Capital, Vol I, p. 289).

'எதிர்ப்பின் எதிர்ப்பு' விதியைத் தத்துவ இயல் துறையில் பார்த்தால் எத்தனையோ உதாரணங்கள் கிடைக்கும். கி.மு. 700-ல் வாழ்ந்த இந்து தத்துவ அறிஞர் யாக்ஞயவல்கியரிலிருந்து கி.மு. 400ல் இருந்த பவுத்த தத்துவாசிரியர் அஸங்கர் வரையில் ஓராயிரத்தி நூறு ஆண்டுகளில் எதிர்ப்பின் எதிர்ப்பு பின்வருமாறு நிகழ்ந்தது:

வைதீகச் சடங்குகள் - யாக்ஞய வல்கியம் -

- கபிலர் - புத்தர் - பிளாட்டோ - அஸங்கர்

அதற்குப் பிறகு-

அஸங்கர் - திக்நாகர் - தர்மகீர்த்தி

- கவுடபாதர் - சங்கராச்சாரியார்

இந்திய 'நியாய' இயலில் எதிர்ப்பின் எதிர்ப்பு

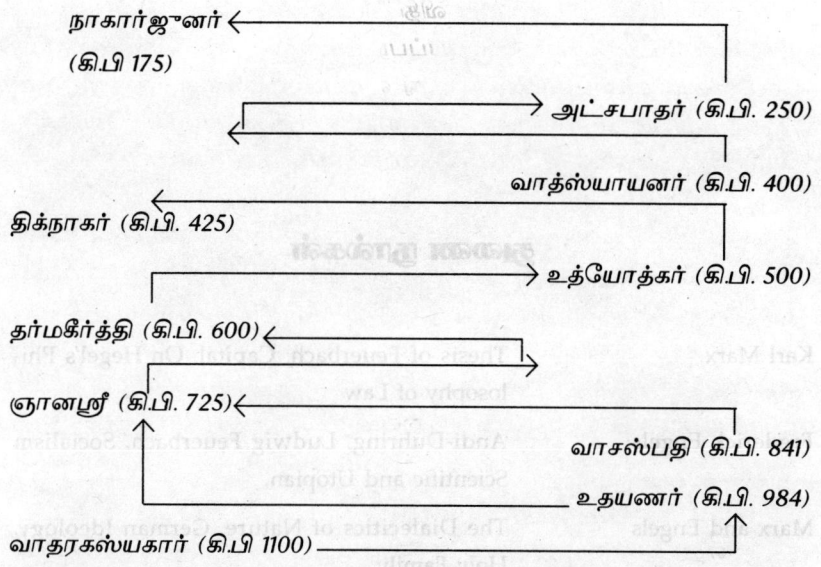

இதன் பொருள் ஒருவர் மற்றவரின் தத்துவத்தை முழுவதுமே எதிர்த்தார் என்பதல்ல; முரண்பாட்டின் இணைப்பு நிகழ்ந்த அளவிலேயே எதிர்ப்பும் இருந்தது.

★★★

துணை நூல்கள்

Karl Marx	Thesis of Feuerbach, Capital, On Hegel's Philosophy of Law
Frederick Engels	Andi-Duhring, Ludwig Feuerbach, Socialism Scientific and Utopian.
Marx and Engels	The Dialecitics of Nature, German Ideology, Holy Family
Lenin	Materialism and Empirio Criticism
Hegel	Science of Logic, Atheism
Ludwig Feuerbach	Essence of Christianity
Voltaire	Philosophical Dictionary
H. Levy	Philosophy for a Modern Man
John Lewis	Introduction to Philosophy (1937)
David Guest	Text Book of Marxist Philosophy
T.A. Jockson	Dialectical Materialism, The Logic of Marxism
J.B.S. Haldane	Marxist Philosophy and the Sciences
Sir James Jeans	Misterious Universe
Sir S. Radhakrishnan	History of Indian Philosophy 2 vols.
தர்மகீர்த்தி	பிரமாண வர்த்திக்
சாந்திதேவ்	போதிசர்யாவதார்
ஸ்ரீ ஹர்ஷர்	கண்டன் கண்டகாத்ய
அல்பெரூனி	அல் ஹிந்த்

புத்தர் { தீக் நிகாய்
மஜ்ஜிம நிகாய்
வினய்பிடக்

ராகுல் சாங்கிருத்யாயன் { புத்த சர்யா,
விஸ்வ கீ ரூபரேகா
மானவ சமாஜ்
தர்ஷன் திக்தர்ஷன்
மற்றும்
பகவத் கீதை
மகாபாரதம்.

•••